पशुपालक ते उद्योजक

पारंपारिक कष्टांना आधुनिक स्मार्ट व्यवस्थापनाची जोड

पशुपालनाचे अर्थशास्त्र आणि मानसशास्त्र

डॉ. रोहित रत्ना विजय धुमाळ

पशुपालक ते उद्योजक

लेखक :
डॉ. रोहित विजय धुमाळ
ई मेल:drrohitdhumal@gmail.com

संपादन:
सौ. स्वाती रोहित धुमाळ

मुखपृष्ठ आणि मांडणी:
डॉ. रोहित विजय धुमाळ

प्रकाशक (Published By):
Notion Press Media Pvt Ltd,
#7, Red Cross Road,
Egmore, Chennai, Tamil Nadu 600008
Email ID: publish@notionpress.com
Website: www.notionpress.com

पहिली आवृत्ती:
मार्च २०२६

ISBN-13: 979-8903429905 (Paperback)
ISBN-13: 979-8903429912 (Hardcover)

अर्पणपत्रिका

हे पुस्तक...

माझे आई-वडील, रत्ना आणि विजय धुमाळ, *ज्यांनी मला केवळ जन्मच दिला नाही, तर कष्टाचे महत्त्व आणि नीतिमत्तेने जगण्याचे संस्कार दिले. तुमच्यामुळेच मी इथपर्यंत पोहोचू शकलो.*

माझे कुटुंब, स्वाती, कौशल आणि वेदांगी, *माझ्या प्रत्येक चढ-उतारात आणि संघर्षात माझ्या पाठीशी खंबीरपणे उभे राहणाऱ्या, मला सतत प्रोत्साहन देणाऱ्या माझ्या कुटुंबाला, ज्यांच्या प्रेम आणि पाठिंब्याशिवाय हा लेखनप्रवास पूर्ण होऊ शकला नसता.*

माझे आदरणीय गुरुवर्य, *ज्यांनी मला केवळ पुस्तकी ज्ञान दिले नाही, तर पशुवैद्यक शास्त्राकडे बघण्याची एक 'संवेदनशील दृष्टी' दिली आणि मला घडवले.*

माझे 'पशुपालक' बांधव, *काळ्या मातीत राबणारे आणि स्वतःच्या पोटाला चिमटा घेऊन गोठ्यातील जनावरांना जपणारे माझे शेतकरी मित्र. तुमचे अफाट कष्ट आणि जिद्द हेच या पुस्तकाचे खरे प्रेरणास्थान आहे.*

आणि...

ती 'मुकी जनावरे' (प्राणी), *जी स्वतःचे सर्वस्व देऊन मानवाचे जीवन समृद्ध करतात. हे पुस्तक त्यांच्या त्यागाला आणि निस्सीम प्रेमाला समर्पित!*

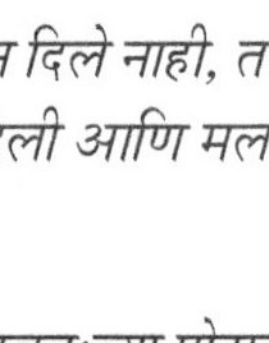

लेखकाचे मनोगत

प्रिय वाचक मित्रहो आणि माझ्या पशुपालक बांधवांनो, सप्रेम नमस्कार.

मी डॉ. रोहित रत्ना विजय धुमाळ. व्यवसायाने एक पशुवैद्यक (Veterinarian) आणि सध्या महाराष्ट्र शासनाच्या पशुसंवर्धन विभागात 'सहाय्यक आयुक्त' म्हणून कार्यरत आहे. एका ग्रामीण पशुवैद्यकीय दवाखान्यातील डॉक्टरपासून ते धोरणात्मक निर्णय प्रक्रियेतील प्रशासकीय अधिकाऱ्यापर्यंतच्या माझ्या प्रवासात, मला महाराष्ट्रातील पशुपालकांच्या आणि या क्षेत्रात नव्याने येऊ पाहणाऱ्या तरुणांच्या समस्या अगदी जवळून पाहता आल्या.

मी अनेकदा पाहिले आहे की, आपला पशुपालक अपार कष्ट करतो. रात्रंदिवस एक करून तो गोठ्यात राबतो, पण दुर्दैवाने, जेव्हा वर्षाच्या शेवटी आर्थिक हिशोबाची वेळ येते, तेव्हा त्याच्या पदरात अनेकदा निराशाच पडते. दुसरीकडे, काही उच्चशिक्षित तरुण मोठ्या उत्साहाने आणि भांडवलासह या क्षेत्रात उतरतात; पण केवळ 'एक्सेल शीट'वरील गणित आणि गोठ्यातील प्रत्यक्ष वास्तव यातील फरक न समजल्याने तेही अल्पावधीतच गाशा गुंडाळतात.

असे का घडते? याचे उत्तर मला 'व्यवस्थापन' आणि **'व्यावसायिक दृष्टिकोन'** (Business Mindset) यांच्या अभावात सापडले.

पशुपालन हा आता केवळ एक पारंपरिक पूरक व्यवसाय राहिलेला नाही, तर तो एक प्रगत 'उद्योग' आहे. जोपर्यंत आपण आपल्या गोठ्याकडे 'फॅक्टरी' म्हणून आणि स्वतःकडे एक 'CEO' म्हणून बघणार नाही, तोपर्यंत आपण अपेक्षित आर्थिक प्रगती करू शकणार नाही. याच वास्तवातून **'पशुपालक ते उद्योजक'** या पुस्तकाचा जन्म झाला आहे.

एक पशुवैद्यक म्हणून जनावरांचे आरोग्य आणि प्रशासकीय अधिकारी म्हणून शासकीय धोरणे, या दोन्ही बाजूंचा समन्वय मी या पुस्तकात मांडला आहे. हे पुस्तक तुम्हाला जनावरांना कोणते औषध द्यावे हे शिकवणार नाही, तर जनावरांचे 'शास्त्र' आणि व्यवसायाचे 'अर्थशास्त्र' यांचा अचूक मेळ कसा घालावा, हे शिकवेल. आपल्या पूर्वजांच्या पारंपरिक ज्ञानाला आधुनिक 'स्मार्ट' तंत्रज्ञानाची आणि काटेकोर व्यवस्थापनाची जोड कशी द्यावी, याचा हा एक व्यावहारिक रोडमॅप आहे.

माझ्या पशुपालक बांधवाच्या कष्टाला प्रतिष्ठा मिळावी आणि त्याच्या पारंपरिक गोठ्याचे रूपांतर एका शाश्वत, नफा देणाऱ्या उद्योगात व्हावे, हाच माझा एकमेव उद्देश आहे. हे पुस्तक तुमच्या या समृद्धीच्या प्रवासात एक विश्वासू मार्गदर्शक ठरेल, असा मला सार्थ विश्वास आहे.

रोहित धुमाळ

आपल्या प्रगतीचा शुभचिंतक,

प्रस्तावना

*कोविड नंतर अनेक क्षेत्रात नवीन सुरुवात झाली आहे. त्याला 'पशुसंवर्धन' हे क्षेत्र देखील अपवाद नाही. कोविडने अनेक बदल घडवले आहेत. कोविड नंतर अनेक सुशिक्षित तरुण, माहिती तंत्रज्ञान क्षेत्रातील अधिकारी, पदवीधर **पशुसंवर्धन क्षेत्राकडे** वळत आहेत. केंद्र शासनाच्या राष्ट्रीय पशुधन अभियानांतर्गत देखील उद्योजकता विकास साधण्यासाठी मोठमोठ्या योजना कार्यान्वित होत आहे. अशा सर्व आणि नियमित व्यवसाय म्हणून पशुसंवर्धन कडे पाहणाऱ्या नवउद्योजकांना सखोल मार्गदर्शनाची गरज होती. एक 'उद्योजक' म्हणून या व्यवसायाकडे कसे पाहावे, व्यवसायाचे अर्थशास्त्र कसे असावे, सोबत पूर्वापार करत असलेल्या **पारंपारिक व्यवसायास अधुनिक तंत्रज्ञानाची जोड** कशी द्यावी या बाबी कुणीतरी एकत्रितपणे त्याला समजावून सांगण्याची गरज होती.*

*पशुसंवर्धन हा एक उद्योग (इंडस्ट्री) म्हणून पुढे येत आहे. त्याला अनुसरून साध्या आणि सोप्या भाषेत तांत्रिक ज्ञान सर्वांपर्यंत पोहोचवण्याची जबाबदारी पशुसंवर्धन विभागातील सहाय्यक आयुक्त डॉ. रोहित धुमाळ यांनी उचलले आहे. खाजगी औषध निर्मिती कंपनी ते पशुवैद्यकीय दवाखान्यात काम केल्यामुळे आणि करत असल्यामुळे नेमक्या अडीअडचणीची जाणीव त्यांना होती. त्यातून त्यांनी अनुभवाची सांगड घालून **सक्षम 'पशुउद्योजक'** कसे निर्माण होऊ शकतील याचा विचार या निमित्ताने केला आहे.*

*शेती आणि पशुपालन हा केवळ उदरनिर्वाहाचा मार्ग राहिला नाही तर देशाच्या अर्थव्यवस्थेचा कणा बनला आहे. या व्यवसायातील आव्हाने बदलत आहेत. नवनवीन तंत्रज्ञानाची जोड मिळत आहे. दुसरीकडे वाढता खर्च आणि अनिश्चितता यामुळे पशुपालक हतबल होताना दिसतात. त्यासाठी नुसते कष्टकरी न राहता एक उद्योजक बनावे लागेल. **'पशुपालक ते उद्योजक'** हे पुस्तक याच बदलाची शास्त्रोत आणि व्यवहारिक मांडणी करते.*

*अनेकदा आपण पाहतो की उच्चशिक्षित तरुण मोठ्या उत्साहाने एक्सेल शीट व नफ्याचे गणित मांडतो. व्यवसायाला सुरुवात करतो. गोठ्यातील संघर्ष आणि व्यवसायातील चढउतार यामुळे त्याचे गणित कोलमडते. दुसरीकडे पारंपारिक व्यवसाय करणारा पशुपालक आधुनिक व्यवस्थापनाची जोड देत नसल्यामुळे अपेक्षित नफा मिळवू शकत नाही. या दोन्ही टोकातील दरी साधण्याचे काम लेखकाने केले आहे. यासाठी पशु उद्योजक हा मालक न बनता पालक बनायला हवा हा देखील उदात्त विचार मांडला आहे. मुळातच या उद्योगात **जीवशास्त्राचे अर्थशास्त्र** मांडत असताना निसर्गाचे चक्र आणि आर्थिक मेळ कसा साधता येईल याची अचूक मांडणी केली आहे. **जेनेटिक्स ते मनुष्यबळ व्यवस्थापन** या सर्व आधुनिक संकल्पना सोप्या भाषेत मांडल्या आहेत.*

येणाऱ्या काळात केवळ दूध विक्रीवर अवलंबून न राहता उत्पादनाचे मूल्यवर्धन (Value addition) आणि टाकाऊतून टिकाऊ (Waste to Wealth) यावर प्रकाश टाकला आहे

ज्यावेळी आपण पशु उद्योजक म्हणून व्यवसाय सुरू करतो त्यावेळी आपण त्याचे मुख्य कार्यकारी अधिकारी (CEO) आहोत हा विचार पशुपालकाच्या मनात एक आत्मविश्वास निर्माण करतो. जनावरांच्या आरोग्यासह आपल्या व्यवसायाचे आरोग्य कसे टिकवायचे याची ही एक ब्ल्यू प्रिंट आहे असे म्हणायला हरकत नाही.

मला खात्री आहे हे पुस्तक महाराष्ट्रातील प्रत्येक पशुपालकाच्या आणि या व्यवसायात येणाऱ्या नवोद्योजकांना मार्गदर्शक ठरेल. आपल्या कष्टाचे रूपांतर संपत्तीत करण्यासाठी हे पुस्तक संबंधितांनी निश्चित संग्रही ठेवावे. डॉ. रोहित धुमाळ यांनी या पुस्तकाच्या रूपाने पशुसंवर्धन क्षेत्राची एक मोठी सेवा केली आहे. महाराष्ट्राच्या कानाकोपऱ्यातील पशुपालकांच्या हातात हे पुस्तक पोहोचो आणि त्यातून समृद्ध उद्योजक घडोत हीच सदिच्छा!

डॉ. व्यंकटराव माणिकराव घोरपडे
सेवानिवृत्त सहाय्यक आयुक्त पशुसंवर्धन,
सांगली.

अनुक्रमणिका

विभाग आणि प्रकरण सारांश

विभाग १: बदलाची गरज (The Paradigm Shift)

हा विभाग तुमची विचारसरणी (Mindset) बदलण्यावर भर देईल.

प्रकरण १: 'एमबीए'चा सापळा (The MBA Trap)

- कॉर्पोरेट नियम गोठ्यात का चालत नाहीत?
- 'एक्सेल शीट फार्मिंग' आणि वास्तवातील तफावत.
- केवळ नफ्यामागे धावणाऱ्या स्टार्टअप्सच्या अपयशाची कारणे.

प्रकरण २: जिवंत इन्व्हेंटरी (The Living Inventory)

- निर्जीव मशीन आणि सजीव प्राणी यांतील मूलभूत फरक.
- 'खाणारी मालमत्ता' (Eating Asset) आणि कॅश फ्लो (Cash Flow) चे आव्हान.
- घसारा (Depreciation) विरुद्ध मृत्यू (Mortality).

प्रकरण ३: मालक नाही, 'पालक' बना (The Stewardship Model)

- 'पिळवणूक' (Extraction) विरुद्ध 'सेवा' (Service) मानसिकता.
- नफ्याचा विरोधाभास: प्राण्यांच्या आरामाला प्राधान्य दिल्यास नफा कसा वाढतो?
- यशस्वी पशुपालकाची नैतिकता.

विभाग २: जीवशास्त्राचे अर्थशास्त्र (The Economics of Biology)

हा विभाग व्यवसायाच्या आर्थिक गणितावर (Financials) लक्ष केंद्रित करेल.

प्रकरण ४: ७०% चा नियम (The 70% Rule)

- खाद्य आणि चारा (Feed & Fodder) व्यवस्थापनाचे गणित.
- पशुपालक की कमोडिटी ट्रेडर? मका, सोयाबीन आणि सायलेज (Silage) चे अर्थकारण.
- 'इनपुट कॉस्ट' (Input Cost) कशी नियंत्रित ठेवावी?

प्रकरण ५: निसर्गाचे घड्याळ (Nature's Clock)

- गर्भावस्थेचा काळ आणि उत्पादनाचे चक्र (Production Cycle).
- 'वेळ' हीच भांडवल: संयमाची किंमत आणि परतफेडीचा कालावधी (ROI Period).
- भाकड काळ (Dry Period) व्यवस्थापन.

प्रकरण ६: अदृश्य शत्रू (Invisible Enemies)

- जैव-सुरक्षा (Biosecurity) हीच तुमची 'विमा पॉलिसी'.
- आजार आणि साथीचे रोग: प्रतिबंधात्मक उपाय (Prevention vs Cure).
- हवामान बदल आणि 'हीट स्ट्रेस' (Heat Stress) चा आर्थिक फटका.

विभाग ३: व्यवस्थापन कौशल्ये (Operational Excellence)

हा विभाग प्रत्यक्ष फार्म मॅनेजमेंटवर (Day-to-Day Operations) आधारित आहे.

प्रकरण ७: जेनेटिक्स: व्यवसायाचे सॉफ्टवेअर (Genetics)

- स्वस्त जनावर का महागात पडते? वंशावळीचे महत्त्व.
- कृत्रिम रेतन (AI), एम्ब्रियो ट्रान्सफर (ET) आणि भविष्यातील तंत्रज्ञान.
- 'कलिंग' (Culling): तोट्यातील जनावरे गोठ्यातून बाहेर काढण्याचे धाडस.

प्रकरण ८: कम्फर्ट इंजिनीअरिंग (Comfort Engineering)

- गोठ्याची रचना: फक्त छत नव्हे, तर 'घर'.
- गाई-म्हशींसाठी गाद्या (Mats), पंखे आणि फॉगर्सचे महत्त्व.
- जनावरांचा ताण (Stress) आणि दूध उत्पादनाचा संबंध.

प्रकरण ९: मूक संवाद (Silent Signals)

- डेटा सेन्सर्सच्या पलीकडे: निरीक्षण शक्ती (Observation Skills).
- जनावरांच्या वर्तणुकीवरून (Behavior) आजार ओळखणे.
- शेतकऱ्याचा 'तिसरा डोळा'.

प्रकरण १०: मनुष्यबळ व्यवस्थापन (Manpower Management)

- गोठ्यातील कामगार: मजुरांपासून 'केअर टेकर' पर्यंतचा प्रवास.
- कर्मचाऱ्यांना प्रशिक्षण आणि प्रोत्साहन (Incentives).
- फार्मवरील संस्कृती (Culture) कशी असावी?

विभाग ४: भविष्य आणि विस्तार (Growth & Scale)

हा विभाग व्यवसायाचा विस्तार आणि भविष्यातील संधींवर आहे.

प्रकरण ११: मूल्यवर्धन: दुधापलीकडे (Value Addition)

- कच्चा माल विकणे परवडते का? प्रक्रिया उद्योगाचे गणित.
- पनीर, तूप, फ्रोजन मीट आणि ब्रँडिंगची ताकद.
- 'डायरेक्ट टू कन्झ्युमर' (D2C) मॉडेल.

प्रकरण १२: कचऱ्यातून कंचन (Waste to Wealth)

- शेण आणि लघवी: केवळ कचरा नाही, तर उत्पन्नाचा दुसरा स्त्रोत.
- बायोगॅस, स्लरी आणि गांडूळ खत प्रकल्प.
- एकात्मिक शेती (Integrated Farming) चे फायदे.

प्रकरण १३: वन हेल्थ (One Health Concept)

- मानवी आरोग्य, प्राणी आरोग्य आणि पर्यावरण यांचा संबंध.
- झुनोटिक आजार (Zoonosis) आणि ग्राहकांची सुरक्षितता.
- भविष्यातील कायदेशीर बाबी आणि प्राणी क्लेश प्रतिबंधक नियम.

प्रकरण १४: बँकेबल प्रोजेक्ट (The Bankable Project)

- बँकेला काय हवे असते? कर्ज प्रकरण आणि प्रोजेक्ट रिपोर्ट.
- विमा (Insurance) आणि सरकारी योजनांचा लाभ.
- व्यवसायातून बाहेर पडण्याची योजना (Exit Strategy) आणि वारसा हक्क.

परिशिष्ट (Appendices)

- ३६५ दिवसांचे लसीकरण आणि औषधोपचार वेळापत्रक.
- फार्म मॅनेजरसाठी 'डेली चेकलिस्ट'.
- महत्त्वाचे कायदेशीर फॉर्म्स आणि संपर्क.
- अतिरिक्त वाचन आणि माहिती स्त्रोत (Additional Resources)

विभाग १: बदलाची गरज

(The Paradigm Shift)

प्रकरण १: 'एमबीए'चा सापळा (The MBA Trap)

प्रकरण २: जिवंत इन्व्हेंटरी (The Living Inventory)

प्रकरण ३: मालक नाही, 'पालक' बना
(The Stewardship Model)

प्रकरण १: 'एमबीए'चा सापळा (The MBA Trap)

गोठा म्हणजे कॉर्पोरेट ऑफिस नव्हे

"जर तुम्ही निसर्गाला तुमचे 'टार्गेट' पूर्ण करायला लावले, तर निसर्ग तुम्हाला 'राजीनामा' द्यायला भाग पाडतो."

फॅक्टरी लॉजिक (रेखीय) विरुद्ध फार्म लॉजिक (चक्रीय/जैविक)

वाचकांचे विचार

गेल्या दशकात मी एका अत्यंत रंजक आणि तितक्याच धक्कादायक बदलाचा साक्षीदार झालो आहे. जो वर्ग एकेकाळी 'कॉर्पोरेट बोर्डरूम' आणि 'काचेच्या केबिन'मध्ये वावरत होता, तो आता अचानक गोठ्यातील चिखल आणि चाऱ्याच्या वासाकडे आकर्षित झाला आहे.

आयआयटी (IIT), आयआयएम (IIM) किंवा परदेशातून उच्च शिक्षण घेऊन आलेले अनेक तरुण आज सुटाबुटाचा त्याग करून 'गमबूट' (Gumboot) चढवून शेतात उतरताना दिसत आहेत. त्यांचा उद्देश स्वच्छ असतो, उत्साह आकाशाला भिडणारा असतो आणि त्यांच्या लॅपटॉपमध्ये एक **'परफेक्ट बिझनेस प्लॅन'** तयार असतो.

पण, इथेच गफलत होते.

त्यांची एक्सेल शीट (Excel Sheet) पाहिली की, सामान्य माणसालाच काय, पण भल्याभल्या बँक मॅनेजरलाही मोह व्हावा, इतके हे गणित सोपे आणि सरळ वाटते. त्यांच्या या 'प्रोजेक्शन'मध्ये जगातील सर्वात सोपा, सुरक्षित आणि भरघोस नफा देणारा एकमेव व्यवसाय म्हणजे 'दुग्धव्यवसाय' अथवा पशुपालन व्यवसाय वाटू लागतो.

त्यांचे कागदावरचे गणित साधारण असे दिसते:

द 'ड्रीम' कॅलक्युलेशन:

- **भांडवल:** १०० उच्च वंशावळीच्या गाई (HF/Jersy).
- **उत्पादन:** प्रति गाय २० लिटर दूध (सरासरी).
- **कालावधी:** ३६५ दिवस (नॉन-स्टॉप).
- **विक्री:** २००० लिटर X ₹ ४० दर = ₹ ८०,००० रोजचा गल्ला!
- **निष्कर्ष:** ३ वर्षांत 'ब्रेक-इव्हन' (गुंतवणूक परत) आणि ५ वर्षांत कोट्यवधींचा नफा.

वाचायला हे किती गोड वाटते, नाही का?

पण दुर्दैवाने, हेच 'एक्सेल शीट'चे सम्राट जेव्हा जमिनीवर (On Field) उतरतात, तेव्हा वास्तवाचे चटके बसायला सुरुवात होते. पहिल्या १००० दिवसांचा टप्पा ओलांडण्याआधीच, म्हणजे जेमतेम ३ वर्षांत त्यांचे स्वप्न काचेसारखे तडकते. जे गोठे मोठ्या थाटामाटात उभे राहिले होते, ते रिकामे होतात. गुंतवणूक मातीमोल होते आणि हातात उरते ती फक्त निराशा.

या परिस्थितीलाच मी माझ्या भाषेत **'एमबीएचा सापळा' (The MBA Trap)** असे म्हणतो. पण नीट समजून घ्या, हा सापळा त्यांच्या बुद्धिमत्तेचा अभाव असल्यामुळे निर्माण होत नाही. उलट, ही मुले अतिशय हुशार असतात. चूक बुद्धीत नाही, तर **'मोडस ऑपरेंडी' (Modus Operandi)** म्हणजेच कार्यपद्धती मध्ये

असते. कारखान्यात चालणारे 'कॉर्पोरेट नियम' जनावरांच्या गोठ्यात जसेच्या तसे लागू करण्याचा अट्टाहास त्यांना नडतो.

कारखाना आणि गोठा यातला फरक: एका ऑटोमोबाईल कंपनीत तुम्ही मशीनला इनपुट दिले की ठरलेले आउटपुट मिळते. मशीनला भावना नसतात, हार्मोन्स नसतात आणि आजार नसतात. पण, दुग्धव्यवसाय आणि पशुपालन हा **'बायोलॉजिकल बिझनेस' (Biological Business)** आहे.

- तुमच्या एक्सेल शीटला हे समजत नाही की, गाय ही एक जिवंत प्राणी आहे, मशीन नाही.
- एक्सेल शीटमध्ये गाईला 'मस्टायटीस' (स्तनदाह) होत नाही.
- एक्सेल शीटमध्ये कधीच कामगार (लेबर) आजारी पडून दांड्या मारत नाहीत.
- आणि एक्सेल शीटमध्ये दुधाचे फॅट कधीच कमी होत नाही.

जेव्हा तुम्ही गणिताला 'जीवशास्त्र' (Biology) आणि 'समाजशास्त्र' (Sociology of Labor) यांच्याशी जोडता, तेव्हाच गोठ्याचे गणित जुळते.

या प्रकरणात, आपण हेच उलगडून पाहणार आहोत की, का कॉर्पोरेट जगातील 'सिद्धांत' गोठ्याच्या ओल्या जमिनीवर निकामी ठरतात? आणि जर तुम्हाला खरोखरच या क्षेत्रात 'उद्योजक' बनायचे असेल, तर एक्सेल शीटच्या पलीकडे जाऊन कोणते 'प्रॅक्टिकल' ज्ञान आत्मसात करावे लागते? चला तर मग, या 'मायावी' सापळ्यातून बाहेर पडण्याचा मार्ग शोधूया.

१.१. कॉर्पोरेट नियम गोठ्यात का चालत नाहीत? फॅक्टरी विरुद्ध फार्म: जिथे कॉर्पोरेट 'लॉजिक' संपते आणि निसर्गाचे 'मॅजिक' सुरू होते

कॉर्पोरेट जग ज्या तत्त्वांवर उभे आहे, ते दोन मुख्य खांबांवर आधारित असते: **'नियंत्रण' (Control)** आणि **'निश्चितता' (Predictability)**.

तुम्ही एखाद्या कारखान्याचे मालक असाल, तर गोष्टी तुमच्या हातात असतात.

- तुम्हाला उत्पादन वाढवायचे आहे? तर मशीनचा वेग वाढवा.
- तुम्हाला ऑर्डर पूर्ण करायची आहे? तर कामगारांना 'ओव्हरटाइम' करायला सांगा.
- बाजारात मंदी आहे? तर उत्पादनाची 'बॅच' छोटी करा.

तिथे इनपुट आणि आउटपुटचा संबंध गणितासारखा सरळ असतो. पण, जेव्हा तुम्ही या 'फॅक्टरी मानसिकते'तून गोठ्यात प्रवेश करता, तेव्हा तुमचा सामना मशीनशी नाही, तर **'बायोलॉजी' (Biology)** बरोबर होतो. आणि दुर्दैवाने, जीवशास्त्रावर तुमचे नियंत्रण नसते, तिथे निसर्गाची सत्ता चालते.

हा संघर्ष समजून घेण्यासाठी आपल्याला 'फॅक्टरी' आणि 'फार्म' यातील तीन मोठे फरक समजून घ्यावे लागतील:

१. रेषीय विरुद्ध चक्रीय (Linear vs. Cyclical Growth)

कॉर्पोरेट विश्वात वाढ ही **'रेषीय' (Linear)** असते. म्हणजे, आज १० लाखांचा धंदा, पुढच्या वर्षी २० लाख, त्यानंतर ४० लाख. आलेख सतत वर (Scale Up) जातो. तिथे थांबणे म्हणजे अपयश मानले जाते.

पण पशुपालन हे **'चक्राकार' (Cyclical)** आहे. निसर्गाला शॉर्टकट मान्य नसतो.

- गाय दूध देण्यासाठी आधी तिला गाभण राहावे लागते (गर्भधारणा).
- नऊ महिने पोटात वासरू वाढवावे लागते.
- व्यायल्यावर ती दूध देते आणि त्यानंतर पुन्हा तिला विश्रांती (Dry Period) द्यावीच लागते.

एखाद्या सॉफ्टवेअर कंपनीत जसे 'कोडिंग' रात्रभर जागून संपवता येते, तसे गोठ्यात करता येत नाही. तुम्ही गायीला असे म्हणू शकत नाही की,

"बघ, या महिन्यात दुधाचा भाव वाढलाय, तर तू गर्भधारणा २ महिन्यांत पूर्ण कर आणि लवकर दूध दे."

निसर्गाचे हे चक्र तुम्ही तोडू शकत नाही. हे समजून न घेता जेव्हा कॉर्पोरेट लोक 'स्केल-अप' करायला जातात, तेव्हा ते या चक्रात अडकून पडतात.

२. कार्यक्षमतेची नवी व्याख्या (Efficiency vs. Patience)

फॅक्टरीमध्ये कार्यक्षमता (Efficiency) म्हणजे काय? तर **"कमी वेळात जास्त उत्पादन."** पण गोठ्यात ही व्याख्याच घातक ठरते. इथे 'घाई' करणे म्हणजे कार्यक्षमता नसून **'आत्महत्या'** असते.

- जर तुम्ही ब्रॉयलर कोंबडीचे वजन कमी दिवसांत वाढवण्यासाठी तिला प्रमाणाबाहेर खाऊ घातले, तर तिचे हृदय बंद पडून ती मरते.
- जर तुम्ही जास्त दुधासाठी गाईला नैसर्गिक क्षमतेपेक्षा जास्त 'कॉन्सन्ट्रेट' (खाद्य) दिले, तर तिला 'ॲसिडोसिस' होतो आणि ती निकामी होते.

मशीनला 'रेस्ट'ची गरज नसते, पण प्राण्याला असते. इथे संयम (Patience) हेच भांडवल आहे. जीवशास्त्रात १+१ नेहमी २ होत नाहीत, कधी कधी ते ० सुद्धा होऊ शकते.

३. 'स्विच ऑफ' बटणाचा अभाव (No Switch Off Button)

हा कॉर्पोरेट मॅनेजर्ससाठी सर्वात मोठा धक्का असतो. तुमची फॅक्टरी आहे आणि बाजारात मंदी आली, कच्चा माल महाग झाला किंवा कामगार संपावर गेले,

तर तुम्ही काय करता? तुम्ही प्रॉडक्शन काही काळासाठी थांबवता. फॅक्टरीला कुलूप लावता (Shut Down). यामुळे वीज बिल वाचते व कच्चा मालही वाचतो.
पण, दुग्धव्यवसायात '**स्विच ऑफ**' **बटण नसते.**

- दुधाचा भाव ३५ रुपयांवरून २० रुपयांवर आला तरी गायीचे खाणे थांबवता येत नाही.
- बाहेर पाऊस पडो, महापूर येवो किंवा कोरोनासारखे संकट येवो; गायीचे शरीर हे २४x७ चालणारे इंजिन आहे. तिला इंधन (चारा) लागतेच.

तिचे चयापचय (Metabolism) बाजाराच्या स्थितीनुसार थांबत नाही. त्यामुळे ज्याच्याकडे हा 'चालू खर्च' (Op-Ex) सहन करण्याची ताकद नसते, तो पहिल्याच मंदीच्या लाटेत वाहून जातो.

थोडक्यात सांगायचे तर: तुम्ही तुमच्या ऑफिसमधील कर्मचाऱ्यांचे 'व्यवस्थापन' (Manage) करू शकता, त्यांना ऑर्डर देऊ शकता. पण गोठ्यात तुम्ही निसर्गाला ऑर्डर देऊ शकत नाही. तिथे तुम्हाला निसर्गाशी फक्त 'सहकार्य' (Cooperate) करता येते. जो हे समजतो, तोच खरा 'स्मार्ट' पशुपालक!

१.२. 'एक्सेल शीट फार्मिंग' आणि वास्तवातील तफावत

नवीन उद्योजकांची आणि विशेषतः कॉर्पोरेट जगतातून आलेल्यांची सर्वात मोठी चूक कोणती असेल, तर ती म्हणजे त्यांचा '**सरासरी**' **(Averages)** या शब्दावर असलेला आंधळा विश्वास.

ते गणिते मांडताना नेहमी 'उत्तम सरासरी' पकडतात. पण दुर्दैवाने, एक्सेल शीटवरचे एसी केबिनमधले जग आणि शेणा-मातीतले वास्तव जग यात जमीन-अस्मानाचा फरक असतो. एक्सेल शीटवर गोष्टी 'रेखीय' (Linear) असतात, पण वास्तवात त्या 'अव्यवस्थित' (Chaotic) असतात.

ज्याला मी '**कागदी घोडे**' म्हणतो, ते जेव्हा वास्तवाच्या मैदानात उतरतात, तेव्हा काय घडते ते खालील तीन उदाहरणांवरून समजून घेऊया:

गृहितक १: "सुट्टी नसलेली कामगार गाय"

एक्सेल शीट म्हणते: "आमच्या गोठ्यातील सर्व ५० गाई वर्षातील ३६५ दिवसांपैकी ३०० दिवस हमखास दूध देतील."

वास्तव (Reality Check): एक्सेल शीटला 'सुट्टी' किंवा 'आजारपण' माहित नसते. तिथे एकदा फॉर्म्युला टाकला की तो शेवटपर्यंत आकडा देत राहतो. पण गोठ्यात 'जीवशास्त्र' काम करते.

- वास्तवात, काही गाईंना अचानक '**मस्टायटिस**' **(स्तनदाह)** होतो आणि चार सडांपैकी एक सड निकामी होतो.

- काही गाई वेळेवर माजावर येत नाहीत किंवा गाभण राहत नाहीत (**Repeat Breeding**). जिथे एका वर्षात वासरू मिळायला हवे होते, तिथे १८ महिने लागतात.
- कधीतरी **लाळ्या खुरकूत (FMD)** किंवा **लंपी रोग** या सारखी एखादी साथ येते आणि दुधाने तुडुंब भरलेली गाय एका रात्रीत अशक्त होते.

धडा: तुमच्या एक्सेल शीटमध्ये 'आजारपणाची रजा' (Sick Leave) साठी कोणताही रकाना (Column) नसतो, पण गोठ्यात तो अदृश्य स्वरूपात हजर असतो.

गृहितक २: "स्थिर खर्चाचा भास"

एक्सेल शीट म्हणते: "एका गाईला रोज ३००० रुपये महिन्याचा चारा लागेल. हा खर्च वर्षभर 'स्थिर' (Fixed) राहील."

वास्तव (Reality Check): एक्सेल शीटवर महागाई वाढत नाही, पण बाजारात रोज दर बदलतात. तुम्ही ३००० रुपयांचे गणित मांडले असते, पण अचानक पाऊस लांबतो किंवा दुष्काळसदृश परिस्थिती निर्माण होते. मका, सरकी पेंड आणि वाळलेल्या वैरणीचे भाव अचानक दुप्पट होतात. तुमची एक्सेल शीट तुम्हाला **'फिक्स्ड कॉस्ट' (Fixed Cost)** दाखवत असते, पण दुग्धव्यवसाय हा पूर्णपणे **'व्हेरिएबल कॉस्ट' (Variable Cost)** चा खेळ आहे. इथे खर्चाचा आलेख सरळ रेषेत नसून तो ईसीजी (ECG) रिपोर्टसारखा खाली-वर होत असतो.

गृहितक ३: "मशीनसारखी गाय"

एक्सेल शीट म्हणते: "आम्ही पंजाबवरून १ लाख रुपयांची 'हाय ईल्ड' गाय आणली आहे, ती इथेही २० लिटर दूध देणारच."

वास्तव (Reality Check): हे गृहितक म्हणजे, "काश्मीरचे सफरचंद कोकणात लावल्यावर तसेच लागेल," असे मानण्यासारखे आहे. ती गाय पंजाबच्या थंड हवामानात २० लिटर दूध देत असेलही, पण जेव्हा ती महाराष्ट्रातील उष्ण आणि दमट हवामानात येते, तेव्हा तिला **'क्लायमेट शॉक'** बसतो. तिला इथल्या हवेत आणि खाद्यात रुळायला (Acclimatization) वेळ लागतो. तिच्या शरीराची अर्धी ऊर्जा स्वतःला थंड ठेवण्यात खर्च होते, आणि परिणामी २० लिटरची गाय १२ लिटरवर येते. प्राणी हे **'प्लग अँड प्ले' (Plug and Play)** डिव्हाइस नाहीत की जे कोठेही लावले की सारखेच चालतील. ते पर्यावरणाशी अत्यंत संवेदनशील असतात.

अंतिम सत्य (The Hard Truth):

एक्सेल शीट तुम्हाला व्यवसायाचा **'प्रोटोटाइप'** (नमुना) दाखवू शकते, पण गोठा तुम्हाला **'प्रॅक्टिकल'** (व्यवहार) शिकवतो. तुमच्या लॅपटॉपची एक्सेल

शीट कधीच गाईच्या लाथेची, अचानक येणाऱ्या तापाची किंवा मजुराच्या दांडीची भविष्यवाणी करू शकत नाही. त्यामुळे नियोजनासाठी एक्सेल वापरा, पण निर्णयासाठी गोठ्यातील अनुभवावर विश्वास ठेवा.

१.३. केवळ नफ्यामागे धावणाऱ्या स्टार्टअप्सच्या अपयशाची कारणे

गेल्या काही वर्षांत मी अनेक हाय-टेक डेअरी आणि गोटरी फार्म्स सुरू होताना आणि तितक्याच वेगाने बंद पडताना पाहिले आहेत. हे स्टार्टअप्स जेव्हा सुरू होतात, तेव्हा त्यांच्याकडे भांडवलाची कमतरता नसते, तंत्रज्ञानाचा तुटवडा नसतो, आणि मार्केटिंगचा झगमगाटही असतो. तरीही, हे प्रकल्प का कोसळतात?

ज्या वेळी केवळ 'नफा' हे एकमेव ध्येय असते आणि 'निसर्गाचे नियम' धाब्यावर बसवले जातात, तेव्हा अपयश अटळ असते. माझ्या निरीक्षणातून समोर आलेली, या अपयशाची ३ प्रमुख कारणे खालीलप्रमाणे आहेत:

१. रिमोट कंट्रोल शेती (Remote Control Farming)

हा आजच्या काळातील सर्वात मोठा आणि घातक भ्रम आहे. अनेक गुंतवणूकदार (Investors) किंवा आयटी क्षेत्रातील नोकरदार शहरात वातानुकूलित (AC) ऑफिसमध्ये बसतात आणि लॅपटॉपवर किंवा मोबाईलवर सीसीटीव्ही (CCTV) फुटेज बघून शेती चालवण्याचा प्रयत्न करतात.त्यांना वाटते की, गोठ्यात बसवलेले कॅमेरे आणि सेन्सर्स त्यांना सर्व काही सांगतील. ते पूर्णपणे तिथे नेमलेल्या 'मॅनेजर'वर अवलंबून असतात.

चूक कुठे होते? पशुपालन हा **'टच अँड फील'** **(Touch and Feel)** चा व्यवसाय आहे.

- तुमच्या गाईच्या डोळ्यातील तेज कमी झाले आहे का?
- तिच्या कातडीचा पोत (Skin Coat) खरखरीत झाला आहे का?
- गोठ्यात प्रवेश केल्यावर आजाराचा किंवा अस्वच्छतेचा सूक्ष्म वास येतोय का?

हे कोणतेही सीसीटीव्ही सांगू शकत नाही. सीसीटीव्ही तुम्हाला हे दाखवू शकेल की मजूर काम करत आहेत की नाहीत, पण तो गाईचे दुखणे सांगू शकत नाही. जनावरे आपल्या मालकाचा स्पर्श आणि आवाज ओळखतात. जोपर्यंत मालकाचा पाऊल गोठ्यात पडत नाही, तोपर्यंत गोठा नफा देऊ शकत नाही. 'रिमोट कंट्रोल'ने टीव्ही चॅनेल बदलता येतात, पण जनावरांचे नशीब बदलता येत नाही.

२. 'डेड' इन्फ्रास्ट्रक्चरचा हव्यास (Imbalance of CAPEX vs OPEX)

नवीन जोशात आलेले स्टार्टअप्स सुरुवातीलाच प्रचंड खर्च करतात. त्यांचा फोकस असतो - 'जगभरातील सर्वात आधुनिक गोठा बांधणे'. ऑटोमॅटिक

मिल्किंग मशीन्स, इस्रायली पद्धतीचे कुलिंग फॅन्स, आलिशान मॅनेजर केबिन आणि काँक्रीट जंगल उभे करण्यासाठी ते कोट्यवधी रुपये ओततात.

चूक कुठे होते? ते **'डेड इन्फ्रास्ट्रक्चर' (निर्जीव वास्तू)** वर आपले ८०% बजेट संपवतात. आणि जेव्हा खरी वेळ येते - म्हणजे **'लाईव्ह स्टॉक' (Live Stock - जनावरे)** खरेदी करण्याची, तेव्हा त्यांचे बजेट संपलेले असते. मग तडजोड करून हलक्या दर्जाची किंवा कमी किमतीची जनावरे आणली जातात.

नियम: लक्षात ठेवा, तुमचा बँक बॅलन्स गोठ्याच्या भिंती वाढवणार नाहीत, तर गाईची कास (Udder) वाढवणार आहे. गोठा साधा, हवेशीर आणि कमी खर्चाचा असला तरी चालेल, पण त्या गोठ्यात उभी असलेली गाय ही **'उच्च वंशावळीची' (High Genetics)** असली पाहिजे. नफा सिमेंट-विटांमधून नाही, तर दुधातून येणार आहे.

३. वेगाचा जीवघेणा हव्यास (Scaling Too Fast)

"पहिल्या वर्षी १० गाई, दुसऱ्या वर्षी १०० आणि तिसऱ्या वर्षी ५०० गाईंचा मोठा प्रोजेक्ट." हा विस्तार कागदावर आणि पॉवरपॉइंट प्रेझेंटेशनमध्ये खूप छान दिसतो. इन्व्हेस्टर्सना खुश करण्यासाठी असे आलेख मांडले जातात.

चूक कुठे होते? हा वेगाचा हव्यास अपघाताला निमंत्रण देतो. कारण, **जैविक मालमत्ता (Biological Assets)** व्यवस्थापित करायला केवळ पैसा लागत नाही, तर दांडगा अनुभव लागतो.

१० गाई सांभाळणे आणि १०० गाई सांभाळणे, यात फक्त एका शून्याचा फरक नाही. तिथे व्यवस्थापनाची गुंतागुंत (Complexity) शंभर पटीने वाढते.

- मोठ्या कळपात आजार १० पट वेगाने पसरतात.
- मजुरांचे प्रश्न बिकट होतात.
- चाऱ्याचे नियोजन कोलमडते.

जेव्हा नवीन उद्योजक स्वतःचे व्यवस्थापन कौशल्य (Management Skills) विकसित होण्याआधीच अफाट विस्तार (Expansion) करायला जातात, तेव्हा व्यवस्थापनाचा तोल जातो आणि सगळा डोलारा कोसळतो.

थोडक्यात सांगायचे तर: पशुपालन हा मॅराथॉन शर्यतीसारखा आहे, ती १०० मीटरची स्प्रिंट नाही. इथे जो संयम ठेवतो, जमिनीवर पाय ठेवतो आणि जनावरांवर प्रेम करतो, तोच जिंकतो.

निष्कर्ष: मग एमबीए डिग्री वाया गेली का?

हे सर्व वाचून, कदाचित तुमच्या मनात एक प्रश्न घर करून बसला असेल — *"जर कॉर्पोरेट नियम इथे चालत नसतील, तर मग आम्ही घेतलेले ते महागडे शिक्षण, त्या डिग्र्या आणि व्यवस्थापनाचे धडे... हे सर्व व्यर्थ आहे का? आम्ही ती पदवी जाळून टाकावी का?"*

तर याचे उत्तर आहे — **मुळीच नाही!**

तुमची एमबीएची डिग्री किंवा तुमचे उच्च शिक्षण ही तुमची सर्वात मोठी ताकद आहे. फक्त अट एकच आहे — ती ताकद कुठे आणि कशी वापरायची, याचे भान तुम्हाला आले पाहिजे. एका सुताराच्या हत्याराने तुम्ही शस्त्रक्रिया करू शकत नाही, तसे फॅक्टरीचे नियम शेतात वापरू शकत नाही.

तुमच्या शिक्षणाचा वापर 'निसर्गाला बदलण्यासाठी' करू नका, तर 'निसर्गाशी जुळवून घेण्यासाठी' करा.

- तुम्ही गाईच्या प्रजननावर **'लिन मॅन्युफॅक्चरिंग' (Lean Manufacturing)** किंवा **'सिक्स सिग्मा'** चे नियम लावू शकत नाही. कारण गर्भधारणेचे नऊ महिने 'ऑप्टिमाइझ' करून सहा महिन्यांवर आणता येत नाहीत.

- **पण...** तुम्ही तुमचे कॉर्पोरेट नियम **'सप्लाय चेन मॅनेजमेंट' (Supply Chain)** मध्ये नक्कीच वापरू शकता — जेणेकरून वर्षभर दर्जेदार चारा कमीत कमी दरात गोठ्यावर उपलब्ध होईल.

- तुम्ही तुमचे **'HR स्किल'** वापरू शकता — कारण गोठ्यावर काम करणारे मजूर हे शेवटी माणसेच आहेत आणि त्यांना सांभाळायला कॉर्पोरेट 'पिपल मॅनेजमेंट' कामी येते.

- आणि सर्वात महत्त्वाचे म्हणजे, तुम्ही तुमचे **'मार्केटिंग आणि ब्रँडिंग'** चे ज्ञान वापरू शकता — जेणेकरून तुमचे दूध कवडीमोल भावाने डेअरीला न जाता, एका 'प्रिमियम ब्रँड' म्हणून ग्राहकांपर्यंत पोहोचेल.

थोडक्यात सांगायचे तर, 'एक्सेल शीट' महत्त्वाची आहेच, पण ती सर्वस्व नाही.

हा व्यवसाय करताना एक गोष्ट कायम लक्षात ठेवा — या कंपनीत तुम्ही 'मालक' असाल, पण तुमच्या 'बोर्ड ऑफ डायरेक्टर्स' मध्ये ज्याच्याकडे 'व्हेटो पॉवर' (Veto Power) आहे, असा एक भागीदार (Partner) तुमच्या सोबत आहे.

तो भागीदार म्हणजे – **निसर्ग (Nature).**

निसर्गाचे स्वतःचे काही नियम आहेत, आणि दुर्दैवाने, जगातल्या कोणत्याही हार्वर्ड किंवा आयआयएमच्या अभ्यासक्रमात (Syllabus) ते शिकवले जात नाहीत. ते नियम तुम्हाला अनुभवानेच शिकावे लागतात.

तुमच्या लॅपटॉपमधील एक्सेल शीटच्या रकान्यात निर्जीव वस्तूंचा 'स्टॉक' असतो. पण गोठ्यातली परिस्थिती वेगळी आहे. तिथे तुमचा सामना अशा 'स्टॉक'शी होणार आहे जो श्वास घेतो, ज्याला भावना आहेत आणि जो तुमच्याशी बोलू शकतो (फक्त त्याची भाषा तुम्हाला समजली पाहिजे).

चला तर मग, पुढील प्रकरणात ओळख करून घेऊया आपल्या व्यवसायाच्या खऱ्या नायकाशी... तुमच्या '**जिवंत इन्व्हेंटरी**' **(Living Inventory) बरोबर!**

प्रकरण २: जिवंत इन्व्हेंटरी (The Living Inventory)

जेव्हा तुमची मालमत्ता श्वास घेते...
"दुकानातला माल विकला गेला नाही तर तो फक्त जागा अडवतो. पण गोठ्यातला माल विकला गेला नाही, तर तो तुम्हालाच खाऊन टाकतो."

खाणारी मालमत्ता (The Eating Asset) आणि कॅश फ्लोचे आव्हान

वाचकांचे विचार

जगातील कोणत्याही एमबीए स्कूलमध्ये जा किंवा कोणत्याही चार्टर्ड अकाउंटंटला (CA) भेटा, व्यवसायाची भाषा शेवटी एकाच कागदावर येऊन थांबते — तो म्हणजे '**ताळेबंद**' **(Balance Sheet)**. या ताळेबंदात दोन शब्द महत्त्वाचे असतात: '**मालमत्ता**' **(Assets)** आणि '**इन्व्हेंटरी**' **(Inventory - मालाचा साठा)**.

सर्वसाधारण व्यवसायात हे गणित सरळ असते. एका कापड व्यापाऱ्याचे उदाहरण घ्या. त्याच्या दुकानातील साड्यांचे गठ्ठे ही त्याची 'इन्व्हेंटरी' आहे. एका ऑटोमोबाईल डीलरचे उदाहरण घ्या. त्याच्या शोरूममध्ये चकाकणाऱ्या नवीन कोऱ्या गाड्या ही त्याची 'इन्व्हेंटरी' आहे.

या इन्व्हेंटरीचे एक खास वैशिष्ट्य असते — ती '**निर्जीव**' **(Inert)** असते. जर कापड व्यापाऱ्याने महिनाभर दुकान बंद ठेवले आणि तो फिरायला गेला, तर परत आल्यावर त्याला त्याच्या साड्यांचे गठ्ठे जिथे होते तिथेच मिळतील. त्या गठ्ठ्यांचे वजन कमी झालेले नसेल, त्यांना ताप आलेला नसेल, आणि सर्वात महत्त्वाचे म्हणजे — त्या गठ्ठ्यांनी महिनाभर काहीही 'खाल्लेले' नसेल. त्यांची 'होल्डिंग कॉस्ट' (Holding Cost) जवळजवळ शून्य असते.

पण, पशुपालक उद्योजकाचे गणित इथेच कोलमडते.

जेव्हा तुम्ही या व्यवसायात उतरता, तेव्हा तुमची इन्व्हेंटरी 'कपाटात' नसते, तर ती 'गोठ्यात' असते. तुमची इन्व्हेंटरी म्हणजे सिमेंटच्या पोत्यांचा ढीग नव्हे, तर ती एक '**जिवंत प्राणी**' आहे. ही 'जिवंत इन्व्हेंटरी' (Living Inventory) पशुपालनाचे अर्थकारण पूर्णपणे बदलून टाकते. कारण:

१. ती **श्वास** घेते.

२. ती **हालचाल** करते.

३. तिला **भावना** असतात.

४. आणि सर्वात घातक (आर्थिकदृष्ट्या) — ती '**खाते**'.

हा शेवटचा मुद्दाच तुमच्या व्यवसायाचे भविष्य ठरवतो.

तुमच्या गोठ्यातील गाय किंवा शेळी ही २४ तास चालणारे एक 'बॉयलॉजिकल मशीन' आहे. तुम्ही रात्री गाढ झोपलेले असतानाही, तुमच्या गोठ्यातील इन्व्हेंटरीचे 'मीटर' चालू असते. तिचे शरीर तिचे अस्तित्व टिकवण्यासाठी सतत ऊर्जा जाळत असते (Metabolism). जर दुधाचे दर पडले, तरी तुम्ही तिला उपाशी ठेवू शकत नाही. जर तुम्हाला आजारी पडल्यामुळे गोठ्यावर जाता आले नाही, तरी तिला वेळेवर पाणी द्यावेच लागते. जगात मंदी आली तरी तिची भूक मंदावत नाही.

इतर व्यवसायात 'न विकलेला माल' (Unsold Inventory) हा फक्त जागा अडवतो. पण पशुपालनात 'न विकलेला किंवा न वापरलेला माल' (उदा.

भाकड गाय किंवा तयार झालेला बोकड) हा रोज तुमच्या खिशातून पैसे काढून घेतो. तो नुसता पडून राहत नाही, तर तो मालकाच्या ताटातले घास खातो.

म्हणूनच, हा व्यवसाय जगातला इतर कोणत्याही व्यवसायापेक्षा वेगळा, गुंतागुंतीचा आणि आव्हानात्मक आहे. इथे तुम्हाला केवळ बाजाराशी लढायचे नसते, तर तुम्हाला त्या 'जिवंत घड्याळाशी' (Biological Clock) जुळवून घ्यावे लागते, जे कधीच थांबत नाही.

या प्रकरणात पुढे आपण पाहणार आहोत की, या 'खादाड' इन्व्हेंटरीचे रूपांतर 'कमाऊ' मशीनमध्ये नक्की कसे करायचे?

२.१. निर्जीव मशीन आणि सजीव प्राणी यांतील मूलभूत फरक

एखादा अनुभवी फॅक्टरी मॅनेजर जेव्हा डेअरी फार्मवर येतो, तेव्हा त्याची अवस्था 'पाण्यात पडलेल्या मांजरासारखी' का होते? कारण तो ज्या 'मॅनेजमेंट थिअरी'वर आजवर जगत आला, ती इथे सपशेल अपयशी ठरते. फॅक्टरी मॅनेजमेंटची तत्वे तुम्ही थेट फार्मवर 'कॉपी-पेस्ट' करू शकत नाही. याचे कारण अगदी साधे आहे - एका बाजूला नट-बोल्टने जोडलेली 'निर्जीव मशीन' आहे, तर दुसऱ्या बाजूला रक्ता-मासाचा 'सजीव प्राणी' आहे. या दोन मालमत्तांच्या (Assets) स्वभावात जमीन-अस्मानाचा फरक आहे. तो फरक खालील दोन मुद्द्यांवरून स्पष्ट होतो:

अ) 'पॉज बटण'चा अभाव (The Myth of the Pause Button)

कॉर्पोरेट जगात संकटाचा सामना करण्याचे एक सोपे हत्यार असते - **'शट डाऊन' (Shut Down).** समजा, तुमच्या कारखान्यात तयार होणाऱ्या मालाला बाजारात मागणी नाही, किंवा कच्चा माल संपला, किंवा लॉकडाऊन लागला. तुम्ही काय करता? तुम्ही मेन स्विच ऑफ करता. मशीनची धडधड थांबते. वीज बिल शून्यावर येते. तुम्ही कामगारांना सुट्टी देता किंवा कामावरून कमी करता. थोडक्यात, तुम्ही तुमचा तोटा तिथेच थांबवू शकता (Damage Control). मशीन सहा महिने बंद राहिली तरी ती अन्नासाठी ओरडत नाही.

पण, पशुपालनात हे शक्य आहे का?

तुम्ही गाईच्या किंवा कोंबडीच्या शरीरावरील **'पॉज बटण'** कधी शोधले आहे का? दुर्दैवाने, तसे बटण निसर्गाने बनवलेलेच नाही.

- बाहेर मार्केटमध्ये मंदी असो वा महापूर येवो.
- तुमच्या खिशात पैसे असोत वा नसोत.
- तुम्ही आजारी असाल किंवा गावात दंगल असो.

तुमच्या गोठ्यातील गाईचे शरीर हे एक २४ तास धडधडणारे **'मेटाबॉलिक इंजिन' (Metabolic Engine)** आहे. तिची पचनसंस्था थांबत नाही, तिची भूक

थांबत नाही आणि तिच्या शरीरातील वाढ थांबत नाही. फॅक्टरी बंद केल्यावर खर्च थांबतो, पण गोठ्यात उत्पन्न शून्य झाले तरी खर्च (Operational Cost) चालूच राहतो. हे 'न थांबणारे मीटर' पशुपालक उद्योजकाचा सर्वात मोठा ताण असतो.

ब) वैयक्तिक तफावत (The Trap of Standardization)

फॅक्टरी मॉडेल हे **'प्रमाणीकरण' (Standardization)** या एका शब्दावर उभे आहे. जर मारुती सुझुकीच्या प्लांटमधून 'स्विफ्ट' कार बाहेर पडत असतील, तर पहिली कार आणि दहा हजारावी कार यात किंचित ही फरक नसतो. त्यांचे इंजिन, त्यांचे मायलेज आणि त्यांचा परफॉर्मन्स १००% सारखा असतो. तुम्ही एका कारसाठी जे ऑइल वापरता, तेच बाकीच्या ९९९९ कारसाठी वापरता. तिथे 'बॅच' (Batch) महत्त्वाची असते, 'व्यक्ती' नाही.

पण गोठ्यात हे गणित पूर्णपणे बदलते.

तुमच्या गोठ्यात जर १०० गाई असतील, तर त्या १०० **'वेगवेगळया व्यक्ती' (Individuals)** आहेत असे समजा.

- एकीची पचनशक्ती दांडगी असेल, तर दुसरीचे पोट नाजूक असेल.
- एकीला ४० डिग्री उष्णता सहन होत असेल, तर दुसरीला पंखा बंद होताच धाप लागेल.
- एकीचा स्वभाव शांत असेल, तर दुसरी लाथ मारणारी असेल.

निर्जीव वस्तूंना तुम्ही 'बॅच'मध्ये हाताळू शकता. तिथे 'वन साईज फिट्स ऑल' (One size fits all) हा नियम चालतो. पण सजीव प्राण्यांमध्ये **'वैयक्तिक व्यवस्थापन' (Individual Management)** लागते. जो पशुपालक १०० गाईंना एकाच मापाने मोजायला जातो, तो तिथेच फसतो. इथे एक्सेल शीटमधील 'Ctrl+C, Ctrl+V' चालत नाही, इथे प्रत्येक जनावराच्या डोळ्यात बघून निर्णय घ्यावा लागतो.

२.२. 'खाणारी मालमत्ता' आणि कॅश फ्लोचे आव्हान (The Eating Asset & Cash Flow)

पशुपालन व्यवसायातील सर्वात भयानक आणि दुर्लक्षित आर्थिक वास्तव कोणते असेल, तर ते म्हणजे **'खाणारी मालमत्ता' (Eating Asset).** ही संकल्पना समजून घेण्यासाठी आपण इतर कोणत्याही सामान्य व्यवसायाशी याची तुलना करूया. समजा, तुमचे सिमेंटचे दुकान आहे. तुमच्या गोदामात ५०० सिमेंटच्या गोण्या पडून आहेत. जर त्या महिनाभर विकल्या गेल्या नाहीत, तर तुमचा खर्च काय? फक्त गोदामाचे भाडे आणि थोडीफार साफसफाई. सिमेंटच्या गोण्यांना रोज सकाळी उठून नाश्ता लागत नाही. तिथे 'होल्डिंग कॉस्ट' (साठा सांभाळण्याचा खर्च) नाममात्र असतो.

पण, पशुपालनात परिस्थिती भयानक असते. इथे तुमची मालमत्ता (गाई, म्हशी, शेळ्या) रोज सकाळी उठते आणि हक्काने अन्नाची मागणी करते. ती विकली जावो किंवा न जावो, तिला दूध असो वा नसो; तिला खायला घालणे भाग आहे. या 'खादाड' स्वभावामुळे 'कॅश फ्लो' (पैशांचा ओघ) कसा अडकतो, हे खालील दोन टप्प्यांत समजून घेऊ:

१. नकारात्मक रोख प्रवाह चक्राचा सापळा (The Negative Cash Flow)

अनेक नवीन उद्योजक, विशेषतः शेळीपालनात येणारे, या चक्रात अडकतात. समजा, तुम्ही आज १० शेळ्या विकत घेऊन व्यवसाय सुरू केला. तुमच्या डोळ्यासमोर नफ्याचे गणित असते. पण बँक खात्यावरचे वास्तव वेगळेच असते.

- **सुरुवातीचे ६ महिने:** त्या शेळ्या नवीन आहेत, त्या सेट व्हायला वेळ घेतात. त्या फक्त खातात (खर्च).
- **पुढील ५ महिने:** त्या गाभण राहतात. या काळात त्यांना जास्त पौष्टिक आहार लागतो. म्हणजे खर्च वाढतो, पण उत्पन्न शून्य.
- **पुढील ३ ते ६ महिने:** पिल्ले होतात. आता शेळीचे दूध पिल्लांना लागते. आणि पिल्ले मोठी करून विकण्यायोग्य होईपर्यंत त्यांनाही खायला घालावे लागते.

याचा अर्थ, पहिले **१८ ते २० महिने** तुमच्या खिशातून फक्त पैसा बाहेर जात असतो (Cash Outflow). आत येणारा पैसा (Inflow) जवळजवळ **शून्य** असतो. ज्या उद्योजकाकडे या १८ महिन्यांचा 'राखीव खर्च' (Buffer Money) नसतो, तो १५ व्या महिन्यात हवालदिल होतो आणि अर्धवट वाढलेली पिल्ले कवडीमोल भावाने विकून मोकळा होतो.

२. भाकड काळाचा बोजा (The Burden of Dry Period)

दुग्धव्यवसायात (Dairy Farming) हा बोजा अधिक स्पष्टपणे जाणवतो. निसर्गाचा नियम आहे, गाय ३६५ दिवस दूध देत नाही. ती वर्षातील साधारण ३०० दिवस दूध देते आणि शेवटचे ६० ते ९० दिवस ती **'भाकड' (Dry)** असते. नवीन उद्योजकाची एक्सेल शीट ३६५ दिवसांचे गणित मांडते, पण वास्तवात या ६०-९० दिवसांत काय घडते?

- तिचे दुधाचे उत्पन्न **शून्य** होते.
- **पण...** तिचा खाण्याचा खर्च शून्य होत नाही. उलट, पोटात वासरू वाढत असल्यामुळे तिला दुभत्या गाईच्या **७०% ते ८०% खर्च** करावाच लागतो.

हा काळ व्यवसायाची खरी परीक्षा पाहणारा असतो. एक यशस्वी उद्योजक तोच असतो, जो दुधाच्या पैशातून या 'बिन-उत्पन्नाच्या' दिवसांची (Non-productive days) तरतूद आधीच बाजूला काढून ठेवतो. जो हे करत नाही, त्याच्यासाठी भाकड गाय म्हणजे पांढरा हत्ती ठरते.

धडा: अस्तित्वाची लढाई (Survival vs. Expansion)

इतर कॉर्पोरेट व्यवसायात **'वर्किंग कॅपिटल' (खेळते भांडवल)** कशासाठी वापरतात? तर व्यवसायाच्या 'विस्तारासाठी', नवीन जाहिराती करण्यासाठी किंवा नवीन ऑफिस घेण्यासाठी. पण पशुपालनात 'वर्किंग कॅपिटल'चा अर्थ **'जीवन आणि मृत्यू'** असा होतो. इथे खेळते भांडवल व्यवसायाच्या विस्तारासाठी नाही, तर जनावरांना **'जिवंत ठेवण्यासाठी'** लागते.

जर तुमचे कॅश फ्लोचे नियोजन चुकले आणि हातातील पैसा संपला, तर तुम्ही जाहिरात थांबवत नाही, तर थेट जनावरांचा चारा थांबवता. आणि ज्या दिवशी चारा थांबतो, त्या दिवशी फक्त व्यवसाय संपत नाही, तर गोठ्यातील जीव संपायला सुरुवात होते. त्यामुळे, गोठा बांधताना भिंतींना रंग नाही दिला तरी चालेल, पण ६ महिन्यांच्या चाऱ्याची सोय बँकेत शिल्लक असल्याशिवाय पहिला प्राणी गोठ्यात उतरवू नका.

२.३. घसारा विरुद्ध मृत्यू (Depreciation vs. Mortality)

हिशोबाच्या (Accounting) पुस्तकात व्यवसायातील नुकसानीचे अनेक प्रकार आहेत. चार्टर्ड अकाउंटंटसाठी (CA) ते फक्त आकडे असतात. पण एका पशुपालकासाठी हे गणित हृदयाचा ठोका चुकवणारे असते. जर तुम्हाला या व्यवसायाचे खरे आर्थिक जोखीम समजून घ्यायचे असेल, तर तुम्हाला **'घसारा' (Depreciation)** आणि **'मृत्यू' (Mortality)** यांतील जीवघेणा फरक समजून घ्यावा लागेल.

अ) घसारा (Depreciation): हळूहळू होणारी, अपेक्षित झीज

इतर कोणत्याही उद्योगात, 'मालमत्ता' (Asset) जुनी होते, पण ती अचानक नाहीशी होत नाही. उदाहरणादाखल, तुम्ही शेतीसाठी ५ लाखांचा एक ट्रॅक्टर घेतला. तुम्हाला हे पक्के माहित असते की, १० वर्षांनी हा ट्रॅक्टर जुना होणार आहे. त्यामुळे हिशोबाच्या भाषेत तुम्ही दरवर्षी त्याच्या किमतीत १०% कपात (Depreciation) करता.

- पहिल्या वर्षी किंमत: ५ लाख.
- दुसऱ्या वर्षी: ४.५ लाख.
- तिसऱ्या वर्षी: ४ लाख.

हे नुकसान '**अपेक्षित**' **(Predictable)** आहे. तुम्ही याचे नियोजन करू शकता. ट्रॅक्टर रातोरात गायब होत नाही किंवा तो अचानक 'मेला' असे होत नाही.

ब) मृत्यू (Mortality): अचानक होणारा विनाश

पशुपालनात 'घसारा' कमी आणि 'मृत्यू'ची भीती जास्त असते. इथे तुमची मालमत्ता जुनी होण्याआधीच नष्ट होऊ शकते. कल्पना करा की, तुम्ही मोठ्या आवडीने ५०,००० रुपयांची एक उत्कृष्ट जातीची (Top Line) 'बीटल' किंवा 'बोअर' शेळी विकत घेतली. तिचे सौंदर्य, तिचे वजन आणि तिची वंशावळ पाहून तुम्ही खुश आहात. पण, दुसऱ्या दिवशी सकाळी तिला अचानक 'टिटॅनस' (धनुर्वात) होतो, किंवा कुरणात चरताना सर्पदंश होतो... आणि काही तासांत ती शेळी मरते.

एका क्षणात तुमच्या ताळेबंदातून (Balance Sheet) ५०,००० रुपयांची मालमत्ता थेट '**शून्य**' होते. याला म्हणतात - '**कॅपिटल शॉक**'.

भंगार किमतीचे (Scrap Value) वास्तव: इथे एक अत्यंत क्रूर आर्थिक सत्य लपलेले आहे.

- जर तुमचा ५ लाखांचा ट्रॅक्टर पूर्णपणे नादुरुस्त झाला किंवा जळून गेला, तरी त्याचे लोखंड भंगारात विकून तुम्हाला किमान २०-२५ हजार रुपये मिळतात (Scrap Value).
- पण पशुपालनात, जर ५० हजारांची गाय किंवा शेळी मेली, तर तिची किंमत शून्य असते. उलट, तिची विल्हेवाट लावण्यासाठी, खड्डा खणण्यासाठी आणि जेसीबी (JCB) लावण्यासाठी तुम्हाला खिशातून २-३ हजार रुपये **खर्च** करावे लागतात.

म्हणजेच, इथे '**मालमत्ता**' **(Asset) तर जातेच, पण जाताना ती** '**दायित्व**' **(Liability) निर्माण करून जाते.**

क) जैविक जोखीम (Biological Risk): पत्त्याचा बंगला

मशीन आणि प्राणी यांच्यात आणखी एक फरक आहे - संसर्ग. एका फॅक्टरीत १० मशीन्स असतील आणि त्यातील एक मशीन बिघडली, तर ती दुसऱ्या मशीनला बिघडवत नाही. आजार एका मशीनमधून दुसऱ्या मशीनमध्ये पसरत नाही.

पण जर '**बर्ड फ्लू**' **(Bird Flu)** किंवा '**स्वाइन फ्लू**' सारखी साथ आली, तर फक्त एक जनावर मरत नाही. त्या एका जनावरामुळे तुम्हाला उर्वरित ९९ निरोगी जनावरांनाही मारावे लागते (Culling). हे फक्त नुकसानीचे गणित नाही, तर हा '**टोटल कॅपिटल लॉस**' **(Total Capital Loss)** आहे. तुमचे संपूर्ण भांडवल एका झटक्यात मातीत जाते.

प्रकरण ३: मालक नाही, 'पालक' बना
(The Stewardship Model)

नफ्याचा विरोधाभास: क्रूरता महाग पडते, तर संवेदना श्रीमंत करते
"शेतकरी हा जमिनीचा आणि जनावरांचा मालक नसतो, तर तो त्यांचा 'विश्वस्त' (Trustee) असतो. तुम्ही निसर्गाची जितकी सेवा कराल, निसर्ग व्याजासकट त्याची परतफेड करेल."

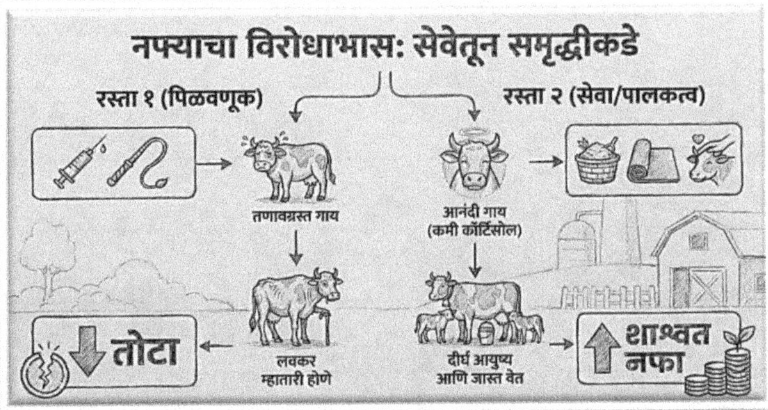

नफ्याचा विरोधाभास: सेवेतून समृद्धीकडे

वाचकांचे विचार

माझ्या अनुभवात आणि निरीक्षणात, मी या जगात दोन प्रकारचे पशुपालक पाहिले आहेत.

पहिला प्रकार: हे लोक व्यवसायात मोठे वाजत-गाजत येतात. आलिशान गाड्या, मंत्र्यांच्या हस्ते उद्घाटन, आणि पेपरात मोठ्या जाहिराती! त्यांचा गोठा बघून डोळे दिपतात. अत्याधुनिक शेड्स, परदेशातून आणलेली मिल्किंग मशीन्स आणि करोडो रुपयांची गुंतवणूक. पण, गंमत अशी की, हेच लोक ५ वर्षांच्या आत गायब होतात. त्यांचे गोठे ओस पडतात, मशीन्स गंजून जातात आणि बँकांचे नोटिसांचे बोर्ड गेटवर लागतात.

दुसरा प्रकार: हे लोक शांतपणे काम करतात. त्यांचा गोठा बाहेरून कदाचित साधा, मातीचा किंवा पत्र्याचा असेल. तिथे सीसीटीव्ही कॅमेरे नसतीलही, पण तिथे जनावरांचे आरोग्य आणि उत्पादन पिढ्यानपिढ्या टिकून असते. त्यांची संपत्ती आरडाओरडा करत नाही, ती त्यांच्या बँक बॅलन्समध्ये आणि गोठ्यातील समाधानी जनावरांमध्ये दिसते.

प्रश्न पडतो की, या दोन प्रकारच्या उद्योजकांमध्ये नक्की फरक कशाचा आहे?

हा फरक भांडवलाचा आहे का? नाही. हा फरक तंत्रज्ञानाचा (Technology) आहे का? अजिबात नाही. हा फरक आहे फक्त आणि फक्त **'मानसिकतेचा' (Mindset).**

पहिल्या प्रकारचा उद्योजक स्वतःला त्या गोठ्याचा आणि जनावरांचा **'मालक' (Owner)** समजतो. तर दुसऱ्या प्रकारचा उद्योजक स्वतःला त्या जनावरांचा **'पालक' (Steward)** समजतो. कॉर्पोरेट जगात किंवा रिअल इस्टेटमध्ये 'मालक' असणे ही अभिमानाची गोष्ट असू शकते. "मी या फॅक्टरीचा मालक आहे," असे म्हणण्यात एक अधिकारवाणी असते. पण, पशुपालन व्यवसायात **'मालक'** ही संकल्पनाच मुळात चुकीची आणि घातक आहे.

तुम्ही जमिनीचे मालक होऊ शकता, इमारतीचे मालक होऊ शकता, अगदी मर्सिडीज गाडीचेही मालक होऊ शकता. कारण त्या निर्जीव वस्तू आहेत. पण तुम्ही एका श्वास घेणाऱ्या, भावना असलेल्या आणि वेदना जाणवणाऱ्या 'जीवाचे' मालक कसे होऊ शकता?

निसर्गाने तुम्हाला त्या प्राण्यावर 'मालकी हक्क' दिलेला नाही, तर त्याने तुम्हाला त्या प्राण्याची **'जबाबदारी'** दिली आहे. तुम्ही त्यांचे 'बॉस' होऊ शकत नाही, तुम्ही फक्त त्यांच्या जीवनाचे **व्यवस्थापक** आणि **संरक्षक** होऊ शकता. यालाच पाश्चात्य देशात **'स्टुवर्डशिप मॉडेल' (Stewardship Model)** असे म्हणतात. 'स्टुवर्ड' (Steward) म्हणजे कोण? स्टुवर्ड म्हणजे असा व्यक्ती जो दुसऱ्याच्या

(निसर्गाच्या) संपत्तीची काळजी घेतो, ती वाढवतो आणि ती संपत्ती पुढच्या पिढीकडे अधिक चांगल्या अवस्थेत सोपवतो.

जेव्हा तुम्ही स्वतःला 'मालक' मानता, तेव्हा तुमचा दृष्टिकोन **'शोषण' (Exploitation)** करण्याचा असतो - *"या गाईकडून जास्तीत जास्त दूध कसे काढू?"* पण जेव्हा तुम्ही स्वतःला 'पालक' मानता, तेव्हा तुमचा दृष्टिकोन **'संगोपन' (Nurturing)** करण्याचा असतो - *"या गाईला मी असे काय देऊ, ज्यामुळे ती मला आयुष्यभर निरोगी राहून दूध देईल?"*

गंमत म्हणजे, आर्थिक गणितातही 'पालक'च जिंकतो. कारण शोषित झालेले जनावर लवकर मरते किंवा भाकड होते, पण प्रेमाने सांभाळलेले जनावर मालकाला श्रीमंत करते. त्यामुळे, या व्यवसायात पाऊल टाकताना एक गोष्ट मनावर कोरून ठेवा - हा व्यवसाय 'कमांड' (आदेश) देण्याचा नाही, तर 'केअर' (काळजी) घेण्याचा आहे. यापुढील पानांमध्ये आपण हेच 'स्टुवर्डशिप मॉडेल' समजून घेणार आहोत, जे या व्यवसायाचे नैतिक आणि आर्थिक अधिष्ठान आहे.

३.१. 'पिळवणूक' (Extraction) विरुद्ध 'सेवा' (Service) मानसिकता

पशुपालन व्यवसायाच्या वाटेवर चालताना तुम्हाला एका महत्त्वाच्या वळणावर निर्णय घ्यावा लागतो. हा निर्णय तुमच्या 'बँक बॅलन्स'चा नसून तुमच्या 'दृष्टिकोनाचा' असतो. माझ्या अनुभवात मला दोन प्रकारचे पशुपालक दिसतात. त्यांचे गोठे सारखेच असतात, जनावरांची जातही सारखीच असते, पण एकाच्या गोठ्यात समृद्धी असते, तर दुसऱ्याच्या गोठ्यात सततची आर्थिक चणचण असते. हा फरक त्यांच्या 'मानसशास्त्र' (Psychology) मध्ये लपलेला आहे.

पशुपालनाकडे बघण्याचे दोन मूलभूत दृष्टिकोन आहेत:

१. 'पिळवणूक' मानसिकता (The Extraction Mindset)

२. 'सेवा' मानसिकता (The Service Mindset)

तुमचा यातील कोणता दृष्टिकोन आहे, हे तपासून पाहण्यासाठी खालील विश्लेषण वाचा.

अ) 'पिळवणूक' मानसिकता: खाणकामाची संस्कृती (The Mining Approach)

हा दृष्टिकोन म्हणजे निव्वळ **'खाणकाम' (Mining)** करण्यासारखा आहे. जसे खाणीतून कोळसा किंवा सोने काढताना, "तिथे किती साठा शिल्लक आहे?" याचा विचार केला जातो आणि एकदा का साठा संपला की ती खाण ओस पडते, तसाच काहीसा दृष्टिकोन काही लोकांचा जनावरांकडे बघण्याचा असतो.

त्यांची विचारसरणी:
"मी १ लाख रुपये मोजून ही गाय किंवा म्हैस आणली आहे. हा माझा गुंतवणुकीचा आकडा आहे. आता तिने मला लवकरात लवकर आणि जास्तीत जास्त दूध दिलेच पाहिजे. त्यासाठी तिला काहीही खायला घाला, हार्मोनचे इंजेक्शन द्या, पण माझे मीटर चालू ठेवा."
ही माणसे जनावराला 'सजीव प्राणी' मानत नाहीत, तर दूध देणारे 'मशीन' मानतात.

त्यांची कृती: नफ्याच्या हव्यासापोटी हे लोक क्रूरतेच्या सीमा ओलांडतात.

- जास्त दुधासाठी **ऑक्सिटोसिन (Oxytocin)** सारख्या इंजेक्शन्सचा सर्रास वापर करतात.
- जागेची बचत करण्यासाठी जनावरांना दाटीवाटीने (Overcrowding) कोंबतात.
- जनावर आजारी असताना तिला विश्रांती देण्याऐवजी, पेनकिलर देऊन तिच्याकडून दूध काढणे चालूच ठेवतात.

परिणाम (The Crash): ही वृत्ती म्हणजे '**सोन्याची अंडी देणारी कोंबडी कापून खाण्यासारखी**' आहे. याचा परिणाम भयानक असतो - '**अर्ली बर्नआउट**' **(Early Burnout).** सततच्या तणावामुळे आणि शोषणामुळे जनावरे वयाच्या आधीच म्हातारी होतात. त्यांची नैसर्गिक प्रतिकारशक्ती (Immunity) संपते. जी गाय नैसर्गिकरित्या १०-१२ वेत दूध देऊ शकते, ती अशा गोठ्यात ३-४ वेतांमध्येच निकामी होते.

आणि इथेच त्यांचे आर्थिक गणित चुकतं. कारण त्यांना दर ३ वर्षांनी जुने जनावर विकून नवीन जनावर विकत घ्यावे लागते. याला '**रिप्लेसमेंट कॉस्ट**' **(Replacement Cost)** म्हणतात. दुधातून मिळवलेला सगळा नफा या नवीन जनावर खरेदीत निघून जातो आणि हाती भोपळा उरतो.

ब) 'सेवा' मानसिकता: बागकामाची संस्कृती (The Gardening Approach)

हा दृष्टिकोन पूर्णपणे वेगळा आहे. हा '**बागकाम**' **(Gardening)** करण्यासारखा आहे. एक हुशार माळी कधीच झाडाच्या फांद्या ओढून किंवा त्याला ओरबाडून फळे मागत नाही. त्याला माहित असते की, फळ खेचून काढता येत नाही. त्याचे काम फक्त एकच असते - झाडाच्या मुळाशी उत्तम माती, वेळेवर पाणी आणि सकस खत घालणे. फळे देणे हे झाडाचे नैसर्गिक काम आहे, आणि जर झाड खुश असेल, तर ते फळांनी बहरनारच !

त्यांची विचारसरणी:

"माझे काम दूध काढणे नाही. माझे काम गाईला 'आनंदी' ठेवणे, तिचे पोट भरणे आणि तिला तणावमुक्त (Stress-free) ठेवणे हे आहे. दूध हे माझ्या कष्टाचे फळ नसून, तिच्या आनंदाचे 'बोनस' आहे."

त्यांची कृती: हे लोक नफ्यापेक्षा जनावरांच्या **'कम्फर्ट' (Animal Comfort)** वर जास्त खर्च करतात.

- ते जनावरांच्या हालचालींचे बारीक निरीक्षण करतात.
- गोठ्यात हवा खेळती राहावी म्हणून फॅन्स आणि फॉगर्स लावतात.
- स्वतः उपाशी राहतील, पण मुक्या जनावराला वेळेवर चारा घालतील.
- ते जनावराशी 'व्यवहार' करत नाहीत, तर 'नाते' जोडतात.

परिणाम (Sustainability): या पद्धतीत जादू घडते. येथे जनावरे तणावमुक्त असल्याने दीर्घकाळ जगतात. ती १० ते १२ वेतापर्यंत भरघोस दूध देतात. ती सतत आजारी पडत नसल्याने डॉक्टरांचा आणि औषधांचा खर्च (Medical Expenses) नगण्य असतो.

आणि सर्वात महत्त्वाचे आर्थिक सत्य हेच आहे - **जेव्हा तुम्ही निस्वार्थ भावनेने जनावराची 'सेवा' करता, तेव्हा ते जनावर भरघोस उत्पादनाद्वारे तुमच्या बँक बॅलन्सची आयुष्यभर 'सेवा' करते.**

थोडक्यात सांगायचे तर: पिळवणूक करणारा 'उद्याचा' विचार करत नाही, आणि सेवा करणारा 'उद्या' कधीच उपाशी राहत नाही. आता ठरवा, तुम्हाला खाण कामगार व्हायचे आहे की माळी?

३.२. नफ्याचा विरोधाभास (The Profit Paradox)

पशुपालन व्यवसायात एक विचित्र विरोधाभास (Paradox) आहे, जो अनेकदा उच्चशिक्षित एमबीए ग्रॅज्युएट्सना किंवा कंजूस वृत्तीच्या शेतकऱ्यांना समजत नाही. तो नियम असा आहे:

"या व्यवसायात खर्च कमी केल्याने नफा वाढत नाही, तर तो कमी होतो. उलट, जनावरांच्या आरामावर (Luxury) खर्च केल्याने तुमचा नफा वाढतो."

हे ऐकायला तुम्हाला कदाचित विचित्र वाटेल. तुम्ही म्हणाल, *"डॉक्टर, गाईला काय गाद्या-गिद्या आणि पंखे लागतात का? ती काय राणी आहे का?"*

तर त्याचे उत्तर आहे - **होय, ती तुमच्या व्यवसायाची राणीच आहे.** आणि या उत्तरामागे कोणतीही अंधश्रद्धा नसून एक ठोस **जीवशास्त्र (Biology)** दडलेले आहे.

१. तणावाचे अर्थशास्त्र (The Economics of Stress)

आपण विज्ञानाच्या भाषेत बोलूया. जेव्हा कोणत्याही प्राण्याला - मग ती गाय असो, म्हैस असो किंवा माणूस असो - त्रास होतो, तेव्हा काय घडते?

त्रास कसलाही असू शकतो: असह्य उकाडा, बसण्यासाठी ओबडधोबड जमीन, मजुरांनी केलेली मारहाण, किंवा वेळेवर चारा न मिळाल्याने झालेली भूक. या कोणत्याही कारणामुळे जनावराच्या शरीरात एक नैसर्गिक प्रतिक्रिया उमटते. त्याच्या मेंदूतून **'कॉर्टिसोल' (Cortisol)** नावाचे एक 'स्ट्रेस हार्मोन' रक्तात सोडले जाते.

जेव्हा जनावराच्या रक्तात 'कॉर्टिसोल'ची पातळी वाढते, तेव्हा त्याच्या शरीरात तीन विध्वंसक गोष्टी घडतात:

१. **दुधाचे उत्पादन तत्काळ कमी होते:** शरीर दूध तयार करणे थांबवते आणि ऊर्जा वाचवू लागते.
२. **रोगप्रतिकारशक्ती (Immunity) कोसळते:** जनावर साध्या साध्या संसर्गाला बळी पडते.
३. **प्रजनन संस्था (Reproductive System) बंद पडते:** निसर्गाचा नियम आहे - 'संकटाच्या काळात प्रजननापेक्षा जीव वाचवणे महत्त्वाचे.' त्यामुळे, तणावात असलेली गाय कधीच वेळेवर गाभण राहत नाही.

शरीर: एक 'ऊर्जा बँक' जनावराचे शरीर हे एका बँकेसारखे आहे. अन्नातून मिळणारी ऊर्जा (कॅपिटल) ते फक्त दोन गोष्टींसाठी वापरू शकते:

- **जगण्यासाठी (Survival):** स्वतःचे रक्षण करणे, तापमानाशी झगडणे, ताण सहन करणे.
- **उत्पादनासाठी (Production):** दूध, अंडी किंवा मांस तयार करणे.

जर तुम्ही जनावराला आराम (Comfort) दिला नाही, तर त्याची १००% ऊर्जा फक्त **'जगण्यासाठी'** खर्च होते. आणि **'उत्पादनासाठी'** (ज्यासाठी तुम्ही हा व्यवसाय करत आहात) शिल्लक काय राहते? **शून्य!**

२. आरामाचे गणित (ROI of Comfort)

हे तत्व समजून घेण्यासाठी आपण दोन प्रकारच्या शेतकऱ्यांचे उदाहरण पाहूया.

शेतकरी 'अ' (कंजूस मालक): याचा दृष्टिकोन असा असतो - *"गाईला पंख्याची काय गरज? आणि ५००० रुपयांच्या रबरी गाद्या (Cow Mats) कशाला टाकायच्या? मातीवर किंवा सिमेंटवर बसू दे तिला."*

परिणाम: उन्हाळ्यात जेव्हा तापमान वाढते, तेव्हा गाईला **'हीट स्ट्रेस' (Heat Stress)** होतो. ती धापा टाकू लागते. खाली जमीन कडक आणि ओली असल्याने ती बसण्याचा कंटाळा करते आणि तासन् तास उभी राहते.

विज्ञान काय सांगते? इथेच त्याचे गणित चुकते. विज्ञान सांगते की, **जेव्हा गाय खाली बसते, तेव्हाच तिच्या कासेला (Udder) होणारा रक्तपुरवठा ३०% ने वाढतो**. आणि दूध हे रक्तापासूनच बनते.

- **नियम:** गाय जेवढा वेळ आरामात खाली बसते (Resting Time), तेवढे तिचे दूध वाढते.
- **तोटा:** उभी राहिलेली गाय म्हणजे तोट्याचे इंजिन. इथे दूध २०% ने घटते आणि आजाराचा खर्च वाढतो.

शेतकरी 'ब' (जाणकार पालक): याचा दृष्टिकोन असा असतो - *"माझ्या गाईला माझ्या गोठ्यात 'माहेरी' आल्यासारखे वाटले पाहिजे."*

गुंतवणूक: हा शेतकरी 'लक्झरी' वर खर्च करतो. तो गोठ्यात **फॉगर्स (Foggers)** आणि फॅन्स लावतो जेणेकरून तापमान नियंत्रणात राहील. तो खाली मऊ **रबरी मॅट्स (Rubber Mats)** टाकतो. तो पिण्यासाठी २४ तास स्वच्छ आणि **थंड पाणी** उपलब्ध करतो.

परिणाम: वातावरण प्रसन्न असल्याने गाय दिवसातील १२ ते १४ तास आरामात मॅटवर बसून रवंथ करते. ती शांत असते, त्यामुळे तिचे 'कॉर्टिसोल' लेव्हल कमी राहते. परिणामी, तिचे शरीर खाल्लेल्या अन्नाचे रूपांतर पूर्णपणे 'दुधात' करते, 'तापमानाशी लढण्यात' वाया घालवत नाही.

नफा: दूध उत्पादन त्याच्या पूर्ण क्षमतेने (Full Potential) मिळते. सर्वात महत्त्वाचे म्हणजे, गायी आनंदी असल्याने त्या वेळेवर गाभण राहतात, ज्यामुळे पुढचे वासरू आणि दूध वेळेवर मिळते.

निष्कर्ष:

या व्यवसायात एक सोपा 'मूलमंत्र' लक्षात ठेवा:

'कम्फर्ट' वर केलेला १ रुपयांचा खर्च तुम्हाला ३ रुपयांचा परतावा (Returns) देतो.

त्यामुळे, जनावरांसाठी फॅन्स, मॅट्स किंवा फॉगर्स बसवणे ही **'चैन'** (Luxury) नसून, ती या व्यवसायाची **'अत्यावश्यक गरज'** (Necessity) आहे. तुमचा नफा तुमच्या ऑफिसमध्ये नाही, तर गाईच्या गादीवर दडलेला आहे.

३.३. यशस्वी पशुपालकाची नैतिकता (The Ethics of Stewardship)

कॉर्पोरेट जगात किंवा एमबीएच्या वर्गात **'एथिक्स'** (Ethics) किंवा 'नैतिकता' हा शब्द बऱ्याचदा फक्त पुस्तकी वाटतो. तिथे नैतिकता म्हणजे काय? तर टॅक्स वेळेवर भरणे किंवा ग्राहकाला न फसवणे.

पण, पशुपालन व्यवसायात 'नैतिकता' ही संकल्पना खूप खोल आणि पवित्र आहे. इथे नैतिकता ही केवळ कायद्याची भीती नाही, तर ती तुमची **'ब्रँड व्हॅल्यू'** **(Brand Value)** आहे. या व्यवसायात तुम्ही ज्यांच्यासोबत काम करता, ते तुमच्या भाषेत तक्रार करू शकत नाहीत, ते युनियन बनवून संपावर जाऊ शकत नाहीत. आणि म्हणूनच, तुमची नैतिक जबाबदारी शंभर पटीने वाढते.

१. मूक करार (The Silent Contract)

कधी विचार केलाय का? जेव्हा तुम्ही बाजारातून एखादी गाय किंवा शेळी विकत आणता आणि तिला तुमच्या गोठ्यातील दावणीला बांधता, तेव्हा त्याच क्षणी तुमच्यात आणि तिच्यात एक **'न बोलता झालेला करार'** **(Silent Contract)** अस्तित्वात येतो. त्या दोरीच्या गाठीसोबत, त्या मुक्या जीवाने त्याचे संपूर्ण अस्तित्व तुमच्या स्वाधीन केलेले असते. जर त्या जनावराला माणसाची भाषा येत असती, तर ते तुम्हाला काय म्हणाले असते?

"मालक, आजपासून माझे स्वातंत्र्य मी तुला दिले आहे. रानात यथेच्छ भटकणे आणि स्वतःचे अन्न स्वतः शोधणे आता मला शक्य नाही. मी आता स्वतःहून पाणी पिऊ शकत नाही, की आजारपणात औषध घेऊ शकत नाही. मी माझ्या प्रत्येक श्वासासाठी आणि प्रत्येक घासासाठी १००% तुझ्यावर अवलंबून आहे. त्या बदल्यात तू फक्त माझी काळजी घे... तुला भरभरून दूध आणि समृद्धी देण्याचे वचन मी तुला देते."

एक 'पालक' (Steward) म्हणून हा करार पाळणे, ही तुमची सर्वोच्च नैतिक जबाबदारी आहे. ज्या दिवशी तुम्ही दावणीला बांधलेल्या जनावराला वेळेवर पाणी द्यायला विसरता, त्या दिवशी तुम्ही फक्त एक चूक करत नाही, तर तुम्ही त्या 'मूक कराराचा' विश्वासघात करत असता.

२. मानवी साखळी: कर्मचारी आणि जनावरांचे आरोग्य

'स्टुवर्डशिप मॉडेल' (Stewardship Model) हे फक्त जनावरांपुरते मर्यादित नाही, तर ते तुमच्या गोठ्यात काम करणाऱ्या माणसांपर्यंतही विस्तारते.

अनेक मालक मला विचारतात, *"डॉक्टर, आमची जनावरे मजुरांना जवळ येऊ देत नाहीत, किंवा ती सतत बिथरलेली असतात."* याचे उत्तर त्यांच्या वागणुकीत असते.

गोठ्यासाठी एक 'सुवर्ण नियम' (Golden Rule) आहे:

"ज्या गोठ्यात मालक मजुरांवर ओरडतो, त्या गोठ्यात मजूर जनावरांवर राग काढतात."

ही रागाची आणि वैफल्यग्रस्ततेची साखळी आहे. मजूर मालकाला उलट उत्तर देऊ शकत नाही, त्यामुळे तो त्याचा सगळा राग त्या मुक्या जनावरावर लाथ मारून किंवा काठीने मारून व्यक्त करतो. जनावरे अत्यंत संवेदनशील असतात. ती माणसाच्या स्पर्शातून आणि आवाजातून 'व्हायब्रेशन्स' ओळखतात.

जर तुमचा मजूर आनंदी नसेल, त्याचा पगार वेळेवर होत नसेल किंवा त्याला सन्मानाने वागवले जात नसेल, तर तुमची जनावरे कधीच आनंदी राहू शकत नाहीत. आनंदी मजूरच जनावरांना प्रेमाने स्पर्श करेल, आणि तो प्रेमळ स्पर्शच दुधाचे उत्पादन वाढवेल. त्यामुळे, कर्मचाऱ्यांना सन्मानाने वागवणे हा 'लेबर लॉ'चा भाग नाही, तर तो **'प्राणी कल्याणाचा' (Animal Welfare)** भाग आहे.

३. ग्राहकांचा बदलता कल: एथिकल फार्मिंग

तुम्हाला वाटत असेल की, ग्राहकाला काय फरक पडतो? त्याला फक्त स्वस्त दूध किंवा चिकन हवे असते. तर सावध व्हा! काळ वेगाने बदलला आहे. आजचा ग्राहक, विशेषतः शहरातील ग्राहक, अत्यंत 'जागृत' (Conscious) झाला आहे. तो दुधाची पिशवी किंवा मांसाचे पॅकेट विकत घेताना स्वतःला प्रश्न विचारतोय:

- *"हे दूध ज्या गाईचे आहे, तिला गोठ्यात आनंदाने ठेवले होते की तिला ऑक्सिटोसिनची इंजेक्शन्स देऊन पिळले होते?"*
- *"हे अंड ज्या कोंबडीचे आहे, ती मोकळ्या आकाशाखाली फिरली होती की पिंजऱ्यात कोंडून तिचे आयुष्य संपले होते?"*

भविष्यातील मार्केट हे **'एथिकल फार्मिंग' (Ethical Farming)** चे असणार आहे. पाश्चात्य देशांत आज **'हॅपी काऊ मिल्क' (Happy Cow Milk)** किंवा **'फ्री रेंज चिकन' (Free Range Chicken)** ला दुप्पट भाव मिळतो. का? कारण त्यात 'क्रूरता' नसते.

उद्याच्या बाजारात तुमच्या दुधाला 'प्रीमियम भाव' तेव्हाच मिळेल, जेव्हा तुम्ही छातीठोकपणे सांगू शकाल की, *"माझ्या गोठ्यातील जनावरे आनंदी आहेत."* नैतिकता आता फक्त 'धर्म' उरला नाही, तर ते 'अर्थकारण' झाले आहे.

थोडक्यात काय जनावरांशी प्रामाणिक राहणे, हीच या व्यवसायातील यशाची गुरुकिल्ली आहे. शेवटी, निसर्ग त्याचा हिशोब ठेवतच असतो, आणि तो दोनही पद्धतीने तो व्याजासकट परतफेड करतो.

३.४. रोजच्या व्यवहारात 'पालकत्व' कसे आणावे? (Actionable Steps)

केवळ पुस्तके वाचून कोणी 'उद्योजक' होत नाही, आणि केवळ जनावरे खरेदी करून कोणी 'पशुपालक' होत नाही. यशस्वी होण्यासाठी तुमच्या दिनचर्येत खालील बदल करणे अनिवार्य आहे:

१. न्याहारीचा पहिला नियम: "आधी तिचे, मग तुमचे"

आपल्या भारतीय संस्कृतीत, विशेषतः जुन्या जाणत्या शेतकऱ्यांच्या घरात एक अलिखित नियम होता –

"जोपर्यंत दावणीच्या जनावराचे पोट भरत नाही, तोपर्यंत मालकाने जेवायचे नाही."

आजच्या धावपळीच्या युगात आपण हा नियम विसरलो आहोत. पण एक 'पालक' म्हणून हा नियम पुन्हा लागू करा. सकाळी उठल्याबरोबर चहा पिण्याआधी किंवा नाश्ता करण्याआधी, एकदा गोठ्यात चक्कर टाका. गव्हाणीत (Manger) चारा आहे का? पाणी स्वच्छ आहे का? हे तपासा. ज्या दिवशी तुम्ही स्वतःच्या भुकेपेक्षा तुमच्या जनावराच्या भुकेला प्राधान्य द्याल, त्या दिवशी समजायचे की तुम्ही खऱ्या अर्थाने 'पालक' झाला आहात. हा नियम तुम्हाला आळसापासून दूर ठेवतो आणि जनावरांशी तुमचे नाते घट्ट करतो.

२. 'तिसरा डोळा' जागृत करा (The Third Eye)

गोठ्यात प्रवेश करण्यापूर्वी एक गोष्ट करा – **तुमचा मोबाईल सायलेंट करा आणि खिशात ठेवा.** आजकाल अनेक मालक गोठ्यात येतात, पण त्यांचे लक्ष व्हॉट्सअॅपवर किंवा कानाला लावलेल्या फोनवर असते. ते शरीराने गोठ्यात असतात, पण मनाने बाहेर असतात.

एक यशस्वी पशुपालक म्हणून तुम्हाला तुमचा **'तिसरा डोळा' (Observation Skill)** वापरावा लागेल.

- गोठ्यात गेल्यावर शांत उभे राहा.
- जनावरांकडे निरखून बघा. ती कशी बसली आहेत?
- त्या शांतपणे रवंथ (Chewing Cud) करत आहेत का?
- त्यांचे कान आनंदाने हलत आहेत का? की खाली पडले आहेत?
- त्यांच्या डोळ्यांत नेहमीची चमक आहे का?

लक्षात ठेवा, जनावर आजारी पडण्याआधी २४ तास त्याचे संकेत देते. रवंथ थांबणे किंवा कान थंड पडणे हे बारीक संकेत फक्त त्यालाच दिसतात, ज्याचा मोबाईल खिशात असतो आणि डोळे जनावरावर असतात. हे निरीक्षण तुमचे औषधोपचाराचे हजारो रुपये वाचवू शकते.

३. वेदनेची त्वरित दखल (Zero Tolerance for Pain)

पशुपालनातील सर्वात धोकादायक शब्द कोणता असेल तर तो म्हणजे – **"उद्या बघू!"**

जर एखादी गाय लंगडत असेल, किंवा तिला उठायला त्रास होत असेल, तर "आज काम खूप आहे, डॉक्टरला उद्या बोलावू," असा विचार करणे म्हणजे स्वतःच्या पायावर कुऱ्हाड मारून घेणे आहे. वेदना (Pain) ही दुधाची सर्वात मोठी शत्रू आहे. वेदनेमुळे जनावराचे 'कोर्टिसोल' वाढते आणि दूध कमी होते.

त्यामुळे, 'पालकत्वा'चा नियम सांगतो: **"उपचार आजच आणि आत्ताच!"** लंगडणाऱ्या गाईवर त्वरित उपचार करा, जखम झाली असेल तर लगेच मलम लावा. वेदना सहन करणारे जनावर तुम्हाला कधीच नफा देऊ शकत नाही. तुमची तत्परता हीच तुमची नफ्याची गॅरंटी आहे.

४. पाण्याचे महत्त्व: सर्वात स्वस्त 'अन्न'

अनेक गोठ्यांमध्ये मी पाहतो की, जनावरांना दिवसातून फक्त दोनदा (सकाळी आणि संध्याकाळी) बादलीने पाणी पाजले जाते. ही पद्धत अत्यंत चुकीची आणि नुकसानकारक आहे.

दूध हे ८७% पाण्याने बनलेले असते. विज्ञानाचा साधा नियम आहे – "**पाणी कमी, तर दूध कमी.**" तुम्ही गाईला महागडे खाद्य (Concentrate) कितीही घातले, पण जर तिला मनासारखे पाणी प्यायला मिळाले नाही, तर ते खाद्य पचणार नाही. जनावरांना **२४ तास (Round the Clock)** स्वच्छ आणि ताजे पाणी उपलब्ध असायला हवे. जेव्हा तिला तहान लागेल, तेव्हा तिला पाणी मिळालेच पाहिजे. लक्षात ठेवा, पाणी हे जनावरांसाठी उपलब्ध असलेले **सर्वात स्वस्त 'अन्न'** आहे. फक्त पाण्याची सोय सुधारून तुम्ही दुधात १० ते १५ टक्के वाढ करू शकता.

थोडक्यात: हे छोटे बदल आहेत, पण यांचा परिणाम प्रचंड आहे. जेव्हा तुम्ही या सवयी अंगीकारता, तेव्हा गोठ्यातील वातावरण बदलते. आणि जिथे वातावरण बदलते, तिथेच लक्ष्मी पाणी भरते.

निष्कर्ष: संपत्तीची खरी व्याख्या

शेवटी, आपण एका मूलभूत प्रश्नाशी येऊन थांबतो – या व्यवसायात 'श्रीमंत' कोणाला म्हणायचे? बँकेच्या पासबुकवर छापलेले आकडे म्हणजे संपत्ती नव्हे. कॉर्पोरेट जगात कदाचित त्याला 'नेट वर्थ' म्हणत असतील, पण पशुपालन व्यवसायात संपत्तीची व्याख्या खूप वेगळी आणि व्यापक आहे.

माझ्या मते, खऱ्या अर्थाने श्रीमंत पशुपालक तोच आहे, ज्याच्याकडे खालील तीन गोष्टी आहेत:

१. **निरोगी कळप:** जेव्हा तुम्ही सकाळी गोठ्यात प्रवेश करता, तेव्हा ५० निरोगी, तजेलदार आणि आनंदी जनावरे जेव्हा तुम्हाला पाहून हंबरतात, तेव्हा ती तुमची खरी संपत्ती असते. त्यांचे आरोग्य हेच तुमचे खरे 'बॅलन्स शीट' आहे.

२. **अनुवंशिक वारसा (Genetic Progress):** बाजारातून पैसे देऊन विकत आणलेली गाय म्हणजे फक्त 'भांडवल'. पण जेव्हा त्या गाईची कालवड तुमच्या गोठ्यात जन्म घेते, मोठी होते आणि तिच्या आईपेक्षा जास्त दूध देते, तेव्हा ती खरी 'संपत्ती' (Creation of Wealth) असते. तुमच्या गोठ्यात तयार झालेली दुसरी आणि तिसरी पिढी म्हणजे तुमचे खरे यश आहे.

३. **आत्मिक समाधान:** आणि सर्वात महत्त्वाचे म्हणजे, एका मुक्या जीवाची सेवा केल्याचे समाधान. ज्या दिवशी तुम्ही 'मालक' बनणे सोडता आणि 'पालक' बनता, त्या दिवशी तुमच्या डोक्यावरचा 'ताण' (Stress) नाहीसा होतो आणि मनात 'आनंद' भरून राहतो. रात्री उशीला डोके लावल्यावर जी शांत झोप लागते, तिची किंमत कोणत्याही नफ्यापेक्षा मोठी आहे.

यशाचे गुपित: एक गोष्ट कायम लक्षात ठेवा — जे लोक नफ्याचा पाठलाग करतात, नफा त्यांच्यापासून दोन पावले पुढे पळतो. पण जे लोक **'गुणवत्तेचा' (Excellence)** आणि **'सेवेचा'** पाठलाग करतात, नफा त्यांच्या मागे आपोआप चालत येतो. लक्ष्मी ही चंचल असते, पण जिथे सेवा आणि नैतिकता असते, तिथे ती स्थिरावते.

आता तुमच्या मनात प्रश्न आला असेल की, *"डॉक्टर, सेवा करायची तर आहे, पण त्यासाठी खिशात पैसा आणि गोठ्यात चारा लागतो."*

अगदी बरोबर! ही सेवा अखंड चालू ठेवण्यासाठी एका 'इंधनाची' गरज असते. ते इंधन म्हणजे **'चारा'**. पुढील प्रकरणात आपण या व्यवसायाच्या पोटात शिरणार आहोत. आपण समजून घेणार आहोत **'चाऱ्याचे अर्थशास्त्र' (The Economics of Fodder)** आणि तो सुप्रसिद्ध **'७०% खर्चाचा नियम'**, जो तुमचा नफा ठरवतो किंवा बुडवतो...!

विभाग २: जीवशास्त्राचे अर्थशास्त्र
(The Economics of Biology)

प्रकरण ४: ७०% चा नियम (The 70% Rule)

तुम्ही शेतकरी आहात की कमोडिटी ट्रेडर?

"दुधाचा किंवा चिकनचा बाजारभाव तुमच्या हातात नाही. पण ते उत्पादन करण्यासाठी लागणारा खर्च तुमच्या हातात आहे. जो 'इनपुट कॉस्ट' जिंकेल, तोच मार्केट जिंकेल."

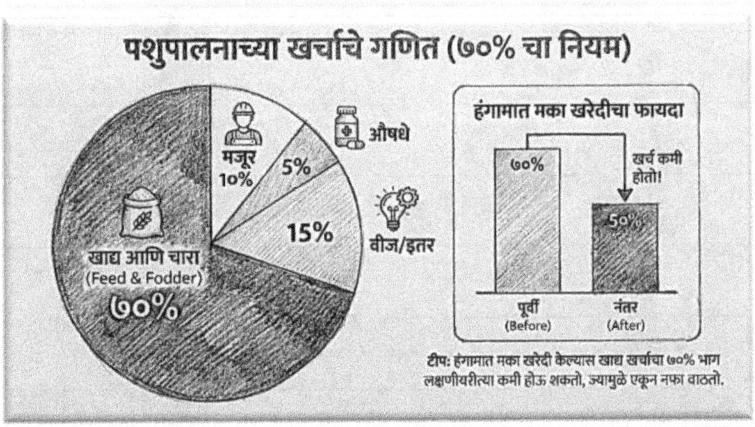

पशुपालनाच्या खर्चाचे गणित (७०% चा नियम)

वाचकांचे विचार

पशुपालन व्यवसायात नवीन आलेल्या १० पैकी ९ उद्योजकांचे पहिले लक्ष कशावर असते? त्यांच्या डोक्यात सतत एकच प्रश्न घोळत असतो – *"डॉक्टर, आज दुधाला फॅटचा दर काय चालू आहे?"* किंवा *"माझा ४० किलोचा बोकड ईदच्या बाजारात कितीला जाईल?"*

साहजिकच, विक्री किंमत (Selling Price) महत्त्वाची आहे. पण इथेच नवीन उद्योजक सर्वात मोठी चूक करतात. ते अशा गोष्टीची चिंता करत बसतात, जी त्यांच्या हातातच नसते.

तुमच्या दुधाचा दर किंवा मटणाचा भाव हे 'बाजारपेठ' (Market), 'मागणी-पुरवठा' (Demand-Supply) आणि 'सरकारी धोरणे' (Government Policies) ठरवतात. तुम्ही डेअरी संघाला फोन करून "उद्यापासून दुधाचा दर २ रुपयांनी वाढवा," असे सांगू शकत नाही. तुम्ही बाजारात **'प्राईस मेकर' (Price Maker)** नसून **'प्राईस टेकर' (Price Taker)** असता.

पण, निराश होऊ नका. जरी 'विक्री किंमत' तुमच्या हातात नसली, तरी व्यवसायाची दुसरी बाजू – म्हणजे **'खरेदी किंमत'** किंवा **'उत्पादन खर्च' (Cost of Production)** – ही १००% तुमच्या नियंत्रणात असते. आणि गंमत अशी की, खरी श्रीमंती इथेच लपलेली आहे.

जागतिक सत्य: ७०% चा नियम (The 70% Rule)

पशुपालन व्यवसायात एक जागतिक सत्य (Universal Truth) आहे, जे अमेरिकेपासून भारतापर्यंत सर्वत्र लागू पडते. आम्ही याला **'७०% चा नियम'** म्हणतो.

हा नियम काय सांगतो?

"पशुपालन व्यवसायातील एकूण दैनंदिन खर्चाच्या (OPEX - Operational Expenditure) ६०% ते ७०% रक्कम ही केवळ आणि केवळ जनावरांच्या 'खाद्यावर' (Feed and Fodder) खर्च होते."

उरलेल्या ३०% मध्ये तुमचे मजूर, लाईट बिल, औषधे, पेट्रोल आणि इतर किरकोळ खर्च येतात.

याचा अर्थ समजून घ्या. तुमच्या खिशातून खर्च होणारा प्रत्येक १ रुपया हा खालीलप्रमाणे विभागलेला असतो:

- **७० पैसे:** जनावराच्या पोटात (चारा, पेंड, मिनरल मिक्चर).
- **३० पैसे:** इतर सर्व गोष्टी.

जर तुमचा ७०% पैसा एकाच ठिकाणी खर्च होत असेल, तर तुमचे लक्ष (Focus) कुठे असायला हवे? मजुरांच्या पगारावर की चाऱ्याच्या नियोजनावर?

नफ्याची जादू (The Profit Multiplier)

या नियमाची दुसरी बाजू अत्यंत रंजक आहे. जर तुम्ही मजुरांचा पगार १०% ने कमी केला, तर तुमच्या एकूण नफ्यात फारसा फरक पडणार नाही (उलट मजूर काम सोडून जाईल). पण, जर तुम्ही '**स्मार्ट फीड मॅनेजमेंट**' वापरून खाद्याचा खर्च १०% ने कमी करू शकलात (अट एकच, जनावरांचे आरोग्य आणि दूध न घटवता), तर तुमचा **नफा थेट दुप्पट** होऊ शकतो.

कसे? चला एक साधे गणित पाहू:

परिस्थिती १ (सामान्य शेतकरी):

- विक्री: ₹१००
- खाद्याचा खर्च: ₹७० (७०%)
- इतर खर्च: ₹२०
- **निव्वळ नफा: ₹१०**

परिस्थिती २ (स्मार्ट उद्योजक - १०% बचत):

- विक्री: ₹१०० (भाव तोच)
- खाद्याचा खर्च: ₹६३ (फक्त ७ रुपयांची बचत केली)
- इतर खर्च: ₹२०
- **निव्वळ नफा: ₹१७**

जादू पाहा: तुम्ही खर्च फक्त ७ रुपयांनी (१०%) कमी केला, पण तुमचा नफा १० रुपयांवरून १७ रुपयांवर गेला. म्हणजेच नफ्यात **७०% वाढ** झाली!

हे करण्यासाठी तुम्हाला दुधाचा भाव वाढण्याची वाट बघावी लागली नाही. तुम्ही फक्त तुमच्या गोदामातील नियोजनावर काम केले.

या प्रकरणामध्ये आपण हेच शिकणार आहोत. बाजारातून महागडी पेंड आणून गाईला घालणे, याला 'पशुपालन' म्हणत नाहीत. खरा उद्योजक तो, ज्याला **'कमोडिटी ट्रेडिंग' (Commodity Trading)** ची कला जमते. मका कधी खरेदी करायची? सायलेज (Silage) स्वतःचे कसे बनवायचे? आणि स्वस्तात उपलब्ध असलेल्या घटकांपासून (Unconventional Feed) सकस आहार कसा बनवायचा?

हे प्रकरण तुमच्या व्यवसायातील 'गळती' थांबवेल आणि नफ्याची टाकी भरण्यास सुरुवात करेल.

४.१. खाद्य आणि चारा व्यवस्थापनाचे गणित (The Math of Feeding)

माझ्या कन्सल्टन्सीच्या निमित्ताने मी जेव्हा शेतकऱ्यांच्या बांधावर जातो आणि त्यांना एक साधा प्रश्न विचारतो: *"दादा, तुमच्या एका लिटर दुधामागे तुमचा खाद्याचा खर्च (Feeding Cost) किती आहे?"*

तेव्हा ९०% शेतकऱ्यांकडे याचे उत्तर नसते. ते थोडे विचार करतात आणि म्हणतात, *"साहेब, खर्च काहीच नाही. चारा घरचाच आहे, विकत नाही आणला."*

ही या व्यवसायातील **सर्वात मोठी आणि पहिली चूक** आहे.

तुमच्या शेतातला चारा 'फुकट' नसतो. त्याला जमीन लागली आहे, पाणी लागले आहे, खत लागले आहे आणि तुमचे कष्ट लागले आहेत. जर तोच चारा तुम्ही बाजारात विकला असता, तर त्याला काहीतरी किंमत आली असती (Opportunity Cost). त्यामुळे, चारा घरचा असो वा विकतचा, त्याला 'किंमत' असतेच. जोपर्यंत तुम्ही ही किंमत कागदावर मांडत नाही, तोपर्यंत तुम्हाला नफा-तोटा कधीच समजणार नाही.

या गणिताचे दोन मुख्य भाग आहेत, जे प्रत्येक उद्योजकाला तोंडपाठ असले पाहिजेत:

अ) फीड कनव्हर्जन रेशो (FCR): व्यवसायाचे हृदयाचे ठोके

तुमची गाय किंवा शेळी हे एक 'इंजिन' आहे आणि चारा हे त्याचे 'इंधन' आहे. जसे आपण गाडी घेताना 'ॲव्हरेज' (Mileage) बघतो, तसेच जनावरांचे ॲव्हरेज म्हणजे **'फीड कनव्हर्जन रेशो' (FCR).**

FCR म्हणजे नक्की काय?

"१ किलो अंतिम उत्पादन (दूध किंवा मांस) मिळवण्यासाठी, जनावराला किती किलो खाद्य द्यावे लागते, याचे गुणोत्तर."

१. **कुक्कुटपालन (Poultry) - आदर्श उदाहरण:** पोल्ट्री उद्योगात हे गणित मिलिग्रॅममध्ये मोजले जाते. जर एका ब्रॉयलर कोंबडीने १.६ किलो खाद्य खाल्ले आणि तिचे वजन १ किलोने वाढले, तर तिचा FCR **१.६** आहे. हा जागतिक दर्जाचा (Excellent) मानला जातो. जर हा १.७ वर गेला, तर पोल्ट्री फार्म तोट्यात जातो.

२. **दुग्धव्यवसाय (Dairy) - कुठे गफलत होते?** दुग्धव्यवसायात आपण गाईला हिरवा चारा, वाळलेला चारा आणि पेंड (Concentrate) असे सर्व देतो. इथे FCR मोजताना **'शुष्क आहार' (Dry Matter)** विचारात घ्यावा लागतो. जर तुमची गाय २० किलो चारा खाऊन फक्त ५ लिटर दूध देत असेल, तर तुमचे इंजिन बिघडले आहे. ते पेट्रोल जास्त पितेय आणि धावतेय कमी!

तुमचे ध्येय गाईला **'कमी खाऊ घालणे'** हे कधीच नसते. तुमचे ध्येय **'कार्यक्षमतेने खाऊ घालणे' (Efficient Feeding)** हे असले पाहिजे. तिला असा संतुलित आहार द्या, ज्याचा प्रत्येक कण दुधात रूपांतरित होईल, शेणात वाया जाणार नाही.

ब) लपलेली भूक (Hidden Hunger): महागात पडणारी बचत

काही शेतकरी स्वतःला खूप हुशार समजतात. पैशाची बचत करण्यासाठी ते जनावरांच्या पेंडीत कपात करतात किंवा स्वस्त आणि निकृष्ट दर्जाचा चारा देतात. त्यांचा विचार असतो: *"आज पेंड नाही दिली तर काय फरक पडतो? गायीने दूध तर दिलेच की!"* पण इथेच **'लपलेली भूक' (Hidden Hunger)** काम करत असते. ही भूक दिसत नाही, पण ती आतून पोखरते.

चला याचे गणित पाहूया: समजा, तुम्ही महिन्याला चांगल्या दर्जाची पेंड न देता, निकृष्ट खाद्य देऊन **१००० रुपये** वाचवले. तुम्हाला वाटते तुम्ही जिंकलात.

पण त्या निकृष्ट खाद्यामुळे गाईच्या शरीरातील आवश्यक खनिजे (Minerals) आणि जीवनसत्त्वे कमी होतात.

१. तिचे दूध रोज २ लिटरने कमी होते. (महिन्याला ६० लिटर X ३५ रुपये = **२१०० रुपये तोटा**).
२. सर्वात भयानक म्हणजे, कुपोषणामुळे तिची **प्रजनन क्षमता (Fertility)** बिघडते. जी गाय ३ महिन्यांत गाभण राहायला हवी होती, ती ६ महिने गाभण राहत नाही.
३. दुग्धव्यवसायात गाय 'माजावर न येणे' किंवा 'गाभण न राहणे' हा सर्वात मोठा तोटा आहे. एका महिन्याच्या उशीरामुळे तुमचे ५००० ते ८००० रुपयांचे नुकसान होते.

अंतिम हिशोब: तुम्ही **१,०००** रुपये वाचवण्याच्या नादात, नकळतपणे **१०,०००** रुपयांचे नुकसान करून घेतले. याला म्हणतात - **'पेनी वाईज, पाऊंड फूलिश' (Penny wise, Pound foolish).**

सुवर्ण नियम (The Golden Rule)

त्यामुळे, या प्रकरणातला सर्वात महत्त्वाचा धडा लिहून ठेवा:

"खर्च कमी करायचा असेल, तर तो 'फीडिंग' (Feeding) मध्ये करू नका, तर 'सोर्सिंग' (Sourcing - खरेदी) मध्ये करा."

म्हणजे काय? गाईच्या पोटाला चिमटा काढून पैसे वाचवू नका. त्याऐवजी, मका, सरकी पेंड किंवा सोयाबीन ज्या हंगामात (Season) स्वस्त मिळते, तेव्हाच त्याचा घाऊक साठा (Bulk Purchase) करून ठेवा. बाजारात जेव्हा मका २५ रुपये किलो असतो, तेव्हा घेण्यापेक्षा, तो हंगाम चालू असताना १८ रुपयांनी घेऊन गोदामात साठवणे, याला म्हणतात 'स्मार्ट बिझनेस'. जनावरांच्या पोटाशी तडजोड करणे म्हणजे स्वतःच्या पायावर कुऱ्हाड मारून घेणे आहे. लक्षात ठेवा, **भरल्या पोटाची गायच भरल्या खिशातला मालक तयार करते.**

४.२. पशुपालक की कमोडिटी ट्रेडर? (Farmer or Trader?)

येथेच खऱ्या **'बिझनेस माइंडसेट'** ची परीक्षा असते. बाजारात दूध विकायला सगळेच जातात. प्रत्येकाला तिथे सारखाच भाव मिळतो. मग असे का होते की, त्याच बाजारात दूध विकणारा एक शेतकरी तोट्यात जातो, आणि दुसरा मात्र बंगले बांधतो? हा फरक विक्रीत नाही, तर **'खरेदीत'** आहे. एका सामान्य शेतकऱ्यामध्ये आणि एका यशस्वी 'पशुपालक उद्योजकामध्ये' काय फरक आहे, हे खालील उदाहरणावरून समजून घ्या:

१. **सामान्य शेतकरी (The Reactive Mindset):** हा शेतकरी 'गरज पडल्यावर' धावतो. जेव्हा गोठ्यातील पोती संपतात, तेव्हा तो दुकानात जातो. दुकानदार सांगेल तो भाव (MRP) मुकाट्याने देतो आणि चार पोती घेऊन येतो. त्याला वाटते की आपण पैसे देऊन पेंड आणली म्हणजे काम झाले. पण प्रत्यक्षात, तो तिथेच आपला नफा गमावून बसलेला असतो.

२. **पशुपालक उद्योजक (The Proactive Mindset):** हा पेंड किंवा मका विकत घेताना शेतकऱ्यासारखा विचार करत नाही, तर एका **'कमोडिटी ट्रेडर'** **(Commodity Trader)** सारखा विचार करतो. त्याला माहित असते की, जनावराचे खाद्य हे फॅक्टरीत बनत नाही, तर ते शेतात पिकते. आणि जे शेतात पिकते, त्याचे भाव कधीच स्थिर नसतात.

पशुखाद्याचे गणित आणि 'टायमिंग'चा खेळ

तुमच्या पशुखाद्याचे (Cattle Feed) मुख्य घटक काय आहेत? १. **मका (Maize):** ऊर्जेचा मुख्य स्त्रोत. २. **सोयाबीन किंवा सरकी पेंड (Cake):** प्रथिनांचा (Protein) स्त्रोत. ३. **ब्रान किंवा कोंडा (Bran):** फायबर.

या तिन्ही वस्तू **'शेतीमाल' (Agri-Commodities)** आहेत. शेअर मार्केटप्रमाणे यांचे दर रोज बदलत असतात. हे दर **'हंगामावर' (Season)** अवलंबून असतात. हुशार उद्योजक या हंगामाचा खेळ ओळखतो.

मका आणि सोयाबीनचे अर्थशास्त्र (The Economics of Maize): हे समजून घेण्यासाठी आपण 'मक्याचे' (Corn) उदाहरण घेऊया, जो दुधाचा सर्वात महत्त्वाचा घटक आहे.

- **हंगाम (ऑक्टोबर-नोव्हेंबर) - खरेदीची वेळ:** या काळात मक्याचे नवीन पीक बाजारात येते. शेतकऱ्यांची विक्रीसाठी गर्दी असते, त्यामुळे बाजारात आवक (Supply) प्रचंड वाढते. नियम सांगतो - 'पुरवठा जास्त, तर भाव कमी'. या काळात मका तुम्हाला **१५ ते १६ रुपये किलो** या कमी भावात मिळतो. हीच ती 'सुवर्ण संधी' असते.

- **ऑफ-सीझन (मे-जून) - रडण्याची वेळ:** उन्हाळा सुरू होतो. जुना मक्याचा साठा संपत आलेला असतो. दुसरीकडे पोल्ट्री फार्म्स आणि स्टार्च कंपन्यांची मागणी वाढते. परिणाम? तोच मका, जो ६ महिन्यांपूर्वी १५ रुपये होता, तो आता **२४ ते २६ रुपये किलोवर** पोहोचतो.

तुमची रणनीती: गोदामाची ताकद

आता दोन पशुपालकांची तुलना करा:

- **शेतकरी 'अ' (ज्याने विचार केला नाही):** हा मे महिन्यात दुकानात गेला. त्याला मका २५ रुपये किलोने मिळाला. त्याचा एका लिटर दुधाचा उत्पादन खर्च (Production Cost) **३२ रुपयांवर** गेला.
- **शेतकरी 'ब' (ज्याने 'ट्रेडर' सारखा विचार केला):** ह्या हुशार उद्योजकाला माहित होते की, माझ्याकडे १०० गाई आहेत आणि त्यांना वर्षाला अमुक टन मका लागणार आहे. त्याने ऑक्टोबरमध्येच, जेव्हा भाव पडले होते, तेव्हा १५ रुपये किलोने वर्षभराचा साठा खरेदी केला आणि गोदामात टाकला. याचा परिणाम? त्याचा दुधाचा उत्पादन खर्च हा फक्त **२४ रुपये प्रति लिटर** आला.

अंतिम निकाल: दोघांनीही दूध एकाच डेअरीला एकाच भावात विकले. पण, विक्री किंमत तीच असूनही, दुसऱ्या शेतकऱ्याने लिटरमागे **८ रुपये जास्त नफा (Net Profit)** कमावला. हे ८ रुपये त्याने कष्ट करून नाही, किंवा जास्त दूध विकून नाही, तर फक्त वेळेवर **'बुद्धी'** वापरून कमावले.

धडा: त्यामुळे, गोठा बांधताना जितके महत्त्व तुम्ही गाईंच्या शेडला देता, तितकेच महत्त्व **'गोदामाला' (Storage/Warehouse)** द्या. तुमच्या गोठ्याला लागून एक मौठे, हवेशीर आणि उंदीरमुक्त गोदाम असणे, ही तुमच्या व्यवसायाची **सर्वात मोठी गुंतवणूक** आहे. हे गोदाम तुम्हाला महागाईच्या लाटेपासून वाचवणारी 'ढाल' आहे. जेव्हा जग महागाईने रडत असते, तेव्हा ज्याचे गोदाम भरलेले असते, तो राजा असतो.

४.३. सायलेज (मुरघास): हिरव्या चाऱ्याची एफडी (Fixed Deposit)

दुग्धव्यवसाय आणि शेळीपालनात सर्वात मोठे आणि कायमस्वरूपी आव्हान कोणते असेल, तर ते म्हणजे - **'हिरवा चारा ३६५ दिवस उपलब्ध नसणे.'** आपल्याकडे ऋतूमानानुसार शेती चालते. पावसाळ्यात निसर्ग हिरवागार असतो, सर्वत्र गवत असते, त्यामुळे जनावरे खुश असतात. पण उन्हाळा आला की चित्र बदलते. हिरवा चारा गायब होतो आणि आपली भिस्त वाळलेल्या चाऱ्यावर किंवा कडब्यावर (Dry Fodder) येते.

जेव्हा तुम्ही हिरव्या चाऱ्याकडून वाळलेल्या चाऱ्याकडे वळता, तेव्हा तुमच्या व्यवसायात मोठे चढ-उतार होतात:

- जनावराचे दूध कमी होते.
- दुधाचे फॅट (Fat) आणि एसएनएफ (SNF) खाली येते.
- जनावराचे वजन घटते.

या समस्येवर एकच रामबाण उपाय आहे, ज्याने जगभरातील दुग्धव्यवसाय क्रांती केली आहे, तो म्हणजे - **सायलेज (Silage) किंवा मुरघास**. सोप्या भाषेत सांगायचे तर,

"पावसाळ्यात किंवा हंगामात जेव्हा हिरवा चारा मुबलक असतो, तेव्हा तो हवा विरहित अवस्थेत साठवून ठेवून, उन्हाळ्यासाठी टिकवून ठेवण्याची प्रक्रिया म्हणजे मुरघास."

मुरघास हा तुमच्या गोठ्यातील '**हिरव्या चाऱ्याची एफडी**' **(Fixed Deposit)** आहे, जी तुम्हाला कठीण काळात व्याजासहित परतावा देते.

मुरघास का महत्त्वाचा आहे? (Why Silage?)

मुरघास म्हणजे फक्त 'साठवलेला चारा' नव्हे, तर ते एक 'विज्ञान' आहे. त्याचे फायदे खालीलप्रमाणे आहेत:

१. **पोषण मूल्य (Nutrition): जनावरांचे 'लोणचे'** आपण कैरीचे लोणचे का घालतो? कारण कैरी वर्षभर मिळत नाही, पण लोणचे वर्षभर टिकते आणि त्याची चवही वाढत जाते. मुरघास हे जनावरांसाठी 'लोणच्यासारखे' काम करते. वाळलेल्या चाऱ्यात पोषणमूल्ये निघून गेलेली असतात. पण मुरघासात मक्यातील किंवा घासातील सर्व जीवनसत्त्वे, साखर आणि ओलावा (Moisture) तसाच टिकून राहतो. शिवाय, मुरवण्याच्या प्रक्रियेमुळे (Fermentation) तो पचायला अत्यंत हलका होतो.

२. **स्थिरता (Consistency): पोटातील 'बॅक्टेरिया' खुश** हे कारण फार कमी लोकांना समजते. जेव्हा तुम्ही रोज शेतातून ताजा चारा कापून आणता, तेव्हा रोज त्याची चव आणि गुणवत्ता बदलते. कोवळा मका, निबर मका, किंवा वाळलेला कडबा - या बदलामुळे गाईला रोज जुळवून घ्यावे लागते. गाईला अन्नातील 'बदल' आवडत नाही. मुरघासामुळे गाईला वर्षाचे ३६५ दिवस '**एकसारख्या चवीचे**' आणि '**एकसारख्या गुणवत्तेचे**' जेवण मिळते. यामुळे तिच्या पोटातील कोट्यवधी मित्र जिवाणू (Rumen Microbes) स्थिर राहतात आणि कार्यक्षमतेने काम करतात. परिणामी, दूध उत्पादनाचा आलेख वर्षभर सरळ रेषेत राहतो.

३. मजुरांच्या खर्चात ३०% कपात (Labor Efficiency) पारंपारिक पद्धतीत तुमचा रोजचा अर्धा दिवस कशात जातो?

- शेतात जा.
- चारा कापा.
- तो डोक्यावरून किंवा गाडीवरून गोठ्यात आणा.
- त्याची कुट्टी करा. यात मजुरांचा वेळ आणि तुमची शक्ती वाया जाते.

मुरघास वर्षातून एकदाच बनवला जातो. एकदा कष्ट घ्यायचे, आणि वर्षभर सुट्टी! रोज फक्त बंकर किंवा बॅगेतून तयार मुरघास काढायचा आणि जनावरांना टाकायचा. हे काम करायला १० मिनिटे लागतात. यामुळे मजुरांच्या खर्चात (Labor Cost) थेट **३०% ते ४०% बचत** होते.

मुरघासाचे अर्थकारण (Economics of Silage)

आता प्रश्न येतो खिशाचा. मुरघास परवडतो का? यात दोन पर्याय आहेत:

अ) विकतचा मुरघास: आजकाल बाजारात तयार मुरघासाच्या बॅगा मिळतात. पण त्याची किंमत वाहतुकीसह साधारण **५ ते ६ रुपये प्रति किलो** पडते. आणीबाणीच्या काळात हे ठीक आहे, पण कायमस्वरूपी विकतचा मुरघास वापरणे परवडत नाही.

ब) घरचा मुरघास (द बेस्ट ऑप्शन): सर्वात उत्तम मार्ग म्हणजे - स्वतःच्या शेतात मका पिकवणे आणि त्याचा मुरघास बनवणे. जर तुम्ही स्वतः मका लावला, तर मुरघास बनवण्याचा खर्च (बियाणे, खते, कापणी, प्लास्टिक पेपर, कल्चर) साधारण **२ ते ३ रुपये प्रति किलो** येतो.

निष्कर्ष: ज्या शेतकऱ्याने "स्वतःचा चारा आणि स्वतःचा मुरघास" हे धोरण अवलंबले, त्याला दुधाच्या भावात ५० पैसे कमी मिळाले तरी फरक पडत नाही. कारण त्याने उत्पादन खर्चात आधीच २ रुपये वाचवलेले असतात. त्यामुळे, गोठ्याचे बांधकाम सुरू करण्याआधी मुरघासाच्या खड्ड्याचे (Silage Bunker) नियोजन करा. कारण मुरघास ही चैन नाही, ती काळाची गरज आहे.

४.४. 'इनपुट कॉस्ट' (Input Cost) कशी नियंत्रित ठेवावी?

मागील भागात आपण पाहिले की 'स्वस्त खरेदी' कशी करायची. पण लक्षात ठेवा, केवळ स्वस्त खरेदी करून युद्ध जिंकता येत नाही. तुम्ही आणलेल्या अन्नाचा वापर गोठ्यात कसा होतो, यात तुमची हार-जीत लपलेली असते. जगातली सर्वात स्वस्त पेंड तुम्ही आणली, पण जर गाईने ती नीट खाल्लीच नाही किंवा ती वाया घालवली, तर तुमच्या 'स्वस्त खरेदी'ला काहीच अर्थ उरत नाही. यालाच **'इनपुट कॉस्ट मॅनेजमेंट'** म्हणतात.

खर्च कमी करण्यासाठी आणि कार्यक्षमता वाढवण्यासाठी तुम्हाला खालील तीन 'गेम चेंजर' पद्धतींचा अवलंब करावा लागेल:

अ) टीएमआर (TMR): प्रत्येक घासात समतोल आहार

पारंपारिक गोठ्यांमध्ये आपण एक नेहमीचे दृश्य पाहतो: शेतकरी आधी गाईला पेंड (Concentrate) टाकतो. गोड असल्याने गाय ती चटकन चाटून पुसून खाते. मग हिरवा चारा टाकला जातो, ती त्यातील कोवळा भाग खाते आणि देठ सोडून देते. आणि शेवटी जेव्हा वाळलेला कडबा टाकला जातो, तेव्हा तिचे पोट भरलेले असते. ती तो कडबा नाईलाजाने खाते किंवा पायाखाली तुडवून वाया घालवते.

या पद्धतीत जवळपास **३०% चारा वाया जातो (Wastage).** हे ३०% नुकसान म्हणजे तुमचा ३०% नफा कचऱ्यात जाण्यासारखे आहे.

उपाय: टीएमआर (Total Mixed Ration) टीएमआर म्हणजे जनावरांची **'भेळ'** किंवा **'पुलाव'**. यात वाळलेला चारा, ओला चारा, पेंड, मिनरल मिक्चर आणि मीठ - हे सर्व एका मशीनमध्ये टाकून त्याचे एकजीव मिश्रण केले जाते.

याचा परिणाम काय होतो?

१. **नो चॉइस (No Choice):** जनावराला 'निवडून' खाण्याची सवय मोडते. तिला ताटात वाढल्यासारखे एकच मिश्रण मिळते. तिला हिरव्या चाऱ्यासोबत वाळलेला कडबाही खावाच लागतो.

२. **समतोल आहार (Balanced Diet):** पारंपारिक पद्धतीत कधी फक्त प्रोटीन जाते, तर कधी फक्त फायबर. टीएमआरमध्ये तिच्या पोटात जाणाऱ्या 'प्रत्येक घासात' (Every Bite) योग्य प्रमाणात प्रोटीन, एनर्जी आणि फायबर जाते. यामुळे तिची पचनशक्ती सुधारते.

३. **नफा:** चारा वाया जाण्याचे प्रमाण १०% च्या खाली येते आणि पचन सुधारल्यामुळे **दुधात १५% पर्यंत वाढ** होते.

ब) कोरडा चारा (DMI): हिरवळीचा 'दृष्टीभ्रम'

अनेकदा शेतकरी आनंदाने सांगतात, *"डॉक्टर, आज गाईने दोन टोपल्या भरून कोवळे गवत खाल्ले, तिचे पोट गच्च भरले आहे."* माझा त्यांना प्रतिप्रश्न असतो - *"तिचे पोट अन्नाने भरले आहे की पाण्याने?"*

हा एक मोठा **'दृष्टीभ्रम' (Optical Illusion)** आहे. कोवळ्या गवतात किंवा मक्याच्या ताटात ९०% पाणी असते. जेव्हा गाय १० किलो गवत खाते, तेव्हा प्रत्यक्षात तिच्या पोटात ९ लिटर पाणी आणि फक्त १ किलो अन्न (Solid Food)

गेलेले असते. तिचे पोट भरल्यासारखे दिसते, ती सुस्त होते, पण तिच्या शरीराला दूध बनवण्यासाठी लागणारी 'ऊर्जा' (Energy) मिळालेलीच नसते.

नियम: ड्राय मॅटर (Dry Matter) पाणी वजा जाता जे हातात उरते, त्याला 'ड्राय मॅटर' म्हणतात. दूध पाण्यापासून नाही, तर या ड्राय मॅटरपासून बनते. थंब रुल (Thumb Rule) लक्षात ठेवा: **जनावराला त्याच्या शरीराच्या वजनाच्या ३% ड्राय मॅटर मिळाले पाहिजे.** म्हणजे ५०० किलोच्या गाईला रोज १५ किलो 'कोरडा घटक' (यात वाळलेला चारा आणि पेंडीचा समावेश आहे) पोटात गेलाच पाहिजे. नुसत्या हिरवळीवर भुलू नका.

क) पाणी: सर्वात स्वस्त पण दुर्लक्षित 'सुवर्ण'

तुम्ही महागडी पेंड देता, महागडी मिनरल्स देता, पण जनावराच्या समोर पाण्याची काय व्यवस्था असते? दुधात **८७% पाणी** असते. हे पाणी येणार कुठून? विज्ञानाचे साधे गणित आहे:

"गाईला १ लिटर दूध बनवण्यासाठी किमान ३ ते ४ लिटर पाण्याची गरज असते. (स्वतःच्या शरीरासाठी लागणारे पाणी वेगळे)."

जर गाईला तहान लागली असेल आणि तिला पाणी मिळाले नाही, तर तिचे शरीर काय करेल? ती रक्ताचे पाणी करू शकत नाही. त्यामुळे ती स्वतःचे रक्षण करण्यासाठी **लगेच दूध उत्पादन कमी करते.**

अनेक शेतकरी फक्त सकाळी आणि संध्याकाळी बादलीने पाणी पाजतात. हे चुकीचे आहे. **पाणी हे फुकट (किंवा अत्यंत स्वस्त) आहे.** पण तेच दुधाचा मुख्य घटक आहे. जनावरांना २४ तास पिण्याचे स्वच्छ पाणी उपलब्ध करून देणे, हा **'इनपुट कॉस्ट' एक रुपयानेही न वाढवता नफा वाढवण्याचा जगातील सर्वात सोपा मार्ग आहे.** म्हणूनच, गोठ्यात 'ऑटोमॅटिक वॉटर बाऊल' (Water Bowl) बसवणे ही चैन नसून ती नफ्याची पहिली पायरी आहे.

४.५. वाया जाणारा खर्च टाळा (Hidden Leaks)

तुम्ही पाण्याची टाकी भरण्यासाठी कितीही मोठा पाइप लावला, पण जर त्या टाकीला तळाशी बारीक छिद्रे असतील, तर ती टाकी कधीच भरत नाही. पशुपालन व्यवसायाचेही तसेच आहे. तुम्ही 'स्वस्त खरेदी' केली, 'मुरघास' बनवला आणि 'टीएमआर' (TMR) सुद्धा वापरले; पण जर तुमच्या गोठ्यात 'छुपी गळती' (Hidden Leaks) असेल, तर तुमचा नफा कधीच तुमच्या हातात टिकणार नाही. ही गळती कुठे होते? ती रोखायची कशी? हे समजून घेण्यासाठी तुम्हाला गोठ्यात बारकाईने लक्ष द्यावे लागेल.

१. बिनबोभाटा भागीदार: गोचिड आणि जंत (The Parasites)

तुम्हाला वाटते की तुमच्या व्यवसायात तुम्ही एकटेच मालक आहात. पण दुर्दैवाने, तुमच्या गोठ्यात असे काही '**अदृश्य भागीदार**' आहेत, जे कोणताही कष्ट न करता तुमच्या नफ्यातील ५०% वाटा खाऊन टाकत आहेत. ते भागीदार म्हणजे - **जंत (Worms) आणि गोचिड (Ticks).**

अनेक शेतकरी जंतनाशकाचा (Deworming) खर्च टाळतात. त्यांना वाटते, "जनावर तर चांगले दिसतेय, मग औषध कशाला?"

पण आतले वास्तव काय असते? जेव्हा जनावराच्या पोटात जंत असतात, तेव्हा तुम्ही कितीही महागातली पेंड किंवा टॉनिक गाईला खायला घातले, तरी त्यातील **५०% पोषण** ते जंतच खाऊन टाकतात. म्हणजेच, तुम्ही १०० रुपयांचे खाद्य टाकले, तर त्यातील ५० रुपये जंतांनी खाल्ले आणि ५० रुपये गाईला मिळाले. हा सरळ सरळ ५०% तोटा आहे. शिवाय, गोचिड शरीरावरील रक्त पितात, ज्यामुळे गायीला 'ॲनिमिया' (रक्तक्षय) होतो आणि ती अशक्त होते.

उपाय: नियमित जंतनाशक देणे आणि गोचिड निर्मूलन करणे, हा 'खर्च' नसून ती 'गुंतवणूक' आहे. वर्षातून ३-४ वेळा जंतनाशक देणे म्हणजे अन्नाची नासाडी वाचवणे आहे.

२. गोदामातील घुसखोर: उंदीर आणि पक्षी

तुम्ही मोठ्या हुशारीने १५ रुपये किलोने मका खरेदी करून गोदामात साठवला. पण जर तुमच्या गोदामात उंदरांचा सुळसुळाट असेल, तर तुमची हुशारी व्यर्थ आहे.

उंदीर आणि पक्षी हे दोन प्रकारे नुकसान करतात: १. **अन्नाची नासाडी:** एका अभ्यासानुसार, एक उंदीर स्वतःच्या वजनाच्या १० पट धान्य नासवतो. ते फक्त खात नाहीत, तर धान्याच्या पोत्यात लघवी करून आणि विष्ठा करून ते पूर्ण धान्य विषारी (Contaminated) करतात. २. **रोगराई:** उंदीर हे अनेक संसर्गजन्य रोगांचे वाहक आहेत. जर उंदराने दूषित केलेले अन्न गाईच्या पोटात गेले, तर तिला गंभीर आजार होऊ शकतात.

उपाय: गोदाम हे 'उंदीरमुक्त' (Rodent Proof) असणे अत्यंत गरजेचे आहे. जाळ्या बसवणे आणि नियमित पेस्ट कंट्रोल करणे, हे तुमच्या गोदामाच्या सुरक्षिततेसाठी आवश्यक आहे.

३. सर्वात मोठे ऑडिट: शेणाची तपासणी (Cow Dung Analysis)

तुमच्या व्यवसायाचे खरे ऑडिट (Audit) तुमचा चार्टर्ड अकाउंटंट (CA) करत नाही, तर ते '**शेण**' करते.

होय, हे ऐकायला विचित्र वाटेल, पण गोठ्यातल्या नफ्याचे रहस्य शेणात लपलेले असते. रोज सकाळी गोठ्यात फेरफटका मारताना, जनावरांचे शेण बारकाईने बघा.

- **धोक्याची घंटा:** जर तुम्हाला शेणात मक्याचे अखंड दाणे, न पचलेला चारा किंवा पेंडीचे तुकडे दिसत असतील, तर सावधान! याचा अर्थ, तुमच्या जनावराची पचनशक्ती (Digestion) बिघडली आहे. तिचे शरीर अन्नाचे रूपांतर दुधात करू शकत नाहीये. तुम्ही २० रुपये किलोने टाकलेली पेंड, प्रक्रिया न होता तशीच शेणावाटे बाहेर येत आहे. हे '**आर्थिक नुकसान**' आहे. तुम्ही पैसे शेतात फेकून देत आहात.

उपाय: निरोगी गाईचे शेण हे गुळगुळीत आणि एकजीव असावे. जर त्यात न पचलेले अन्न दिसत असेल, तर त्वरित डॉक्टरांशी संपर्क साधा, तिचा आहार बदला (Diet Change) किंवा तिला पचन सुधारणारी औषधे (Probiotics) द्या.

थोडक्यात: ज्या दिवशी तुम्ही शेणातील मक्याचा दाणा वाचवाल, जंतांचा बंदोबस्त कराल आणि उंदरांना हद्दपार कराल; त्याच दिवशी तुमच्या गोठ्यातील 'गळती' थांबेल आणि पैशाची टाकी भरू लागेल.

निष्कर्ष: ७०% ची लढाई

पशुपालन व्यवसायात यशाचे सूत्र अत्यंत सोपे आहे, पण ते समजायला अनेकांना आयुष्य खर्ची घालावे लागते. आपण अनेकदा चुकीच्या शत्रूशी लढत बसतो. आपण सरकारला दोष देतो, आपण डेअरीला दोष देतो आणि आपण निसर्गाला दोष देतो. पण, एक यशस्वी उद्योजक म्हणून तुम्हाला हे समजले पाहिजे की तुमची लढाई कोणाशी आहे?

१. **मार्केटशी लढू नका:** दुधाचे दर, मटणाचे भाव किंवा आंतरराष्ट्रीय धोरणे हे तुमच्या नियंत्रणात नाहीत. ती एक भिंत आहे, जिथे डोके आपटून काहीही निष्पन्न होणार नाही.

२. **हवामानाशी लढू नका:** पाऊस पडणारच आहे, ऊन पडणारच आहे. हवामान बदलणे तुमच्या हातात नाही, पण त्याच्याशी जुळवून घेणे तुमच्या हातात आहे.

मग तुमची खरी लढाई कोणाशी आहे? तुमची खरी आणि एकमेव लढाई आहे - '**खर्चाशी**' **(Cost of Production)**. जेव्हा तुम्ही स्वतःच्या शेतातील मका वापरून किंवा स्वस्त दरात मका साठवून १५ रुपयांचे गणित जुळवता... जेव्हा तुम्ही स्वतःचा उत्तम प्रतीचा 'मुरघास' (Silage) बनवून ३६५ दिवस हिरव्या चाऱ्याची सोय करता आणि जेव्हा तुम्ही 'टीएमआर' (TMR) तंत्रज्ञान वापरून अन्नाचा प्रत्येक कण सत्कारणी लावता.

तेव्हा लक्षात ठेवा, तुम्ही या व्यवसायाची **७०% लढाई** आधीच जिंकलेली असते! उरलेली ३०% लढाई ही फक्त व्यवस्थापनाची आणि आरोग्याची

असते. एकदा का तुम्हाला हे 'खाद्याचे अर्थशास्त्र' जमले, की मग बाहेर बाजारात मंदीची लाट असो वा तेजीचा पाऊस; दुधाचे दर ३५ रुपये असोत वा २५ रुपये; तुमचा गोठा कधीच तोट्यात जाणार नाही. कारण तुमच्या 'खर्चाची' बाजू भक्कम आहे.

तुम्ही आता व्यवसायाचे 'इंधन' (Fuel - चारा) कसे मॅनेज करायचे, हे शिकलात. पण, हे इंधन ज्या 'मशीन'मध्ये (जनावरामध्ये) जाणार आहे, ते मशीन जर आतून बिघडलेले असेल, तर उत्तम इंधन टाकूनही गाडी चालणार नाही. ते मशीन सुरळीत चालण्यासाठी त्याचे **'इंजिन' (Engine)** समजून घेणे गरजेचे आहे. हे इंजिन म्हणजे जनावराचे **'प्रजनन चक्र' (Reproduction Cycle).**

चला तर मग, पुढील प्रकरणात आपण निसर्गाच्या त्या अद्भुत नियमावलीचा अभ्यास करूया, जिथे एका जीवाचा जन्म होतो आणि दुधाचा पाझर फुटतो. पुढील प्रकरणात बघूया **निसर्गाचे घड्याळ (Nature's Clock).**"

प्रकरण ५: निसर्गाचे घड्याळ (Nature's Clock)

तुम्ही बायोलॉजीला 'हॅक' करू शकत नाही

"वॉरन बफे एकदा म्हणाले होते: 'तुम्ही कितीही हुशार असाल किंवा कितीही प्रयत्न केलेत, तरी काही गोष्टींना वेळ हा लागतोच. तुम्ही नऊ महिलांना कामावर ठेवून एका महिन्यात बाळाचा जन्म घडवून आणू शकत नाही.' हे वाक्य पशुपालन व्यवसायाला तंतोतंत लागू पडते."

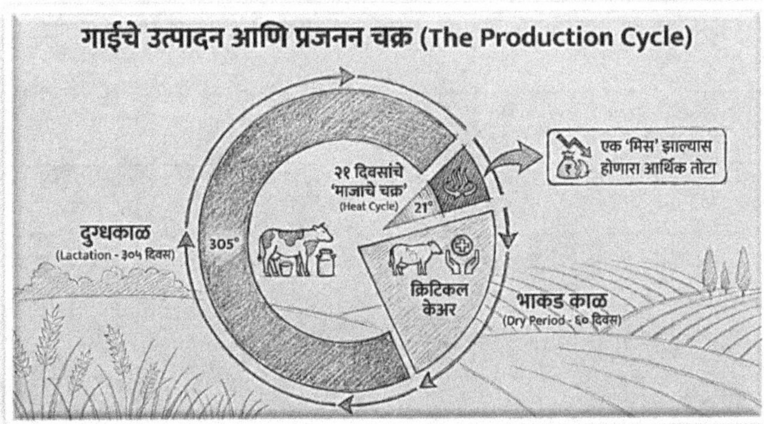

गाईचे उत्पादन आणि प्रजनन चक्र (The Production Cycle)

वाचकांचे विचार

कोणत्याही फॅक्टरीत लोखंड, प्लास्टिक किंवा कापड हा कच्चा माल असतो. पण पशुपालन व्यवसायात **'वेळ'** हा तुमचा सर्वात मोठा आणि सर्वात महागडा कच्चा माल (Raw Material) आहे. तुम्ही ९ महिने ९ दिवसांचा गाईचा गर्भधारणेचा काळ शॉर्टकट मारून ६ महिन्यांवर आणू शकत नाही. तुम्ही कोंबडीचे अंडे २१ दिवसांऐवजी १० दिवसांत उबवू शकत नाही. इथे प्रत्येक गोष्टीला 'वेळ' द्यावाच लागतो.

पण याचा अर्थ असा नाही की तुम्ही हातावर हात धरून बसायचे. इथे वेळेचे गणित सांभाळणे म्हणजे एका तारेवरची कसरत आहे.

१. **घाईचा सापळा (The Trap of Haste):** जर तुम्ही निसर्गाच्या पुढे धावण्याचा प्रयत्न केला, तर अपघात निश्चित आहे. काही उद्योजक लवकर वजन वाढवण्यासाठी जनावरांना स्टिरॉइड्स देतात किंवा दूध वाढवण्यासाठी हार्मोन्सचा मारा करतात.
   - **परिणाम:** यामुळे तात्पुरता वेग मिळतो, पण दीर्घकालीन नुकसान होते. जनावराचे शरीर कोलमडते, आजार बळावतात आणि प्रसंगी **मृत्यू** ओढवतो. निसर्गाला 'ओव्हरटेक' करण्याचा प्रयत्न केला की गाडी दरीत कोसळते.

२. **उशीराचा फटका (The Cost of Delay):** दुसरीकडे, जर तुम्ही खूप सुस्त राहिलात, तर 'दिवाळखोरी' तुमची वाट पाहत असते. गाईचे प्रजनन चक्र (Breeding Cycle) २१ दिवसांचे असते. जर ती माजावर आली असताना तुम्ही ते लक्षण ओळखले नाही आणि तिला 'सिमेन' (Semen) भरले नाही, तर तुम्हाला पुढचे २१ दिवस वाट पाहावी लागते.
   - **परिणाम:** हे २१ दिवस वाया जाणे म्हणजे २१ दिवसांचा चारा फुकट जाणे आणि २१ दिवस दूध उशिरा मिळणे. हा आर्थिक फटका असतो.

निष्कर्ष: वेगावर नियंत्रण

त्यामुळे, एक गोष्ट मनावर कोरून ठेवा: हा व्यवसाय **'वेगवान' (Fast)** असण्याबद्दल नाही, तर हा व्यवसाय **'अचूक' (Precise)** असण्याबद्दल आहे. तुम्हाला निसर्गाच्या गतीनेच चालावे लागते - ना पुढे, ना मागे. बरोबर त्याच्यासोबत. ज्याला हे 'निसर्गाचे टायमिंग' समजले, त्यानेच या व्यवसायात खरी संपत्ती कमावली.

चला तर मग, आता या निसर्गाच्या घड्याळाचे काटे कसे फिरतात आणि त्यातून दुधाचा महापूर कसा येतो, ते समजून घेण्यासाठी आपण वळूया जनावरांच्या शरीरातील सर्वात महत्वाच्या यंत्रणेकडे - **प्रजनन संस्था (Reproductive System).**

५.१. गर्भावस्थेचा काळ आणि उत्पादनाचे चक्र (The Production Cycle)

पशुपालन व्यवसायाची संपूर्ण इमारत ज्या एका पायावर उभी आहे, तो पाया म्हणजे - **'पुनरुत्पादन' (Reproduction).** अनेक नवीन उद्योजकांना वाटते की हा 'दूध विकण्याचा' व्यवसाय आहे. पण हे अर्धसत्य आहे. मुळात हा **'आईपणाचा'** व्यवसाय आहे. एक साधा आणि निसर्गाचा कठोर नियम लक्षात ठेवा: **"वासरे नाहीत, तर दूध नाही." (No Calf, No Milk).**

गाय किंवा म्हैस हे काही फॅक्टरीतील मशीन नाही की बटण दाबलं आणि दूध आलं. तिचे दूध हे निसर्गाने 'आपल्यासाठी' नाही, तर 'तिच्या वासरासाठी' बनवले आहे. आपण ते आपल्या वापरासाठी घेतो. त्यामुळे, जर तुम्हाला सतत दूध हवे असेल, तर त्या गाईला पुन्हा पुन्हा 'आई' होणे आवश्यक असते.

अ) आदर्श चक्र: १२ महिन्यांचे टार्गेट (The Ideal Cycle)

एका यशस्वी डेअरी फार्मचे गणित काय सांगते? एका गाईने **दर १२ ते १३ महिन्यांत** एका वासराला जन्म दिलाच पाहिजे. याला तांत्रिक भाषेत **'दोन वेतातील अंतर' (Inter-Calving Period)** म्हणतात. जर हे अंतर १३ महिन्यांच्या पुढे गेले, तर समजायचे की तुमचा नफा कमी होतोय.

या १२ महिन्यांचे (३६५ दिवसांचे) विभाजन कसे असते?

१. **दुग्धकाळ (Lactation Period) - ३०५ दिवस:** गाय व्याल्यानंतर सुमारे १० महिने (३०५ दिवस) दूध देते. हा तुमचा 'कमाईचा काळ' आहे.
२. **भाकड काळ (Dry Period) - ६० दिवस:** पुढील बाळंतपणाच्या आधीचे शेवटचे २ महिने (६० दिवस) तिचे दूध काढणे बंद केले जाते. हा 'विश्रांतीचा काळ' आहे. यात ती पुढच्या वेतासाठी ऊर्जा साठवते आणि कासेला (Udder) विश्रांती मिळते.
३. **गर्भधारणा (Gestation) - ९ महिने ९ दिवस:** हा काळ वरील दोन काळांच्या समांतर चालतो. गाय दूध देत असतानाच तिच्या पोटात ५-६ महिन्यांचे वासरू वाढत असते.

ब) व्यवसायातील धोका: 'डेझ ओपन' (The Silent Killer)

आता खरी समस्या कुठे येते ते पाहूया. याला म्हणतात - **'डेझ ओपन' (Days Open).** गाय विल्यानंतर, तिचे गर्भाशय पूर्ववत होण्यासाठी तिला सुमारे ६० ते ९० दिवसांचा काळ दिला जातो (Voluntary Waiting Period). या ९० दिवसांच्या आत तिने पुन्हा गाभण राहायलाच हवे. जर तुमची गाय विल्यानंतर ९० दिवसांच्या आत गाभण राहिली नाही, तर तुमच्या गोठ्यात धोक्याची घंटा वाजली असे समजा.

- **९० ते १२० दिवस:** ठीक आहे (ॲव्हरेज).
- **१५० दिवस:** धोक्याची घंटा (Warning).
- **२०० दिवस:** प्रचंड तोटा (Disaster).

उशिरा गाभण राहिल्याने नुकसान का होते? (The Cost of Delay) याचे कारण **'टेलिंग इफेक्ट' (Tailing Effect)** आहे.

समजा, गाय वेळेवर गाभण राहिली नाही. ती दूध देत राहील, पण जसे दिवस पुढे जातील, तसे दुधाचे प्रमाण नैसर्गिकरित्या कमी कमी होत जाईल (उदा. २० लिटरवरून ८ लिटरवर येईल). पण, गाय जिवंत असल्याने तिला लागणारा रोजचा चारा (Maintenance Feed) तेवढाच लागतो. म्हणजेच, **खर्च तोच राहतो, पण उत्पन्न घटते.**

शिवाय, ती उशिरा गाभण राहिल्यामुळे तिचे पुढचे वेत (Next Calving) लांबणीवर पडते. जिथे तुम्हाला १२ महिन्यांत दुसरे वासरू आणि नवीन दुधाचे सायकल मिळणार होते, तिथे आता १८ महिने लागतील.

आर्थिक फटका: तज्ज्ञांच्या मते, ९० दिवसांनंतरचा प्रत्येक अतिरिक्त दिवस जो गाय 'गाभण न राहता' घालवते (Days Open), तो तुम्हाला रोज सुमारे **३०० ते ४०० रुपयांचे नुकसान** देतो. हे नुकसान डोळ्यांना दिसत नाही, पण ते तुमच्या ताळेबंदातून नफा कुरतडत असते. त्यामुळे, गोठ्यात दूध काढण्याइतकेच महत्त्व गाईला वेळेवर 'माजावर' आणणे आणि 'गाभण' करणे याला आहे. **गर्भाशय व्यवस्थापन (Uterus Management) हेच मनी व्यवस्थापन आहे.**

५.२. 'वेळ' हीच भांडवल: संयमाची किंमत (Time as Capital)

नवीन उद्योजक जेव्हा उत्साहाने बँकेसाठी किंवा स्वतःसाठी 'प्रोजेक्ट रिपोर्ट' बनवतात, तेव्हा ते एक्सेल शीटमध्ये सर्व खर्च मांडतात - शेडचा खर्च, गाईचा खर्च, चाऱ्याचा खर्च. पण, या सर्व हिशोबात ते एका अत्यंत महत्त्वाच्या घटकाला विसरतात, जो कागदावर दिसत नाही पण व्यवसायाचा कणा असतो. तो घटक म्हणजे - **'वेळ' (Time Factor)**. पशुपालनात पैसा हे भांडवल आहेच, पण त्याहून मोठे भांडवल 'वेळ' आहे. इथे संयम (Patience) नसेल, तर गडगंज श्रीमंत माणूसही भिकारी होऊ शकतो.

अ) मोठी होणारी मालमत्ता: 'निगेटिव्ह कॅश फ्लो'ची अग्निपरीक्षा (The Heifer Growth: The Test of Endurance)

समजा, तुम्ही ठरवले की "मी बाजारातून जुन्या गाई विकत घेणार नाही, तर मी माझ्या गोठ्यात १० उत्कृष्ट जातीच्या कालवडी (Heifers - गाईची मादी वासरं) तयार करेन." हा निर्णय खूप धाडसी आणि योग्य आहे.

पण, याचे गणित काय आहे? जेव्हा एक मादी वासरू तुमच्या गोठ्यात जन्माला येते, तेव्हापासून ते मोठे होऊन, गाभण राहून, पहिल्यांदा आई होईपर्यंत (First Calving) सुमारे **२४ ते ३० महिने (अडीच वर्षे)** लागतात.

या ३० महिन्यांचे (९०० दिवसांचे) वास्तव:

- या ९०० दिवसांत ते वासरू तुम्हाला **एकही रुपया** कमावून देत नाही.
- **उलट**, रोजचा चारा, मिनरल मिक्चर, जंतनाशक, लसीकरण आणि मजुरीचा खर्च चालूच असतो.

यालाच आर्थिक भाषेत '**निगेटिव्ह कॅश फ्लो**' **(Negative Cash Flow)** म्हणतात. म्हणजे खिशात पैसा येत नाही, फक्त जातो.

तुमच्याकडे हे ३ वर्षे नफा न कमवता, फक्त खर्च करण्याची 'आर्थिक ताकद' आणि 'संयम' आहे का? दुर्दैवाने, अनेक नवीन उद्योजक इथेच दम सोडतात. दीड-दोन वर्षे सांभाळतात, आणि जेव्हा पैशाची चणचण भासते, तेव्हा ती सोन्यासारखी वाढलेली कालवड कंटाळून बाजारात विकून टाकतात. ते शर्यत जिंकायच्या रेषेवर येऊन माघार घेतात.

पण, जो शेतकरी हे ३ वर्षे संयम ठेवतो, त्याला चौथ्या वर्षी '**सोन्याची खाण**' मिळते. कारण, घरात तयार झालेली कालवड ही बाजारातल्या कोणत्याही गाईपेक्षा जास्त दूध देते, तिची रोगप्रतिकारशक्ती उत्तम असते आणि ती तुमच्या गोठ्यातील वातावरणाशी पूर्णपणे एकरूप झालेली असते.

ब) संधी खर्च: न दिसणारा तोटा
(Opportunity Cost: The Hidden Loss)

इतर व्यवसायात 'पैसा' महत्त्वाचा असतो, पण पशुपालनात 'वेळेची किंमत' पैशापेक्षा जास्त असते. याला अर्थशास्त्रात '**संधी खर्च**' **(Opportunity Cost)** म्हणतात. हे समजून घेण्यासाठी **शेळीपालनाचे** **(Goat Farming)** उदाहरण घेऊया.

शेळीचा नैसर्गिक गर्भकाळ ५ महिन्यांचा असतो. म्हणजेच, योग्य व्यवस्थापन केले तर **२ वर्षांत ३ वेत** (3 **Kiddings in 2 Years)** मिळणे अपेक्षित असते. हे या व्यवसायाचे 'टार्गेट' आहे.

पण, जर तुमचे व्यवस्थापन चुकले. जर तुम्ही शेळी माजावर आल्याचे ओळखले नाही, किंवा तिला सकस आहार दिला नाही, आणि त्यामुळे दोन वेतातील अंतर वाढले; तर काय होते? तुम्हाला २ वर्षांत ३ ऐवजी फक्त **२ वेत** मिळतात.

नुकसान कशाचे झाले? तुम्हाला वाटेल, "काही नाही, एक वेत कमी मिळाले." नाही! तुम्ही फक्त काही पिल्ले गमावली नाहीत, तर तुम्ही एका संपूर्ण '**पिढीचा**' **(Production Batch)** नफा गमावला आहे. त्या तिसऱ्या वेतातून जी पिल्ले

जन्माला आली असती, ती मोठी होऊन त्यांनी पुढे पिल्ले दिली असती. ही 'कंपाऊंडिंग ग्रोथ' (Compounding Growth) तुम्ही गमावली. हा तोटा कधीच भरून काढता येत नाही.

नियम: पशुपालन व्यवसायात एक नियम पक्का लिहून ठेवा: "**जुगारात किंवा व्यवसायात गेलेला पैसा तुम्हाला पुन्हा कमवता येईल, पण गेलेली 'प्रजनन सायकल' (Reproductive Cycle) जगातला कोणताही माणूस परत मिळवू शकत नाही.**" त्यामुळे, इथे घड्याळाच्या काट्यावर लक्ष ठेवणे, हेच यशाचे खरे गमक आहे.

५.३. भाकड काळ व्यवस्थापन: विश्रांती नव्हे, तयारी (Dry Period Management)

पशुपालन व्यवसायात एक काळ असा येतो, जेव्हा तुमच्या गोठ्यातील सर्वात जास्त दूध देणारी गाय अचानक 'रिटायर' झाल्यासारखी एका कोपऱ्यात उभी असते. तिचे दूध काढणे बंद केलेले असते. या काळाला आपण '**भाकड काळ**' **(Dry Period)** म्हणतो. पुढील बाळंतपणाच्या (Calving) साधारण ६० दिवस आधी, गाईचे दूध काढणे पूर्णपणे थांबवले जाते. इथेच बहुतांश शेतकरी गणितात चुकतात. त्यांची व्यापारी वृत्ती जागी होते. ते विचार करतात:

"ही गाय आता दूध देत नाहीये, म्हणजे हिचे आजचे उत्पन्न शून्य आहे. मग मी तिला फुकटची महागडी पेंड (Feed) का घालू? तिला फक्त वाळलेला चारा टाका आणि कोपऱ्यात बांधून ठेवा."

मित्रहो, ही केवळ चूक नाही, तर ही '**सर्वात मोठी व्यावसायिक आत्महत्या**' आहे. का?... कारण हा ६० दिवसांचा काळ म्हणजे गाईची 'सुट्टी' (Vacation) नाही, तर ती तिच्या '**पुढच्या शर्यतीची तयारी**' आहे. तुम्ही तिचे खाद्य बंद करून तुमचे पैसे वाचवत नाही आहात, तर तुम्ही तुमच्या भविष्यातील नफा कमी करत आहात. हे का महत्त्वाचे आहे, हे खालील तीन कारणांवरून समजून घ्या:

अ) शरीराची पुनर्बांधणी (Repair & Restore)

विचार करा, गेल्या १० महिन्यांत (३०५ दिवस) त्या गाईने तुम्हाला हजारो लिटर दूध दिले आहे. दूध हे रक्तापासून बनते आणि त्यात भरपूर कॅल्शियम असते. एवढे दूध देताना तिच्या शरीरातील हाडांमधील **कॅल्शियम, फॉस्फरस** आणि **ऊर्जेचा** साठा अक्षरशः पिळून निघालेला असतो (Depleted). तिची बॅटरी डाऊन झालेली असते. तसेच, सततच्या दुध काढण्यामुळे तिच्या कासेतील पेशींची (Udder Tissue) प्रचंड झीज झालेली असते.

हा ६० दिवसांचा काळ तिला स्वतःला '**रिपेअर**' **(Repair)** करण्यासाठी निसर्गाने दिला आहे. जर तुम्ही तिला आता सकस आहार दिला नाही, तर तिची बॅटरी चार्ज होणार नाही.

- **परिणाम:** जेव्हा ती पुढील वेतात बाळंत होईल, तेव्हा तिचे दूध उत्पादन पहिल्या वेतापेक्षा **३०% ने कमी** होईल. कारण शरीर आधी स्वतःला वाचवेल आणि उरलेच तर दूध देईल.

ब) गर्भाची वाढ: ७०% चा नियम (Fetal Growth)

भाकड काळातील दुर्लक्ष हे फक्त गाईसाठीच नाही, तर पोटात वाढणाऱ्या वासरासाठीही घातक असते. गर्भावस्थेचे पहिले ७ महिने वासराची वाढ संथ गतीने होते. पण, शेवटच्या २ महिन्यांत (भाकड काळात) निसर्ग गिअर बदलतो. विज्ञानाचे सत्य असे आहे की: "**गर्भाशयात वाढणारे वासरू त्याच्या एकूण जन्माच्या वजनापैकी ७०% वजन या शेवटच्या २ महिन्यांत वाढवते.**"

- **धोका:** या काळात वासराला अन्नाची सर्वाधिक गरज असते. जर तुम्ही आईचे रेशन बंद केले, तर पोटातील वासरू कुपोषित राहते.
- **नियम:** "अशक्त वासरू भविष्यात कधीच चांगली गाय बनू शकत नाही." जर पायाच कच्चा राहिला, तर त्यावर दुधाची इमारत उभी राहणार नाही.

क) स्टीमिंग अप: शेवटचे २१ दिवस (Steaming Up)

विण्यापूर्वीच्या शेवटच्या २१ दिवसांचा काळ तर अत्यंत नाजूक असतो. याला '**ट्रान्झिशन पिरियड**' म्हणतात. या काळात आपण गाईला '**स्टीमिंग अप**' **(Steaming Up)** केले पाहिजे. म्हणजे काय? तर तिला अश्या विशेष आहाराची (Transition Feed) सवय लावणे, ज्यामुळे ती बाळंतपणाचा ताण सहन करू शकेल. जर हे नियोजन चुकले, तर गाय विल्यानंतर दुसऱ्याच दिवशी खाली बसते. तिला '**मिल्क फिव्हर**' **(Milk Fever)** किंवा '**कीटोसिस**' **(Ketosis)** सारखे जीवघेणे आजार होतात. जी गाय १००० लिटर दूध देणार होती, ती सलाईनवर येते आणि डॉक्टरांचा खर्च हजारो रुपयांत जातो.

आर्थिक धडा (The Financial Lesson):
त्यामुळे, या प्रकरणाचा निष्कर्ष एकच आहे:

"ड्राय पिरियडमध्ये तुम्ही जनावरावर जो १ रुपया खर्च करता, तो पुढील वेतात तुम्हाला ५ रुपये म्हणून (दुधाच्या रूपाने) परत मिळतो."

तुमच्या गोठ्यात जी गाय दूध देत आहे, तिची काळजी तर घ्याच; पण जी गाय '**भाकड**' आहे, तिला गोठ्यातील '**राणी**' **(Queen)** सारखे वागवा. तिला

सर्वोत्तम चारा आणि प्रेम द्या. लक्षात ठेवा, **भाकड गाईची सेवा हीच दुधाच्या महापुराची हमी आहे.**

५.४. प्रजननाची लय आणि 'हिट' (Heat Detection)

निसर्गाचे घड्याळ हे अचूक असते, ते कोणासाठीही थांबत नाही. या घड्याळातील सर्वात महत्त्वाचा 'काटा' कोणता असेल, तर तो म्हणजे - **गाईचा 'माजावर येण्याचा काळ' (Heat Period).** पशुपालनात यशस्वी व्हायचे असेल, तर तुम्हाला या काट्याची 'टिक-टिक' ऐकू आली पाहिजे.

विज्ञानाचा नियम साधा आहे: प्रत्येक निरोगी गाय किंवा म्हैस दर **२१ दिवसांनी** माजावर (Heat) येते. पण गंमत अशी आहे की, हे २१ दिवसांचे चक्र असले तरी, गर्भधारणेसाठी निसर्गाने उघडी ठेवलेली 'संधीची खिडकी' (Window of Opportunity) अत्यंत छोटी असते. ती फक्त **१२ ते १८ तास** टिकते. ही १२ तासांची शर्यत आहे. जर तुम्ही या वेळात चूक केली, तर तुमची गाडी चुकलीच म्हणून समजा.

चूक: 'मुका माज' आणि मजुरांचे दुर्लक्ष (Silent Heat)

सर्वात मोठी समस्या कुठे येते? आजकालच्या सुधारित जातीच्या (Crossbreed) गाईंमध्ये किंवा म्हशींमध्ये माजाची लक्षणे स्पष्ट दिसत नाहीत. ती ओरडत नाही किंवा हंबरत नाही. याला **'मुका माज' (Silent Heat)** म्हणतात. अशा वेळी, जर तुमच्या मजुराचे लक्ष नसेल, किंवा तुम्ही गोठ्यात नसाल, आणि ती गाय माजावर येऊन शांत झाली, तर काय होते? तुम्ही एक सुवर्णसंधी गमावली. आता निसर्ग तुम्हाला दुसरी संधी लगेच देत नाही. तुम्हाला पुढील 'हिट'साठी आणखी **२१ दिवस** वाट पाहावी लागते.

तुम्हाला वाटेल, "ठीक आहे, २१ दिवसांनी बघू." पण बिझनेसमध्ये हे २१ दिवस तुम्हाला किती महागात पडतात, याचे गणित पाहूया.

आर्थिक फटका: एका चुकीचे बिल (The Bill of Negligence)

जेव्हा तुम्ही एक 'हिट' मिस (Miss) करता, तेव्हा तुम्ही फक्त वेळ गमावत नाही, तर तुम्ही थेट पैसे गमावता.

एका 'मिस'ची किंमत किती?

१. **फुकटचा चारा:** पुढील २१ दिवस ती गाय तुम्हाला दूध (गर्भाच्या रूपाने) देत नाहीये, पण ती चारा खाणारच आहे.

२. **लांबलेले दूध:** तिचे विणे २१ दिवसांनी पुढे गेले. म्हणजे भविष्यात मिळणारे दूध २१ दिवसांनी लांबणीवर पडले.

३. **उशिरा मिळणारे वासरू:** वासरू उशिरा जन्माला येणार.

तज्ज्ञांच्या मते, एक हिट मिस करणे म्हणजे शेतकऱ्याचे सुमारे **३००० ते ५००० रुपयांचे** थेट नुकसान होणे आहे. हे पैसे तुमच्या खिशातून बाहेर जात नाहीत, म्हणून तुम्हाला दिसत नाहीत. पण हे **'न मिळालेले उत्पन्न' (Opportunity Loss)** आहे, जे व्यवसायाला आतून पोकळ करते.

यशस्वी उद्योजकाची पद्धत (The Winner's Strategy)

मग हे टाळायचे कसे? यशस्वी पशुपालक यासाठी 'तंत्रज्ञान' आणि 'निरीक्षण' यांचा मेळ घालतात.

१. **डायरी आणि रेकॉर्ड (The Holy Book):** त्यांच्याकडे प्रत्येक गाईची नोंद असते. जर गाय आज १ तारखेला माजावर आली आणि आपण रेतन केले नाही, तर त्यांना माहित असते की २१ किंवा २२ तारखेला ती पुन्हा माजावर येणार आहे. ते त्या दिवशी अधिक सतर्क राहतात.

२. **१५ मिनिटांचा नियम (The 15-Minute Rule):** ते केवळ मजुरांवर अवलंबून राहत नाहीत.

- **सकाळी लवकर** (दूध काढण्याआधी) आणि **संध्याकाळी उशिरा** (शांत वेळी). हे दोन प्रहर निरीक्षणासाठी सर्वोत्तम असतात. ते १५ मिनिटे फक्त गोठ्यात शांत उभे राहतात. जी गाय माजावर असते, ती अस्वस्थ असते, दुसऱ्या गाईवर उडी मारते किंवा सतत शेपटी हलवते. हे बारीक निरीक्षण तुम्हाला ५००० रुपये वाचवून देते.

३. **एआय गनचे टायमिंग (Timing of AI):** गाय माजावर दिसली की लगेच डॉक्टरला बोलावून इंजेक्शन (AI) देणे चुकीचे आहे.

नियम: "सकाळी दिसली तर संध्याकाळी भरा, आणि संध्याकाळी दिसली तर दुसऱ्या दिवशी सकाळी भरा." (AM-PM Rule). योग्य वेळी केलेले कृत्रिम रेतन (Artificial Insemination) हेच यशाचे गमक आहे.

थोडक्यात: पशुपालन हा 'नजरेचा' खेळ आहे. ज्याची नजर तीक्ष्ण, त्याची तिजोरी भरलेली!

निष्कर्ष: निसर्ग तुमचा बॉस आहे

या प्रकरणाचा समारोप करताना, एका कटू सत्याचा स्वीकार करूया. तुम्ही तुमच्या गोठ्याचे मालक असाल, जमिनीचे मालक असाल, अगदी त्या जनावरांचेही मालक असाल. पण, या व्यवसायात एक 'सुपर बॉस' आहे, ज्याच्या पुढे कोणाचेही चालत नाही. तो बॉस म्हणजे - **निसर्ग (Nature).**

कॉर्पोरेट ऑफिसमध्ये तुम्ही कर्मचाऱ्यांना आज्ञा देऊ शकता, डेडलाईन देऊ शकता. पण पशुपालन व्यवसायात तुम्ही निसर्गाला आज्ञा देऊ शकत नाही,

तुम्ही फक्त त्याचे पालन करू शकता. जे उद्योजक हट्टाला पेटतात आणि म्हणतात, *"मी गुंतवलेल्या पैशावर मला अमुक तारखेलाच नफा हवा आहे,"* ते हमखास अपयशी ठरतात. कारण ते बायोलॉजीला गणिताच्या चौकटीत बसवायला बघतात. पण, जे उद्योजक नम्रपणे म्हणतात,

"मी माझ्या जनावराची सायकल (Biological Cycle) समजून घेईन आणि त्यानुसार माझे आर्थिक नियोजन करेन," तेच दीर्घकाळ यशस्वी होतात.

या प्रवासात तीन गोष्टींची गाठ बांधून ठेवा:

१. **वेळेचा आदर करा:** नऊ महिने म्हणजे नऊ महिनेच. निसर्गाला शॉर्टकट नसतो.

२. **भाकड काळात गुंतवणूक करा:** जेव्हा जनावर तुम्हाला काही देत नाही, तेव्हाच त्याला तुमची सर्वात जास्त गरज असते. ही गुंतवणूक भविष्यातील परताव्याची हमी आहे.

३. **संयम (Patience) ठेवा:** आणि हाच सर्वात मोठा मंत्र आहे.

अनेकदा लोकांना वाटते की 'संयम' म्हणजे 'काहीही न करणे' किंवा 'हात जोडून बसणे'. पण पशुपालनात, **संयम ही निष्क्रियता (Inaction) नाही; तर ती एक सर्वात मोठी कृती (Action) आहे.** एखाद्या झाडाला पाणी घालून फळ येईपर्यंत वाट पाहणे, हे आळशीपणाचे लक्षण नाही, तर ते एका शेतकऱ्याचे सर्वात मोठे कष्ट आहेत. त्यामुळे, घड्याळाच्या काट्याकडे बघून अस्वस्थ होऊ नका. निसर्गाचा 'ताल' (Rhythm) पकडा. जेव्हा तुमची पावले निसर्गाच्या तालावर पडतील, तेव्हाच तुमच्या व्यवसायाची 'जुगलबंदी' रंगात येईल.

आतापर्यंत आपण पाहिले की, व्यवसायाचे इंजिन (प्रजनन) कसे चालते. पण, एक अदृश्य शक्ती अशी आहे जी या सुव्यवस्थित इंजिनला एका रात्रीत उध्वस्त करू शकते. ते शत्रू डोळ्यांना दिसत नाहीत, पण त्यांचे वार जीवघेणे असतात.
चला तर मग, पुढील प्रकरणात ओळख करून घेऊया या सूक्ष्म मारेकऱ्यांशी... पुढील प्रकरण **अदृश्य शत्रू - आजार आणि जैव-सुरक्षा (Invisible Enemies & Biosecurity).**"

प्रकरण ६: अदृश्य शत्रू (Invisible Enemies)

जैव-सुरक्षा: तुमचा 'अदृश्य' विमा

"युद्धात शत्रू डोळयांना दिसतो, त्यामुळे त्याच्याशी लढणे सोपे असते. पण पशुपालनात तुमचा शत्रू - विषाणू (Virus) आणि जिवाणू (Bacteria) - डोळयांना दिसत नाही. तो हवेतून येतो, पाण्यातून येतो किंवा तुमच्याच चपलेतून गोठ्यात शिरतो. आणि जेव्हा तो दिसू लागतो, तेव्हा युद्ध संपलेले असते."

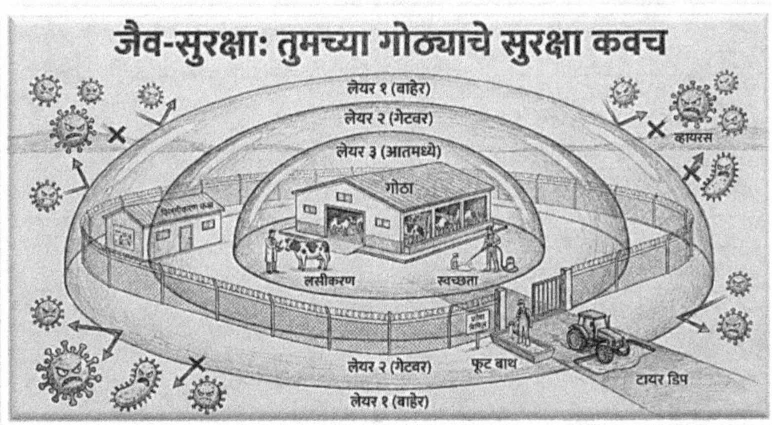

जैव-सुरक्षा: तुमच्या गोठ्याचे सुरक्षा कवच

वाचकांचे विचार

तुम्ही कोणताही व्यवसाय करा - मग तो कापडाचा असो, सोन्याचा असो किंवा आयटी कंपनी असो. प्रत्येक व्यवसायात **'जोखीम व्यवस्थापन'** **(Risk Management)** हा एक महत्त्वाचा भाग असतो. पण सामान्य व्यवसायात रिस्क म्हणजे काय? गोदामाला आग लागणे, दुकानात चोरी होणे, किंवा शेअर मार्केट अचानक कोसळणे. हे सर्व धोके 'दिसणारे' आहेत. तुम्ही सीसीटीव्ही लावून चोरी रोखू शकता किंवा इन्शुरन्स काढून आगीच्या नुकसानीची भरपाई करू शकता.

पण, जेव्हा तुम्ही पशुपालन व्यवसायात पाऊल टाकता, तेव्हा हे नियम बदलतात. इथे तुमची सर्वात मोठी रिस्क आर्थिक नसून **'जैविक'** **(Biological)** आहे. आणि सर्वात भीतीदायक गोष्ट म्हणजे - तुमचा शत्रू तुम्हाला डोळ्यांनी दिसत नाही.

साम्राज्याचा अंत: फक्त एका विषाणूमुळे

जरा कल्पना करा. तुम्ही करोडो रुपये खर्चून एक हाय-टेक गोठा उभा केला आहे. तुमचा शेड एखाद्या ५ स्टार हॉटेलसारखा चकाचक आहे. तुमच्याकडे पंजाब किंवा डेन्मार्कहून आणलेल्या जगातील सर्वोत्तम वंशाच्या गाई आहेत. तुमचा चारा व्यवस्थापन आणि मजुरांचे नियोजन अगदी 'परफेक्ट' आहे. तुम्हाला वाटते, "आता मला कोणीच हरवू शकत नाही."

पण, एक दिवस एक बाहेरचा माणूस - कदाचित एखादा व्हिजिटर किंवा शेजारच्या गोठ्यातील मजूर - तुमच्या गोठ्यात येतो. तो काहीच करत नाही, फक्त एक फेरी मारून जातो. पण, त्याच्या चपलेला चिकटलेली एक इवलीशी माती तुमच्या गोठ्यात येते. आणि त्या मातीतून एक **'अदृश्य अतिरेकी'** तुमच्या साम्राज्यात घुसतो.

तो अतिरेकी म्हणजे - **'लाळ्या खुरकूत'** **(FMD - Foot and Mouth Disease)** **चा विषाणू.** पुढच्या ४८ तासांत काय घडते? ज्या गोठ्यात ४० लिटर दुधाच्या गाई होत्या, तिथे शांतता पसरते. गाई तापाने फणफणतात, त्यांच्या तोंडातून लाळ गळू लागते, आणि दुधाचे उत्पादन थेट शून्यावर येते. तुमचे करोडो रुपयांचे साम्राज्य पत्त्याच्या बंगल्यासारखे कोसळते. आणि हे सर्व कशामुळे? तर एका बाहेरच्या माणसाच्या चपलेमुळे!

जैव-सुरक्षा: तुमची 'लक्ष्मणरेषा'

यालाच मी **'अदृश्य शत्रू'** म्हणतो. तो सायरन वाजवून येत नाही. तो हवेतून येतो, पाण्यातून येतो, किंवा तुमच्याच मजुरांच्या कपड्यांवरून येतो. मग याला रोखायचे कसे? या शत्रूशी लढण्यासाठी तुम्हाला बंदुका किंवा सीसीटीव्ही कॅमेरे उपयोगाचे नाहीत. यासाठी तुम्हाला विज्ञानाची एक **'अभेद्य भिंत'** उभी करावी लागेल. या भिंतीलाच तांत्रिक भाषेत **'जैव-सुरक्षा'** **(Biosecurity)** म्हणतात.

हे प्रकरण तुम्हाला तुमच्या गोठ्याभोवती एक अशी 'लक्ष्मणरेषा' आखायला शिकवेल, जिचा भेद करून कोणताही विषाणू किंवा जिवाणू तुमच्या जनावरांपर्यंत पोहोचू शकणार नाही. कारण लक्षात ठेवा –

"सावधगिरी हीच उपचाराहून श्रेष्ठ आहे
(Prevention is better than Cure)."

६.१. जैव-सुरक्षा (Biosecurity) हीच तुमची 'विमा पॉलिसी'

'बायोसिक्युरिटी' किंवा 'जैव-सुरक्षा'. हा शब्द कानावर पडला की अनेक नवीन शेतकऱ्यांची आणि पशुपालकांची पाचावर धारण बसते. त्यांना वाटते की, हे काहीतरी खूप हाय-फाय तंत्रज्ञान आहे किंवा हे फक्त मोठ्या डेअरी फार्म्सलाच शक्य आहेत.

पण मित्रांनो, गैरसमज दूर करा. सोप्या भाषेत सांगायचे तर –

"जैव-सुरक्षा म्हणजे तुमच्या फार्मवर आजाराला प्रवेश करण्यापासून रोखण्यासाठीचे साधे नियम."

तुम्ही तुमच्या गाडीचा इन्शुरन्स काढता, स्वतःचा लाइफ इन्शुरन्स काढता. त्यासाठी दरवर्षी हजारो रुपये भरता. पण तुमच्या गोठ्यातील जनावरांची सुरक्षा काय? 'जैव-सुरक्षा' ही तुमची जगातील सर्वात स्वस्त आणि सर्वात प्रभावी '**विमा पॉलिसी**' आहे. यासाठी पैसे लागत नाहीत, फक्त 'शिस्त' लागते.

ही पॉलिसी तीन खांबांवर उभी आहे:

अ) विलगीकरण (Quarantine): तुमच्या गोठ्याची 'लक्ष्मणरेषा'

पशुपालनात एक भयानक सत्य आहे - "**९०% रोग हे हवेतून येत नाहीत, तर ते 'नवीन खरेदी केलेल्या जनावरातून' येतात.**" अनेकदा काय घडते? तुम्ही मोठ्या उत्साहाने जनावरांच्या बाजारात जाता. तिथे एखादी धष्टपुष्ट, तजेलदार गाय किंवा शेळी तुम्हाला आवडते. व्यापारी तिची स्तुती करतो. तुम्ही पैसे मोजता आणि तिला आनंदाने घरी आणता. घरी आल्यावर तुम्ही तिला थेट तुमच्या जुन्या गाईंच्या कळपात मिसळता.

आणि इथेच तुम्ही तुमच्या गोठ्यात '**काळाला**' आमंत्रण देता. ती नवीन गाय कदाचित '**कॅरियर**' (**Carrier**) असू शकते. म्हणजेच, तिच्या शरीरात लाळ्या-खुरकूत किंवा ब्रुसेलोसिसचे विषाणू '**सुप्त अवस्थेत**' लपलेले असू शकतात. प्रवासामुळे तिला ताण येतो आणि ४ दिवसांनी ती आजारी पडते. पण तोपर्यंत उशीर झालेला असतो. तिने तुमच्या घरच्या १० निरोगी गाईंना संसर्ग दिलेला असतो. एका गाईमुळे तुमचा अख्खा गोठा दवाखान्यात जातो.

नियम (The Iron Rule): त्यामुळे, एक नियम कोरून लिहून ठेवा - "**कोणतेही नवीन आणलेले जनावर किमान २१ दिवस मुख्य गोठ्यापासून लांब (विलगीकरण कक्षात) ठेवलेच पाहिजे.**" यालाच '**क्वारंटाईन**' म्हणतात. या २१ दिवसांत तिचे लसीकरण करा, जंतनाशक द्या आणि तिच्यावर बारीक लक्ष ठेवा. खात्री पटल्याशिवाय तिला जुन्या जनावरांमध्ये मिसळू नका. हा नियम मोडणे म्हणजे स्वतःच्या पायावर दगड मारून घेणे आहे.

ब) मानवी प्रवेश नियंत्रण: विषाणूंचे वाहक (Human Traffic Control)

तुम्हाला वाईट वाटेल, पण तुमच्या जनावरांसाठी सर्वात धोकादायक प्राणी कोणता असेल, तर तो 'माणूस' आहे. तुमच्या गोठ्यात येणारा प्रत्येक बाहेरचा माणूस हा एक '**रिस्क**' **(Risk)** आहे. विचार करा - तुमच्या गोठ्यात येणारा डॉक्टर, दूध गोळा करणारी गाडी, किंवा सहज "गोठा बघायला आलोय" म्हणणारे पाहुणे... हे लोक तुमच्याकडे येण्याआधी इतर १० गोठ्यांमध्ये जाऊन आलेले असतात. त्या गोठ्यातील विषाणू त्यांच्या **चपलांच्या तळाला** आणि **कपड्यांना** चिकटून तुमच्या गोठ्यात येतात.

उपाय: आपण मंदिरात किंवा आयसीयू (ICU) मध्ये चपला घालून जातो का? नाही ना? मग गोठा हे तर तुमचे मंदिरच आहे.

- **फुट बाथ (Foot Bath):** फार्मच्या गेटवर एक छोटा खड्डा किंवा टब ठेवा, ज्यात 'पोटॅशियम परमँगनेट'चे (Potassium Permanganate) लाल पाणी, ब्लिचिंग पावडर (Bleaching Powder) किंवा सोडियम हायपोक्लोराईट असेल. गोठ्यात प्रवेश करणाऱ्या प्रत्येक व्यक्तीने त्यात पाय बुडवूनच आत आले पाहिजे.
- **शू-कव्हर किंवा वेगळ्या चपला:** शक्य असल्यास, बाहेरच्या चपला गेटवरच काढायला लावा आणि गोठ्यासाठी वेगळ्या चपला वापरा.

क) जैव-बबल: तुमचा अभेद्य किल्ला (Bio-Bubble)

तुम्ही तुमच्या फार्मकडे एक '**किल्ला**' **(Fort)** म्हणून पाहिले पाहिजे. जसे किल्ल्याला तटबंदी असते, तसे तुमच्या फार्मचे तीन झोन (Zones) करा:

१. **लाल झोन (Red Zone):** फार्मच्या गेटचा बाहेरचा भाग. इथे कोणालाही यायला परवानगी आहे. पण हा 'हाय रिस्क' एरिया आहे.

२. **पिवळा झोन (Yellow Zone):** तुमचे ऑफिस, मजुरांच्या खोल्या आणि गोदामाचा भाग. इथे फक्त कामाची माणसे येऊ शकतात. (मध्यम रिस्क).

३. **हिरवा झोन (Green Zone):** हे तुमचे **'गर्भगृह'** आहे. जिथे तुमची जनावरे राहतात. इथे **'नो एन्ट्री'** असली पाहिजे. बाहेरच्या कोणत्याही व्यक्तीला, वाहनाला किंवा पाहुण्याला थेट 'ग्रीन झोन' मध्ये जाण्याची परवानगी कधीच नसावी. तिथे फक्त आणि फक्त त्या जनावरांची सेवा करणारा मजूर आणि डॉक्टरच जाऊ शकतात.

थोडक्यात: जैव-सुरक्षा म्हणजे भीती नाही, ती काळजी आहे. तुम्ही आजारावर उपचार करण्यापेक्षा, आजाराला वेशीवरच रोखणे कधीही शहाणपणाचे असते.

६.२. आजार आणि साथीचे रोग: प्रतिबंधात्मक उपाय (Prevention vs Cure)

पशुपालनाच्या क्षेत्रात वर्षानुवर्षे एक म्हण आपल्या कानावर पडत आली आहे: **"उपचार करण्यापेक्षा प्रतिबंध परवडला." (Prevention is cheaper than Cure).** शाळेत असताना हा आपल्याला फक्त एक 'सुविचार' वाटायचा. पण जेव्हा तुम्ही पशुपालक उद्योजक म्हणून काम करता, तेव्हा तुमच्या लक्षात येते की हे केवळ सुभाषित नसून, ते तुमच्या **'बॅलन्स शीट'चे (Balance Sheet) अंतिम सत्य** आहे. या व्यवसायात दोन प्रकारचे खर्च असतात. एक जो तुम्हाला दिसतो, आणि दुसरा जो तुम्हाला दिसत नाही पण तुम्हाला उद्ध्वस्त करतो.

अ) उपचाराचा छुपा खर्च: बर्फाच्या हिमनदीसारखा तोटा (The Hidden Cost of Treatment)

हे समजून घेण्यासाठी आपण दुग्धव्यवसायातील सर्वात सामान्य पण घातक आजाराचे उदाहरण घेऊ - **मस्टायटिस किंवा कासदाह (Mastitis).** समजा, तुमच्या एका गाईला मस्टायटिस झाला. तिची कास सुजली, दुधात रक्त येऊ लागले. तुम्ही तातडीने डॉक्टरांना बोलावता. डॉक्टर येतात, तपासणी करतात आणि ५०० रुपयांचे इंजेक्शन देतात. दोन दिवसांनी गाय बरी होते. तुम्ही सुटकेचा निश्वास टाकता आणि हिशोब मांडता:

"चला, ५०० रुपये खर्च झाला, पण गाय वाचली."

थांबा! इथेच तुमचे गणित चुकते. तुम्हाला फक्त 'बिलावरचा' ५०० रुपये खर्च दिसला. पण समुद्रातल्या हिमनगाप्रमाणे (Iceberg), या आजाराचा ९०% खर्च पाण्याखाली दडलेला असतो, जो तुम्हाला दिसत नाही.

तो छुपा तोटा खालीलप्रमाणे असतो:

१. **दूध फेकून देणे (Milk Discard):** डॉक्टरांनी गाईला जे 'प्रतिजैविके' (Antibiotics) दिले आहेत, त्याचा अंश दुधात उतरतो. नियमानुसार, हे दूध तुम्ही डेअरीला घालू शकत नाही. तुम्हाला पुढील ३ ते ५ दिवसांचे दूध ओतून द्यावे लागते. *(तोटा: १५ लिटर x ३५ रुपये x ५ दिवस = २,६२५ रुपये).*

२. **कायमस्वरूपी नुकसान (Permanent Damage):** मस्टायटिस बरा झाला तरी त्या कासेची क्षमता १००% पूर्ववत होत नाही. तिची दूध बनवणारी ऊती (Tissues) खराब होतात. तिची उत्पादन क्षमता कायमस्वरूपी २०% ने घटते. *(भविष्यातील तोटा: एका वेतात १०,००० रुपयांचे कमी दूध).*

३. **प्रजनन समस्या (Reproductive Issues):** आजारी गायीचे शरीर तणावात असते. त्यामुळे ती वेळेवर माजावर येत नाही किंवा गाभण राहत नाही.

अंतिम हिशोब: तुम्हाला वाटलेला **५०० रुपयांचा** आजार, प्रत्यक्षात तुम्हाला **१२,००० ते १५,००० रुपयांचा** फटका देऊन जातो. त्यामुळे, रोग झाल्यावर धावपळ करण्यापेक्षा, तो होऊच नये म्हणून केलेली गुंतवणूक (उदा. दूध काढण्यापूर्वी आणि नंतर कास धुणे, गोठा कोरडा ठेवणे) ही नेहमीच शहाणपणाची ठरते.

ब) लसीकरण: खर्च नव्हे, ही तर 'गुंतवणूक'
(Vaccination: Not an Expense, But an investment)

दुसरा महत्त्वाचा मुद्दा म्हणजे - **लसीकरण (Vaccination).** मी अनेकदा पाहतो की, शेतकरी चहा-पाण्यावर दिवसाला ५० रुपये खर्च करतील, पण जनावराच्या ५ रुपयांच्या लसीसाठी १० वेळा विचार करतील. त्यांना वाटते,

"माझी जनावरं ठणठणीत आहेत, कशाला उगाच औषध टोचायचं?"

पण मित्रांनो, **'लाळ्या खुरकूत' (FMD)**, **'घटसर्प/गळसुजी' (HS)** किंवा शेळ्यांमधील **'पीपीआर' (PPR)** हे साधे आजार नाहीत. हे **'दुष्काळ'** आहेत. जेव्हा हे रोग गोठ्यात शिरतात, तेव्हा ते उपचाराला वेळही देत नाहीत. ते थेट जीव घेतात किंवा जनावराला कायमचे निकामी करतात.

व्यवसायाचे साधे गणित पहा:

- **परिस्थिती १:** तुमच्याकडे १०० शेळ्या आहेत. 'पीपीआर' लसीचा एका शेळीचा खर्च ५ रुपये आहे. **एकूण खर्च: ५०० रुपये.** (ही तुमची सुरक्षा आहे).
- **परिस्थिती २:** तुम्ही ५०० रुपये वाचवले. दुर्दैवाने साथ आली आणि तुमच्या १० शेळ्या मेल्या (एक शेळी १०,००० रुपयांची) **एकूण तोटा: १,००,००० रुपये.**

आता तुम्हीच ठरवा - **खिशातले ५०० रुपये मोठे की १ लाख रुपये?**

यशस्वी उद्योजक तोच असतो, ज्याच्या गोठ्यात 'लसीकरणाचे वेळापत्रक' (Vaccination Schedule) एखाद्या धर्मग्रंथासारखे पाळले जाते. तारखेच्या आधी लस टोचली गेलीच पाहिजे, यात कोणतीही तडजोड (Compromise) नाही.

धडा: आजार आल्यावर डॉक्टरकडे धावणारा तो 'सामान्य पशुपालक', आणि आजार येऊच नये म्हणून आधीच काळजी घेणारा तो 'स्मार्ट उद्योजक'.

६.३. हवामान बदल आणि 'हीट स्ट्रेस' (Heat Stress) - नवीन संकट

आत्तापर्यंत आपण जंत, जिवाणू आणि विषाणूंची चर्चा केली. पण आजच्या काळात या सूक्ष्म शत्रूंपेक्षाही एक महाकाय शत्रू तुमच्या गोठ्याच्या दरवाज्यावर उभा आहे, तो म्हणजे - **'बदलते हवामान' (Climate Change).** महाराष्ट्राचा विचार केला, तर आपल्याकडील उन्हाळा आता पूर्वीसारखा राहिला नाही. फेब्रुवारीपासूनच चटके बसायला सुरुवात होते आणि एप्रिल-मे मध्ये तर पारा ४० ते ४५ अंश सेल्सिअसवर जाऊन पोहोचतो.

तुम्हाला वाटत असेल, "उन्हाळा आहे, गरम होणारच!" पण लक्षात ठेवा, हे वाढलेले तापमान तुमच्या गोठ्यातील नफ्याला वाफेसारखे उडवून लाऊ शकते. या संकटाचे नाव आहे - **'हीट स्ट्रेस' (Heat Stress) किंवा उष्णतेचा ताण.**

अ) उष्णतेचा ताण म्हणजे नक्की काय?

हे समजून घेण्यासाठी जनावरांचे बायोलॉजी समजून घ्यावे लागेल. आपल्या गोठ्यात असलेल्या जास्त दूध देणाऱ्या गाई (विशेषतः एच.एफ. / जर्सी) या मूळच्या युरोपसारख्या **थंड हवामानातील** प्राणी आहेत. त्यांच्या शरीराची रचना थंडी सहन करण्यासाठी बनलेली आहे, उष्णता सहन करण्यासाठी नाही.

त्यांना **२५°C (अंश सेल्सिअस)** पर्यंतचे तापमान सुखाचे वाटते. पण जेव्हा तापमान या रेषेच्या वर जाते, तेव्हा त्यांच्या शरीरातील नैसर्गिक **'कुलिंग सिस्टीम'** **(Cooling System)** फेल होते. माणसाला घाम येतो आणि शरीर थंड होते, पण गाईंना आपल्या इतका घाम येत नाही. त्यामुळे, उष्णता बाहेर टाकण्यासाठी त्या जोरात श्वास घेऊ लागतात, जीभ बाहेर काढतात आणि त्यांना धाप लागते. या अवस्थेला 'हीट स्ट्रेस' म्हणतात.

ब) आर्थिक फटका: 'सर्व्हायव्हल मोड'चा निर्णय
(Economic Impact: The Cost of Survival)

जेव्हा गायीला 'हीट स्ट्रेस' होतो, तेव्हा तिचा मेंदू एक कठोर पण नैसर्गिक निर्णय घेतो: "**मालकासाठी दूध बनवणे आता महत्त्वाचे नाही, आता माझा स्वतःचा जीव वाचवणे महत्त्वाचे आहे.**" तिचे शरीर **'उत्पादन मोड'** मधून **'बचाव मोड' (Survival Mode)** मध्ये जाते. याचे परिणाम तुमच्या खिशावर खालीलप्रमाणे होतात:

१. **खाद्य कमी करणे (Reduced Feed Intake):** तुम्ही कधी अनुभवले आहे का? उन्हाळ्यात आपल्याला जेवण जात नाही, फक्त पाणी प्यावेसे वाटते. जनावरांचेही तसेच असते. अन्न पचवताना शरीरात उष्णता निर्माण होते, त्यामुळे शरीर आणखी गरम होऊ नये म्हणून गाय स्वतःहून खाणे कमी करते. **परिणाम:** खाद्यात १०-२०% घट होते.

२. **दुधाचा धबधबा आटतो:** कमी खाणे म्हणजे कमी कच्चा माल. आणि कच्चा माल कमी झाला की उत्पादन घटणारच! उष्णतेच्या लाटेत दुधाचे उत्पादन तत्काळ **१५% ते २५% ने खाली येते.** शिवाय, गाय जास्त पाणी पीत असल्याने आणि धाप लागल्याने दुधातील फॅट (Fat) आणि एसएनएफ (SNF) मध्येही मोठी घट होते. हे नुकसान डेअरीचे बिल पाहून तुम्हाला लक्षात येईल.

३. **सर्वात मोठा फटका - 'सायलेंट हीट' (Silent Heat):** दूध कमी झाले तर ते पावसाळ्यात वाढवता येईल, पण 'प्रजनन चक्र' बिघडले तर काय? उष्णतेचा ताण थेट गाईच्या संप्रेरकांवर (Hormones) परिणाम करतो. उन्हाळ्यातील ४ महिने गाई एकतर माजावर येत नाहीत, किंवा आल्या तरी 'मुका माज' (Silent Heat) असतो जो ओळखू येत नाही. **तोटा:** जर उन्हाळ्याच्या ४ महिन्यांत तुमच्या गाई गाभण राहिल्या नाहीत, तर पुढच्या

वर्षीचे तुमचे संपूर्ण बजेट कोलमडते. हा न दिसणारा तोटा हजारो रुपयांचा असतो.

क) उपाययोजना: गोठ्याचे 'इंजिनिअरिंग' (Comfort Engineering)

या संकटाशी लढण्यासाठी तुम्हाला आता फक्त 'शेतकरी' राहून चालणार नाही, तर **'इंजिनिअर'** बनावे लागेल. उष्णतेशी दोन हात करण्यासाठी तुम्हाला 'कम्फर्ट इंजिनिअरिंग' वापरावे लागेल:

१. **फॉगर्स आणि फॅन्सची जुगलबंदी (Foggers & Fans):** गोठ्यात नुसते सीलिंग फॅन लावून उपयोग नाही. गरम हवेत फॅन लावल्याने जनावरांना 'हेअर ड्रायर' सारखी गरम हवा लागते. त्यामुळे, फॅनसोबत **'फॉगर्स'** (पाण्याचे अतिसूक्ष्म तुषार उडवणारी यंत्रणा) अनिवार्य आहे.
विज्ञान: जेव्हा पाण्याचे सूक्ष्म तुषार हवेत उडतात आणि फॅनच्या हवेने ते बाष्पीभवन होतात, तेव्हा गोठ्यातील तापमान बाहेरच्या तापमानापेक्षा **५ ते ६ अंशांनी कमी** होते. हा गारवा गाईला पुन्हा खाण्यास प्रवृत्त करतो.

२. **छताची उंची आणि रचना:** गोठ्याचे छत (Roof) जितके उंच, तितकी हवा खेळती राहते. तसेच, छतावर **पांढरा रंग (Reflective Paint)** किंवा चुना लावल्यास सूर्याची किरणे परावर्तित होतात आणि आतले तापमान कमी राहण्यास मदत होते.

३. **पाण्याचे नियोजन:** उन्हाळ्यात जनावरांना पिण्यासाठी **थंड आणि स्वच्छ पाणी २४ तास** उपलब्ध हवे. एका अभ्यासानुसार, जर पाण्याची टाकी सावलीत असेल आणि पाणी थंड असेल, तर जनावरे पाणी जास्त पितात आणि त्यांचे शरीर आतून थंड राहते.

निष्कर्ष: बदलत्या हवामानाला आपण थांबवू शकत नाही, पण त्याचा आपल्या जनावरांवर होणारा परिणाम आपण नक्कीच कमी करू शकतो. लक्षात ठेवा —

उन्हाळ्यात जो आपल्या जनावरांना 'थंड' ठेवतो, त्याचा खिसा वर्षभर 'गरम' राहतो.

६.४. आजार व्यवस्थापनाचे ३ सुवर्ण नियम

आपण पाहिले की, पशुपालन व्यवसायात धोके आहेत. पण घाबरून जाण्याचे कारण नाही. जर तुमच्याकडे योग्य रणनीती असेल, तर तुम्ही या 'अदृश्य शत्रूंना' सहज हरवू शकता. माझ्या अनुभवाचे सार सांगायचे तर, तुमच्या गोठ्यातील जनावरांचे आरोग्य आणि तुमचे आर्थिक यश हे खालील **'तीन सुवर्ण नियमांवर'** अवलंबून आहे. हे नियम साधे आहेत, पण तेच तुमच्या व्यवसायाचे रक्षक आहेत.

नियम १: निरीक्षण - मुक्या प्राण्यांची भाषा (Observation)

या व्यवसायात सर्वात मोठी अडचण काय आहे? तुमचे 'मशीन' (जनावर) बोलू शकत नाही. ते तुम्हाला सांगू शकत नाही की, "मालक, आज माझे डोके दुखतेय किंवा पोटात कळ येतेय." पण, निसर्गाने त्यांना एक भाषा दिली आहे - **देहोली (Body Language).** जनावर आजारी पडण्याआधी किंवा खाली बसण्याआधी किमान २४ तास काही 'संकेत' देत असते.

- ते नेहमीपेक्षा कमी खाते (Feed Leftover).
- ते कळपापासून वेगळे जाऊन कोपऱ्यात उभे राहते (Isolation).
- त्याचे कान खाली पडतात किंवा डोळ्यातील चमक कमी होते.
- त्याचे रवंथ करण्याचे प्रमाण (Chewing Cud) कमी होते.

तुमची जबाबदारी: जो पशुपालक हे बारीक संकेत ओळखतो, तो आजाराला 'अंमलबजावणीच्या' पहिल्या टप्प्यावरच पकडतो. तिथे ५० रुपयांच्या गोळीत काम होते. पण, जर तुमचे निरीक्षण नसेल आणि जनावर आजारी पडून खाली बसले, तर मग ५००० रुपयांचे सलाईन लावूनही उपयोग होत नाही. त्यामुळे, **'तिसरा डोळा'** उघडा ठेवा.

नियम २: स्वच्छता - अर्धे औषध (Hygiene)

शेतकऱ्यांचा एक गैरसमज असतो की, आजार बरे करण्यासाठी 'औषधे' लागतात. नाही! आजार बरे करण्यासाठी औषधे लागतात, पण आजार होऊच नयेत यासाठी **'स्वच्छता'** लागते. तुमचा गोठा कसा आहे? जर तुमच्या गोठ्यात सतत चिखल असेल, शेण साठलेले असेल आणि जमीन ओली असेल, तर तुम्ही स्वतः रोगांना निमंत्रण देत आहात. ओलसर आणि घाणेरडा गोठा म्हणजे रोगजंतूंचे **'नंदनवन' (Paradise)** आहे. तिथे मस्टायटिस (कासदाह) आणि खुरांचे आजार (Foot Rot) फोफावतात.

मंत्र: एक गोष्ट लक्षात ठेवा - "**कोरडा गोठा, निरोगी गोठा.**" तुमच्या गोठ्यातील जमीन जेवढी कोरडी आणि हवेशीर असेल, तेवढा डॉक्टरांचा खर्च कमी होईल. स्वच्छता हेच जनावरांच्या ५०% आजारांवरचे औषध आहे.

नियम ३: तज्ज्ञांचा सल्ला - प्रयोगाची जागा नाही (Expert Advice)

आपल्याकडे एक वाईट सवय आहे. जनावर आजारी पडले की आपण आधी 'डॉक्टर' बनतो. आपण शेजाऱ्याला विचारतो, *"काय रे, तुझ्या गाईला मागच्या वेळी काय दिले होते?"* आणि तो सांगतो ते औषध आपण आपल्या गाईला देतो. किंवा आपण काहीतरी घरगुती उपाय करत बसतो (हळद लाव, तेल पाज इत्यादी).

कृपया हे थांबवा! पशुपालन हा 'जुगार' नाही आणि तुमचा गोठा ही 'प्रयोगशाळा' नाही. प्रत्येक आजाराची लक्षणे सारखी दिसू शकतात, पण कारणे वेगळी असू शकतात. ताप हा 'गोचिड तापामुळे' (Tick Fever) असू शकतो किंवा 'न्यूमोनिया'मुळे ही असू शकतो. दोन्हीचे उपचार वेगळे आहेत.

धडा: जेव्हा जनावराच्या वागण्यात बदल जाणवेल, तेव्हा घरगुती उपाय किंवा व्हॉट्सअॅपच्या ज्ञानावर वेळ वाया न घालवता, त्वरित **पात्र पशुवैद्यकीय डॉक्टरांना (Veterinary Doctor)** बोलवा. त्यांचे 'निदान' (Diagnosis) अचूक असते. लक्षात ठेवा, ५०० रुपयांची फी वाचवण्याच्या नादात तुम्ही ५०,००० रुपयांचे जनावर गमावू शकता.

निष्कर्ष: संरक्षण हीच समृद्धी

या प्रकरणाच्या शेवटी, मी तुम्हाला या व्यवसायातील एक कटू सत्य सांगू इच्छितो, जे बऱ्याचदा अनुभवानंतरच समजते: "**पैसे कमवणे ही 'कला' आहे, पण कमवलेले पैसे टिकवून ठेवणे हे 'शास्त्र' आहे.**" तुम्ही दुधातून किती नफा कमवता, यापेक्षा तुम्ही रोगांमुळे किती नुकसान टाळता, यावर तुमची खरी श्रीमंती अवलंबून आहे. अनेक लोक मला विचारतात,

"डॉक्टर, माझा नफा नक्की कुठे आहे? दुधाच्या टाकीत की फॅटच्या आकड्यात?" मी त्यांना सांगतो, *"तुमचा खरा नफा दुधाच्या टाकीत नाही, तर तो तुमच्या जनावरांच्या **'रोगप्रतिकारशक्तीत' (Immunity)** आणि तुमच्या फार्मच्या **'जैव-सुरक्षेत' (Biosecurity)** दडलेला आहे."*

ज्या दिवशी तुमच्या गोठ्यातील जैव-सुरक्षेची साखळी तुटते, त्या दिवशी तुमच्या दुधाची टाकी कितीही भरलेली असली, तरी ती रिकामी व्हायला वेळ लागत नाही.

गोठा: एक मंदिर: तुमच्या गोठ्याकडे बघण्याचा दृष्टिकोन बदला. त्याला केवळ जनावरांचे राहण्याचे ठिकाण समजू नका, तर त्याला एक **'मंदिर'** समजा. जसे आपण मंदिरात प्रवेश करताना चपला बाहेर काढून, हातपाय धुवून आणि मनात पवित्र भाव ठेवून जातो; तसाच नियम गोठ्याला लागू करा. जिथे अस्वच्छता, घाण आणि बाहेरच्या रोगांना प्रवेश 'निषिद्ध' आहे, तिथेच आरोग्याची देवता प्रसन्न होते.

लक्षात ठेवा, तो **'अदृश्य शत्रू' (आजार)** तुम्हाला कधीही फोन करून किंवा मेसेज करून येणार नाही की, *"उद्या मी तुझ्या फार्मवर येणार आहे."* तो संयमी आहे. तो कुंपणावर बसून फक्त तुमच्या एका **'छोट्या निष्काळजीपणाची'** वाट पाहत असतो. तुमची एक चूक, आणि त्याचा प्रवेश निश्चित! त्यामुळे, **संरक्षण (Protection)** हीच तुमची समृद्धी आहे.

पुढील प्रवासाची दिशा...

आतापर्यंत आपण पाहिले की, गोठा कसा असावा, चारा कसा असावा आणि रोगांपासून संरक्षण कसे करावे. म्हणजे आपण 'हार्डवेअर' आणि 'अँटीव्हायरस' सेट केले. पण, जर तुमच्या संगणकाचे 'सॉफ्टवेअर' किंवा 'ऑपरेटिंग सिस्टीम'च जुनी किंवा खराब असेल, तर जगातील सर्वात महागातला संगणकही वेगाने चालणार नाही. तसेच, जर तुमच्या गोठ्यातील गाईची **'जात/ब्रिड' (Genetics)** खराब असेल, तर तुम्ही तिला सोन्याचा चारा घातला आणि ५ स्टार हॉटेलमध्ये ठेवले, तरी ती तुम्हाला दूध देणार नाही.

निसर्गाने ज्या गाईची क्षमताच ५ लिटरची बनवली आहे, तिच्याकडून तुम्ही २० लिटरची अपेक्षा कशी करू शकता? पुढील प्रकरण हे या पुस्तकातील सर्वात महत्त्वाचे प्रकरण आहे, जिथे आपण व्यवसायाच्या **'सॉफ्टवेअर'** बद्दल बोलणार आहोत.

कोणती जात निवडायची? एच.एफ. की गीर? मुर्हा की जाफराबादी? आणि सर्वात महत्त्वाचे म्हणजे - **"फक्त दूध बघून गाय घ्यायची की तिची 'फॅमिली हिस्ट्री' बघायची?"** चला तर मग, वळूया पुढील प्रकरणाकडे... **जेनेटिक्स - व्यवसायाचे सॉफ्टवेअर (Genetics: The Software of Business).**

विभाग ३: व्यवस्थापन कौशल्ये
(Operational Excellence)

प्रकरण ७: जेनेटिक्स: व्यवसायाचे सॉफ्टवेअर (Genetics) हाडमासाच्या पलीकडचे विज्ञान

"सोन्याच्या ताटात वाढले म्हणून दगडाचे अन्न होत नाही. अगदी तसेच, तुम्ही जनावरांना पंचतारांकित (AC) सुविधा दिल्या आणि कितीही महागडा खुराक खाऊ घातला, पण जर त्यांच्या रक्तातच (Genes) दूध देण्याची क्षमता नसेल, तर तुमचा हा सर्व 'राजेशाही खर्च' पाण्यात गेल्यासारखा आहे."

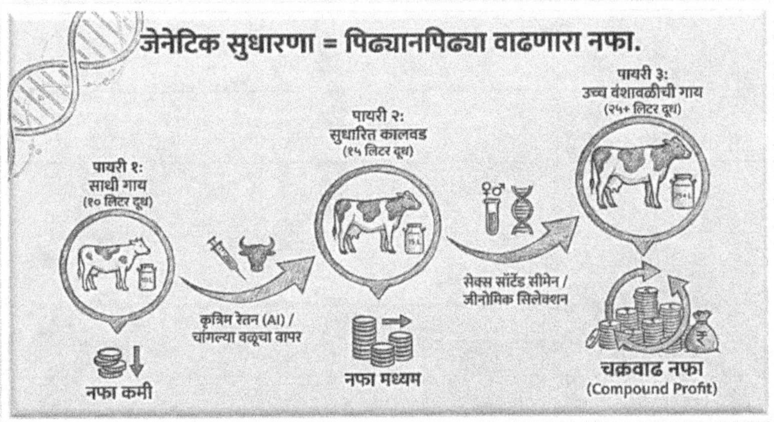

जेनेटिक सुधारणा = पिढ्यानपिढ्या वाढणारा नफा

वाचकांचे विचार

जर आपण आधुनिक भाषेत बोलायचे झाले आणि पशुपालन व्यवसायाची तुलना 'कॉम्प्युटर'शी केली, तर याचे गणित कसे दिसेल?

१. **शेड (Shed):** हे तुमचे **'हार्डवेअर' (Hardware)** आहे. म्हणजेच सीपीयूचा डबा, मॉनिटर, आणि कीबोर्ड. हे बाहेरून दिसते आणि यावर तुम्ही भरपूर खर्च करता.

२. **चारा (Feed):** ही तुमची **'वीज' (Power)** आहे. कॉम्प्युटर चालण्यासाठी जशी वीज लागते, तसे जनावर चालण्यासाठी चारा लागतो.

३. **जेनेटिक्स (Genetics):** हे त्या कॉम्प्युटरचे **'सॉफ्टवेअर' (Operating System/Software)** आहे. हे दिसत नाही, पण संपूर्ण सिस्टम कशी चालणार, हे फक्त यावरच ठरते.

'विंडोज ९५' आणि सुपर कॉम्प्युटर

आता एक विचार करा. तुमच्याकडे जगातला सर्वात महागडा, वेगवान आणि अत्याधुनिक 'सुपर कॉम्प्युटर' (Hardware) आहे. त्याला तुम्ही २४ तास अखंड वीज पुरवठा (Power) दिला आहे. पण... जर त्या कॉम्प्युटरमध्ये तुम्ही २० वर्षे जुने **'Windows 95'** हे सॉफ्टवेअर टाकले असेल, तर काय होईल?

तो सुपर कॉम्प्युटर चालेल का? चालेल, पण कसा? अगदी कासवाच्या वेगाने! तो हँग होईल, नवीन प्रोग्राम्स उघडणार नाही आणि तुमची कामाची गती शून्यावर येईल. तिथे हार्डवेअरची चूक नाही, विजेची चूक नाही; चूक त्या जुन्या 'सॉफ्टवेअर'ची आहे.

पशुपालनाचे अगदी तसेच आहे. तुमचा गोठा (Shed) फाईव्ह स्टार हॉटेलसारखा असेल, तुम्ही जगातला सर्वोत्तम चारा (Feed) घालत असाल, पण जर तुमच्या जनावराची **'वंशावळ' (Genetics/Pedigree)** कमजोर असेल, तर तुमचे सर्व प्रयत्न वाया आहेत. ज्या गाईच्या डीएनएमध्येच (DNA) १० लिटर दूध देण्याची क्षमता आहे, तिला तुम्ही सोन्याचा घास भरवला तरी ती २० लिटर दूध कधीच देऊ शकत नाही. हे सॉफ्टवेअरचे लिमिटेशन आहे.

५० लाख विरुद्ध ५ हजार: उद्योजकांची सर्वात मोठी चूक

मी अनेक नवीन उद्योजकांना पाहतो, जे इथेच मोठी गफलत करतात. प्रोजेक्ट सुरू करताना ते गोठ्याच्या बांधकामावर ५० लाख रुपये खर्च करतात. सिमेंटचे रस्ते, महागडे फॅन्स आणि स्टीलचे रेलिंग लावतात. पण, जेव्हा गोठा तयार होतो आणि गाई खरेदी करण्याची वेळ येते, तेव्हा त्यांची मानसिकता बदलते. बाजारात गेल्यावर ते व्यापाऱ्याशी हुज्जत घालतात: *"दादा, ही गाय ६० हजाराला नको, ५५ हजाराला द्या."* ते ५-१० हजार वाचवण्यासाठी चांगल्या वंशावळीची गाय सोडून देतात आणि 'ॲव्हरेज' गायी घेऊन येतात.

ही **'पेनी वाईज, पाऊंड फूलिश' (Penny wise, Pound foolish)** वृत्ती आहे. तुम्ही ५० लाखांचे हार्डवेअर उभे केले आणि त्यात ५ हजारांसाठी 'पायरेटेड सॉफ्टवेअर' इन्स्टॉल केले. याचा परिणाम काय होतो? तुमचा ५० लाखांचा गोठा (Asset) वेगाने घसारा (Depreciation) पावतो, पण त्यातून येणारे उत्पन्न (Income) मात्र वाढत नाही.

उत्तम बीजापोटीच उत्तम फळे

तुकाराम महाराजांनी शतकांपूर्वी सांगून ठेवले आहे - **"शुद्ध बीजापोटी, फळे रसाळ गोमटी."** हेच या प्रकरणाचे सार आहे. पशुपालनात 'मॅजिक' नसते, फक्त 'लॉजिक' असते. आणि ते लॉजिक जेनेटिक्समध्ये आहे. उत्तम जेनेटिक्स असलेली गाय:

- खाल्लेल्या चाऱ्याचे दुधात जास्त रूपांतर करते (Better FCR).
- कमी आजारी पडते (Better Immunity).
- आणि तिची वासरं पुढच्या पिढीत अधिक उत्पादन देतात.

त्यामुळे, या प्रकरणात आपण बघणार आहोत की, चकचकीत गोठा बांधण्याआधी, एक **'हाय-जेनेटिक मेरिट' (High Genetic Merit)** असलेला कळप कसा तयार करायचा? कारण शेवटी दूध भिंती देत नाहीत, तर गाई देतात.

७.१. स्वस्त जनावर का महागात पडते? वंशावळीचे महत्त्व

पशुपालनात नवीन उतरलेल्या उद्योजकाची पहिली परीक्षा बाजारात होते. तिथे गेल्यावर तुम्हाला दोन प्रकारच्या गाई किंवा म्हशी दिसतात:

१. **बाजारभावाची गाय (The Market Cow):** ही गाय व्यापारी तुम्हाला **६०,००० रुपयांत** द्यायला तयार असतो. तिची वंशावळ माहित नसते, तिच्या आईचा किंवा बापाचा पत्ता नसतो आणि तिच्या दुधाचा कोणताही लिखित रेकॉर्ड नसतो. ती एक 'अनामिक' गाय असते.

२. **ब्रीडरची गाय (The Breeder's Cow):** दुसरीकडे, एक चांगला ब्रीडर तुम्हाला त्याची गाय दाखवतो. तो तिची किंमत **१,००,००० रुपये** सांगतो. पण त्यासोबत तो तुम्हाला तिच्या आईचा, आजीचा आणि बापाचा (Bull) संपूर्ण रेकॉर्ड दाखवतो.

येथे नवीन उद्योजकाचे 'बजेट' आणि 'बुद्धी' यांचा संघर्ष सुरू होतो. तो विचार करतो:

"दोघींना ४ पाय आहेत, १ शेपूट आहे आणि २ शिंगे आहेत. दोघीही गायीच आहेत. मग मी एका गाईसाठी ४०,००० रुपये जास्त का देऊ? त्यापेक्षा मी स्वस्त गाय घेईन आणि उरलेले ४० हजार गोठ्याच्या सजावटीवर लावेन."

मित्रांनो, हा निर्णय म्हणजे व्यवसायाचा अंत असतो. तुम्हाला वाटते तुम्ही ४०,००० वाचवले, पण प्रत्यक्षात तुम्ही तुमच्या गळ्यात एक **'पांढरा हत्ती'** बांधून घेतला आहे. का? ते खालील गणितावरून समजून घ्या.

अ) इनपुट कॉस्टचा सापळा (The Fixed Cost Trap)

पशुपालनात एक नियम आहे जो बऱ्याच जणांना माहित नाही. **"एक २० लिटर दूध देणारी गाय आणि एक १० लिटर दूध देणारी गाय - या दोघींच्या देखभालीचा खर्च (Maintenance Cost) जवळपास सारखाच असतो."**

हे कसे? जनावराला जिवंत राहण्यासाठी, श्वास घेण्यासाठी आणि हालचाल करण्यासाठी जी ऊर्जा लागते, त्याला **'मेंटेनन्स रेशन' (Maintenance Ration)** म्हणतात.

- तुमची गाय दूध देवो अथवा न देवो, तिला तिच्या शरीराच्या वजनानुसार (Body Weight) ठराविक चारा खावाच लागतो.
- १० लिटरवाल्या गाईलाही जागेचे भाडे तेवढेच लागते, मजुरांचा पगार तेवढाच लागतो आणि डॉक्टरचा व्हिजिट चार्जही तेवढाच लागतो.
- २० लिटरवाली गायही तेवढेच घेते.

फरक फक्त एवढाच असतो की, चांगली गाय तिच्या उत्पादनासाठी थोडे जास्त 'प्रॉडक्शन रेशन' खाते. पण मूळ 'फिक्स्ड कॉस्ट' (Fixed Cost) दोघांची सारखीच असते.

ब) आयुष्यभराचा नफा (Lifetime Profitability)

गाईची खरी किंमत तिच्या दिसण्यावर नाही, तर ती खाल्लेल्या चाऱ्याचे दुधात रूपांतर कसे करते, यावर ठरते. याला **'एनर्जी पार्टिशनिंग'** म्हणतात.

१. **स्वस्त गाय (Low Genetic Merit - चालता-फिरता खर्च)**: या गाईचे 'इंजिन' जुने असते. ती खाल्लेल्या अन्नातील **८०% ऊर्जा** फक्त स्वतःला जिवंत ठेवण्यासाठी (Maintenance) वापरते आणि केवळ **२०% ऊर्जा** दुधासाठी वापरते. तिला घातलेला महागडा चारा दूध वाढवत नाही, तर फक्त शेण वाढवतो.

२. **महागडी गाय (High Genetic Merit - दुधाचे मशीन)**: या गाईचे 'सॉफ्टवेअर' प्रगत असते. ती स्वतःच्या देखभालीवर कमी ऊर्जा खर्च करते आणि खाल्लेल्या अन्नातील जास्तीत जास्त ऊर्जा **'दूध उत्पादनाकडे'** वळवते. तिची 'फीड एफिशियन्सी' जास्त असते.

स्वस्त गाय 'चारा खाऊन शेण देणारे' यंत्र आहे, तर महागडी गाय 'चारा खाऊन नफा देणारे' मशीन आहे. ४० हजार वाचवण्यापेक्षा ४० हजार गुंतवणे जास्त फायद्याचे आहे.

४० हजारांचे गणित (The ROI Calculation)

आता पैशाच्या भाषेत बोलूया. तुम्हाला ४०,००० रुपये जास्त वाटत होते ना? आता हे गणित पहा: समजा, चांगल्या वंशावळीची गाय (जी २० लिटर देते) सामान्य गाईपेक्षा (जी १० लिटर देते) दिवसाला १० लिटर जास्त दूध देते. पण आपण सेफ साईड पकडू. समजा, ती संपूर्ण वेतात (Lactation Period) सरासरीने **३००० लिटर दूध** जास्त देते.

- **जास्त दूध:** ३००० लिटर
- **दुधाचा दर:** ३० रुपये प्रति लिटर
- **अतिरिक्त कमाई:** ३००० x ३० = **९०,००० रुपये (एका वर्षात).**

निष्कर्ष: तुम्ही खरेदी करताना **४०,००० रुपये** जास्त दिले होते (गुंतवणूक). पण त्या गाईने पहिल्याच वर्षात तुम्हाला **९०,००० रुपये** जास्तीचे कमावून दिले (परतावा). म्हणजेच तुमचे ४० हजार वसूल होऊन वर ५० हजारांचा नफा झाला!

याउलट, 'स्वस्त' गाईने तुमचे रोजचे पैसे खाल्ले आणि वर्षाच्या शेवटी हिशोब केला तर ती तोट्यातच निघाली.

अंतिम धडा: पशुपालनात 'स्वस्त' जनावर हेच सर्वात 'महाग' पडते. त्यामुळे, यापुढे जनावर खरेदी करताना त्याच्या गुळगुळीत कातडीकडे किंवा सुंदर शिंगांकडे बघू नका. त्याच्या 'डेटा' (Record) कडे बघा. कारण सौंदर्य दूध देत नाही, वंशावळ दूध देते.

७.२. कृत्रिम रेतन (AI), एम्ब्रियो ट्रान्सफर (ET) आणि भविष्यातील तंत्रज्ञान

जुने लोक म्हणतात, "शेतकरी हा जगाचा पोशिंदा आहे," पण मी म्हणतो, "उद्योजक हा भविष्याचा निर्माता आहे." पारंपारिक शेतकरी आजही गाईला गाभण करण्यासाठी गावातील वळू (Bull) शोधत फिरतो. पण तुम्ही जर स्वतःला 'पशुपालक उद्योजक' म्हणवत असाल, तर वळूच्या मागे धावणे थांबवा आणि विज्ञानाची कास धरा.

आज तंत्रज्ञान इतके पुढे गेले आहे की, तुम्ही तुमच्या गोठ्यात बसून जगातील सर्वोत्तम जेनेटिक्सचा वापर करू शकता. हे तंत्रज्ञान म्हणजे तुमच्या व्यवसायाचा वेग १० पटीने वाढवणारे 'बूस्टर' आहे.

अ) कृत्रिम रेतन (AI): २०० रुपयांत 'करोडपती' होण्याची संधी

काही लोक डॉक्टरकडून इंजेक्शन (Artificial Insemination - AI) भरून घेण्याकडे फक्त एक 'उपचार' म्हणून बघतात. "गाय माजावर आली, इंजेक्शन दिले, गाय गाभण राहिली... विषय संपला." नाही! हा विचार बदला. एआय (AI) हे गाईला फक्त गाभण करण्याचे साधन नाही, तर ते **'जेनेटिक सुधारणेचे' (Genetic Improvement)** जगातील सर्वात मोठे साधन आहे.

याची जादू पहा: अमेरिकेत, इस्रायलमध्ये किंवा डेन्मार्कमध्ये एक असा वळू (Bull) आहे, ज्याची आई एका वेतात १५,००० लिटर दूध देते. (आपली गाय जेमतेम ३००० देते). त्या वळूची किंमत करोडो रुपये आहे. तुम्ही-आम्ही तो वळू कधीच विकत घेऊ शकत नाही. पण, या 'एआय '(Artificial Insemination - AI) तंत्रज्ञानामुळे, त्या करोडो रुपयांच्या वळूचे वीर्य (Semen Straw) नायट्रोजनच्या बाटलीत साठवून तुमच्या दारात येते. आणि त्याची किंमत असते फक्त **२०० ते ५०० रुपये!**

परिणाम: जेव्हा तुम्ही तुमच्या साध्या गाईला त्या अमेरिकन वळूचे सिमेन वापरता, तेव्हा तुमच्या गोठ्यात जन्माला येणारे वासरू हे त्या **'करोडपती वळू'चे** बाळ असते. त्या वासरामध्ये बापाचे ५०% गुण उतरतात. म्हणजेच, अवघ्या २००-५०० रुपयांत तुम्ही तुमच्या पुढच्या पिढीची दूध देण्याची क्षमता (Capacity) थेट दुप्पट केली. ही किमया नैसर्गिक वळूकडून कधीच होऊ शकत नाही.

ब) सेक्स सॉर्टेड सीमेन: वंशाचा दिवा नाही, आता 'वंशाची पणतीच' हवी! (Sexed Semen: Only Females, No Males)

दुग्धव्यवसायात सर्वात मोठी डोकेदुखी काय असते? तुम्ही ९ महिने वाट बघता, गाय विते आणि तिला **'नर वासरू' (Bull Calf)** होते. हा दुग्धव्यवसायातील **'आर्थिक तोटा'** आहे. कारण नर वासरू दूध देत नाही. त्याला सांभाळणे म्हणजे फक्त खर्च करणे. शेवटी त्याला फुकटात कोणाला तरी देऊन टाकावे लागते.

तंत्रज्ञान: विज्ञानाने यावरही मात केली आहे. आता बाजारात **'सेक्स सॉर्टेड सीमेन' (Sexed Semen)** उपलब्ध आहे. हे असे विशेष तंत्रज्ञान आहे, ज्यामुळे ९०% ते ९५% खात्रीने तुमच्या गाईला फक्त आणि फक्त **'मादी वासरू' (Female Calf/Heifer)** म्हणजेच कालवडच जन्माला येते.

खर्च की गुंतवणूक? याची किंमत साध्या स्ट्रॉपेक्षा जास्त (उदा. १५०० ते २००० रु.) असते. शेतकरी पैसे बघून घाबरतात. पण विचार करा, १५०० रुपये जास्त गेले तरी चालेल, पण तुमच्या गोठ्यात थेट दूध देणारी 'लक्ष्मी' जन्माला येणार आहे. यामुळे तुमच्या गोठ्यातील गाईंची संख्या दरवर्षी दुप्पट होते. तुम्हाला बाहेरून गाई विकत घ्याव्या लागत नाहीत. उलट, ३ वर्षांनी तुम्ही जास्तीच्या गाई विकून पैसे कमवू शकता.

क) एम्ब्रियो ट्रान्सफर (ET) आणि IVF: निसर्गालाही चकवा

हे प्रगत तंत्रज्ञान म्हणजे पशुपालनातील 'सायन्स फिक्शन' आहे, जे आता प्रत्यक्षात आले आहे. नैसर्गिकरित्या एक चांगली गाय (जी २०-३० लिटर दूध देते) वर्षाला फक्त १ वासरू देऊ शकते. तिच्या संपूर्ण आयुष्यात ती ६-७ वासरांना जन्म देते. पण, जर मला त्या 'चॅम्पियन गाई'ची १०० वासरे हवी असतील तर?

ते शक्य आहे **IVF** आणि **एम्ब्रियो ट्रान्सफर (ET)** मुळे. या तंत्रात, आपण त्या एका उच्च दर्जाच्या गाईच्या अंडाशयातून अनेक अंडी (Eggs) बाहेर काढतो. लॅबमध्ये त्याचे उच्च वळूच्या **सेक्स सॉर्टेड सीमेनने** फलन करतो आणि तयार झालेले गर्भ (Embryos) इतर साधारण गाईंच्या (Surrogate Mothers) पोटात सोडतो. ती साधारण गाय फक्त 'सरोगेट आई' (Surrogate Mother) म्हणून काम करते. तिचे काम फक्त दुसऱ्याचे बाळ वाढवणे आणि जन्म देणे.

परिणाम: तुमची ती एक 'चॅम्पियन गाय' एका वर्षात **१० ते २० उत्तम दर्जाच्या वासरांची** 'जेनेटिक आई' बनू शकते. हे तंत्रज्ञान आता भारतात उपलब्ध होत असून, यामुळे क्रांती घडत आहे.

ड) जीनोमिक सिलेक्शन: वासरांची कुंडली (Genomic Selection)

पूर्वी एखादे वासरू चांगले आहे की नाही, हे समजण्यासाठी ते मोठे होऊन, गाभण राहून, दूध देईपर्यंत (म्हणजे ३ वर्षे) वाट पाहावी लागत असे. तोपर्यंत त्याचा खाण्याचा खर्च फुकट जाण्याची भीती असे. आता **'जीनोमिक्स'** आले आहे. वासरू जन्माला आल्यावर लगेच, त्याच्या केसाचा किंवा रक्ताचा नमुना घेऊन त्याचे **DNA टेस्टिंग** केले जाते. त्याचा डीएनए रिपोर्ट कॉम्प्युटरमध्ये टाकला की कॉम्प्युटर भविष्यातील कुंडली मांडतो. तो सांगतो की, *"हे वासरू मोठे झाल्यावर किती लिटर दूध देईल? याची प्रतिकारशक्ती कशी असेल?"*

फायदा: जर रिपोर्टमध्ये क्षमता कमी दिसली, तर त्याला ३ वर्षे पोसण्याऐवजी तिथेच विकून टाकले जाते. आणि जर क्षमता चांगली असेल, तर तिला सोन्यासारखे जपले जाते. हे तंत्रज्ञान तुमचा लाखो रुपयांचा चारा वाचवते.

थोडक्यात: भविष्यातील पशुपालन हे बैलांच्या खांद्यावर नाही, तर 'बोटल्स' (Nitrogen Jars) आणि 'बायोटेक्नॉलॉजी' वर उभे राहणार आहे. जो या बदलाचा स्वीकार करेल, तोच टिकेल.

७.३. 'कलिंग' (Culling): तोट्यातील जनावरे गोठ्यातून बाहेर काढण्याचे धाडस

शाळेत असताना आपण गणितात शिकलो की, संख्या वाढवण्यासाठी नेहमी 'बेरीज' (Addition) करावी लागते. व्यवसायातही आपल्याला हेच वाटते – जास्त गाई, जास्त दूध, जास्त नफा. पण, पशुपालन व्यवसायात एक विचित्र विरोधाभास आहे. इथे यश मिळवण्यासाठी तुम्हाला 'बेरीज' करण्यापेक्षा **'वजाबाकी' (Subtraction)** करता आली पाहिजे.

या वजाबाकीला तांत्रिक भाषेत **'कलिंग' (Culling)** असे म्हणतात. कलिंग म्हणजे काय? अगदी सोप्या भाषेत सांगायचे तर – **"ज्या गाई, म्हशी किंवा शेळ्या आर्थिकदृष्ट्या परवडत नाहीत किंवा ज्यांची उत्पादन क्षमता कमी आहे, त्यांना ओळखून कळपातून बाहेर काढणे आणि विकून टाकणे."**

हे ऐकायला सोपे वाटते, पण भारतीय मानसिकतेत हे जगातले सर्वात कठीण काम आहे. आपण आपल्या जनावरांशी फक्त आर्थिकदृष्ट्या नाही, तर 'भावनिकदृष्ट्या' जोडले जातो. आपल्या गोठ्यातील प्रत्येक गाईला नाव असते, इतिहास असतो. शेतकरी विचार करतो: *"ही गाय माझ्या वडिलांच्या काळातली आहे,"* किंवा *"बिचारी आता म्हातारी झाली, तिला म्हातारपणात कसे विकू?"* हे विचार भावनिकदृष्ट्या सुंदर आहेत, पण व्यावसायिकदृष्ट्या हे विचार तुमच्या डेअरीचे **'डेथ वॉरंट'** आहेत.

बिझनेस लॉजिक: ८०/२० चा नियम (The 80/20 Rule)

जगातील कोणत्याही व्यवसायात, आणि विशेषतः पशुपालनात **'पॅरेटोचा नियम' (Pareto Principle)** लागू पडतो. हा नियम सांगतो की: **"तुमच्या गोठ्यातील २०% जनावरे अशी असतात, जी तुमच्या ८०% समस्यांचे मूळ असतात."**

ही २०% जनावरे म्हणजे तुमच्या गोठ्यातील '**छुपे शत्रू**' आहेत.

- त्या वारंवार आजारी पडतात आणि डॉक्टरांचे बिल वाढवतात.
- त्या वेळेवर गाभण राहत नाहीत आणि फुकटचा चारा खातात.
- त्यांचे दूध उत्पादन त्यांच्या खाण्याच्या खर्चापेक्षा कमी असते.

सर्वात वाईट गोष्ट काय घडते माहित आहे? तुमच्या ८०% चांगल्या गाईंनी (Top Performers) जो नफा कमवून दिलेला असतो, तो नफा या २०% 'कामचोर' गाई फस्त करून टाकतात. त्यामुळे वर्षाच्या शेवटी तुमच्या हातात काहीच उरत नाही. त्यामुळे, या २०% जनावरांना बाहेरचा रस्ता दाखवणे, हेच शहाणपणाचे लक्षण आहे.

कलिंग कधी करावे? (Checklist for Culling)

तुम्ही कितीही दयाळू असाल, तरी एक उद्योजक म्हणून तुम्हाला कठोर निर्णय घ्यावाच लागतो. खालीलपैकी कोणतेही लक्षण दिसल्यास, त्या जनावराला गोठ्यातून निरोप देण्याची तयारी ठेवा:

१. **वारंवार आजारी पडणे (Chronic Illness):** काही गाईंची प्रतिकारशक्तीच कमजोर असते. जर एखादी गाय वर्षातून ३ पेक्षा जास्त वेळा 'मस्टायटिस' (कासदाह) ला बळी पडत असेल, तर ती गाय आता फक्त रुग्ण नाही, तर ती रोगाची '**कॅरियर**' (Carrier) बनली आहे. ती गोठ्यात राहून इतर निरोगी गाईंना आजारी पाडेल. अशा 'चालत्या-फिरत्या बॉम्ब'ला गोठ्यात ठेवू नका.

२. **प्रजनन समस्या (Reproductive Failure):** पशुपालनाचा नियम आपण आधीच पाहिला - "वासरे नाहीत, तर दूध नाही." जर तुमची गाय ३ पेक्षा जास्त वेळा कृत्रिम रेतन (AI) करूनही गाभण राहत नसेल (Repeater), तर ती तुमच्या नफ्यावर एक बोजा आहे. तिला सांभाळणे म्हणजे एका रिकामा तिजोरीची राखण करण्यासारखे आहे.

३. **कमी उत्पादन (Low Production):** तुमच्या गोठ्याची एक '**ब्रेक-इव्हन' लेव्हल (Break-even Level)** ठरवा. (उदा. दिवसाला १० लिटर दूध). याचा अर्थ, १० लिटर दूध विकल्यावर त्या गाईचा खाण्याचा आणि मजुरांचा खर्च निघतो. जर एखादी गाय ७-८ लिटर दूध देत असेल, तर याचा अर्थ ती तुमच्या खिशातून पैसे काढून खात आहे. अशा गाईंना सांभाळणे म्हणजे तोटा विकत घेणे आहे.

४. **खराब स्वभाव (Bad Temperament):** हा मुद्दा सुरक्षेचा आहे. जी गाय लाथ मारते, जिच्या जवळ जायला मजूर घाबरतात, ती गाय कितीही दूध देत

असली तरी ती गोठ्यासाठी धोकादायक आहे. जर उद्या मजुराला दुखापत झाली, तर त्या गाईच्या दुधापेक्षा जास्त खर्च दवाखान्यात होईल. 'शांतता' हा गोठ्याचा आत्मा आहे, तो बिघडवणारे जनावर गोठ्यात नको.

निष्कर्ष: धाडस (The Courage)

शेवटी, कलिंग करणे म्हणजे 'निर्दय' असणे नव्हे. याकडे बघण्याचा दृष्टिकोन बदला. याचा अर्थ असा की, तुमच्याकडे असलेली मर्यादित संसाधने (चारा, जागा, पाणी आणि पैसा) अशा जनावरांवर खर्च करा, जे त्याचे **'चीज'** करतील. तुम्ही एका चांगल्या गाईचा चारा काढून एका कमी दुध देणाऱ्या गाईला घालत असाल, तर तुम्ही त्या चांगल्या गाईवर अन्याय करत आहात. हा नियम मनावर कोरून ठेवा आणि तो अंमलात आणा:

"माझा फार्म हा व्यवसाय आहे, तो अनाथाश्रम (Panjrapol) नाही."
हे एक वाक्य तुम्हाला आर्थिक स्वातंत्र्याकडे घेऊन जाईल.

४. जेनेटिक्स: चक्रवाढ व्याजासारखे (Compound Interest)

गुंतवणूक आणि नफा याबद्दल अल्बर्ट आईन्स्टाईन यांचे एक प्रसिद्ध वाक्य आहे: *"चक्रवाढ व्याज (Compound Interest) हे जगातील आठवे आश्चर्य आहे. ज्याला हे समजते तो कमावतो, ज्याला समजत नाही तो गमावतो."*

पशुपालन व्यवसायात **'जेनेटिक्स'** (Genetics) हे सुद्धा अगदी असेच काम करते. जेनेटिक्सची गुंतवणूक ही शेअर मार्केटच्या 'इंट्रा-डे ट्रेडिंग' (Intraday Trading) सारखी नाही, जिथे सकाळी पैसे लावले आणि संध्याकाळी नफा खिशात आला. नाही! ही एका संयमी, दूरदृष्टी असलेल्या गुंतवणूकदाराची खेळी आहे. हे यश **'चक्रवाढ' (Compounding)** पद्धतीने मिळते.

हे चक्र कसे फिरते? याचे दशकाचे गणित (Decade Calculation) एकदा समजून घ्या:

वर्ष १: पेरणीचा काळ (The Sowing Year)

आज तुम्ही निर्णय घेतला की, "मी माझ्या साध्या गाईला साध्या वळूने भरणार नाही, तर मी ५०० रुपये खर्चून उच्च वंशावळीचे 'टॉप सिमेन' (Top Semen) वापरणार." या वर्षी तुम्हाला फक्त खर्च दिसतो. शेजारी तुम्हाला वेड्यात काढतील, "अरे, २०० रुपयांत काम होत असताना ५०० का घालवतोय?" पण तुम्हाला माहित आहे की तुम्ही खर्च करत नाही आहात, तर तुम्ही भविष्यातील नफ्याचे **'बीज'** रोवत आहात.

वर्ष ४: पहिल्या लाभांशाची वेळ (The First Dividend)

चार वर्षांनी चित्र बदलते. त्या ५०० रुपयांच्या सिमेनपासून जन्माला आलेली कालवड (Heifer) आता मोठी होऊन, गाभण राहून तिचे पहिले दूध द्यायला सुरुवात करते. आणि चमत्कार होतो! तिची आई जेमतेम १० लिटर दूध देत होती, पण ही कालवड पहिल्याच वेतात १२ ते १४ लिटर दूध देते. तिच्यात तिच्या आईपेक्षा **२०% जास्त दूध देण्याची क्षमता** तयार झालेली असते. ही तुमच्या गुंतवणुकीची पहिली पावती आहे.

वर्ष ८: नफ्याचा स्फोट (The Explosion)

आता खरी मजा सुरू होते. त्या कालवडीची कालवड (म्हणजेच तुमच्या मूळ गाईची नात) आता मोठी होऊन दूध द्यायला लागते. तिच्या रक्तात आता दोन पिढ्यांचे सुधारित जेनेटिक्स आहे.

- ती आजीपेक्षा (मूळ गाईपेक्षा) **४०% जास्त दूध** देते.
- तिची कास (Udder) आजीपेक्षा मजबूत आहे.
- तिची आजारांशी लढण्याची ताकद जास्त आहे.

धडा: रक्तातली तिजोरी

एका दशकानंतर (१० वर्षांनी), जेव्हा तुम्ही मागे वळून पाहता, तेव्हा तुमच्या गोठ्यात अशा गाईंचा कळप तयार झालेला असतो, जो अक्षरशः **'सोने'** देतो. हे यश तुम्हाला रातोरात मिळाले नाही, हे थेंबे-थेंबे साठलेले यश आहे. पण याचे वैशिष्ट्य काय माहित आहे? **हे यश तुमच्याकडून कोणीही हिरावून घेऊ शकत नाही.**

दुर्दैवाने उद्या तुमच्या गोठ्याला आग लागली, तुमचा आलिशान शेड जळून खाक झाला, मशिनरी भंगारात गेली... तरीही तुम्ही पुन्हा शून्यातून विश्व निर्माण करू शकता. का? कारण तुमची खरी संपत्ती बँकेत किंवा गोठ्याच्या भिंतींमध्ये नाही, तर ती तुमच्या जनावरांच्या **'रक्तात' आणि 'गर्भाशयात' (DNA)** सुरक्षित आहे. तुम्ही त्या जनावरांच्या जीवावर पुन्हा उभे राहू शकता. त्यामुळे मित्रांनो, भिंतीवर पैसे लावण्यापेक्षा 'विर्यावर' (Genetics) पैसे लावा. कारण भिंती पडतात, पण **'वंशावळ'** अमर असते.

निष्कर्ष: सॉफ्टवेअर अपडेट करा!

आज आपण २१ व्या शतकात जगत आहोत. तुमच्या खिशात जो फोन आहे, तो दर दोन-तीन वर्षांनी तुम्ही बदलता. का? कारण तुम्हाला 'फास्ट' राहायचे असते. तुम्हाला नवीन फीचर्स हवे असतात. पण दुर्दैवाने, आजही अनेक शेतकरी

त्यांच्या खिशात 'स्मार्टफोन' बाळगतात, पण गोठ्यात मात्र अजूनही 'लँडलाईन'चे तंत्रज्ञान वापरत आहेत.

जो शेतकरी आजही हट्टाने म्हणतो, *"माझ्याकडे जुना गावरान वळू आहे, तोच नैसर्गिक आहे, मी डॉक्टरकडे जाणार नाही आणि एआय (AI) करणार नाही,"* तो व्यावसायिक स्पर्धेत **'नोकिया' (Nokia)** चा जुना फोन वापरणाऱ्या माणसासारखा आहे. नोकिया फोन मजबूत होता, बॅटरी टिकायची, हे मान्य आहे. पण आज जग कुठे गेले आहे? जग **'अँड्रॉइड' (Android)** आणि **'आयफोन' (iPhone)** च्या वेगाने धावत आहे. जिथे एका क्लिकवर जग मुठीत येते.

तुमचा स्पर्धक ५ जी (5G) च्या वेगाने धावत असताना, तुम्ही २ जी (2G) वर राहून शर्यत जिंकू शकत नाही. जर तुम्हाला तुमचा दुग्धव्यवसाय स्पर्धेत टिकवायचा असेल आणि वाढवायचा असेल, तर आधी तुम्हाला गोठ्यातील **'जेनेटिक सॉफ्टवेअर'** अपडेट करावे लागेल.

तीन बटणे दाबा:

१. **इन्स्टॉल (Install):** जगातील सर्वोत्तम वंशावळीची माहिती घ्या. चांगल्या वळूचे किंवा कंपनीचे सिमेन वापरून आपल्या गोठ्यात 'हाय परफॉर्मन्स' सॉफ्टवेअर इन्स्टॉल करा.

२. **सेव्ह (Save):** प्रत्येक वासराचा, गाईचा रेकॉर्ड ठेवा. डेटा नसेल तर तुम्ही अंधारात बाण मारताय. नोंदी ठेवा, तरच प्रगती मोजता येईल.

३. **डिलिट (Delete):** हे सर्वात महत्त्वाचे आहे. कॉम्प्युटरमध्ये व्हायरस शिरला की आपण काय करतो? तो शोधतो आणि 'डिलिट' करतो. तसेच, तुमच्या गोठ्यातील ज्या गाई आजारी आहेत, ज्यांचे दूध कमी आहे आणि ज्या फक्त चारा फस्त करत आहेत, त्या तुमच्या नफ्याच्या सिस्टीममधील **'व्हायरस'** आहेत. त्यांना गोठ्यातून **'डिलिट' (Cull)** करायला म्हणजेच बाहेर काढायला घाबरू नका. तिथे भावना आणू नका, तिथे फक्त गणित आणा.

पुढील प्रवासाची तयारी...

आता तुमच्याकडे जगातले बेस्ट 'सॉफ्टवेअर' (उत्तम जेनेटिक्स) आहे. पण, हे हाय-क्वालिटी सॉफ्टवेअर चालवण्यासाठी तुम्हाला तितक्याच ताकदीचे 'हार्डवेअर' सुद्धा लागणार आहे. तुम्ही फेरारीचे इंजिन (जेनेटिक्स) आणले, पण ते इंजिन जर तुम्ही बैलगाडीच्या सांगाड्यात (खराब गोठ्यात) बसवले, तर ते चालणार नाही. ते ओव्हरहीट होईल आणि बंद पडेल. त्या इंजिनला परफॉर्म करण्यासाठी वातानुकूलित आणि आरामदायक वातावरणाची गरज असते.

जनावरांना हे 'आरामदायक वातावरण' विज्ञानाच्या मदतीने कसे द्यायचे? चला तर मग, पुढील प्रकरणात आपण गोठ्याच्या भिंती आणि छताचे शास्त्र समजून घेऊया. **कम्फर्ट इंजिनीअरिंग - गोठ्याची रचना (Comfort Engineering: Designing the Perfect Home).**

प्रकरण ८: कम्फर्ट इंजिनीअरिंग (Comfort Engineering)
गाईला 'पंचतारांकित' सुविधा का हवी?

"तुम्ही ट्रॅक्टर उन्हात उभा केला तरी चालतो, त्याला घाम येत नाही. पण जनावरांना 'पार्किंग' करता येत नाही, त्यांना 'जगवावे' लागते. जर तुमच्या गोठ्यात तुम्हाला स्वत:ला १ तास बसणे असह्य होत असेल, तर विचार करा तिथे २४ तास राहणाऱ्या जनावराची काय अवस्था होत असेल?"

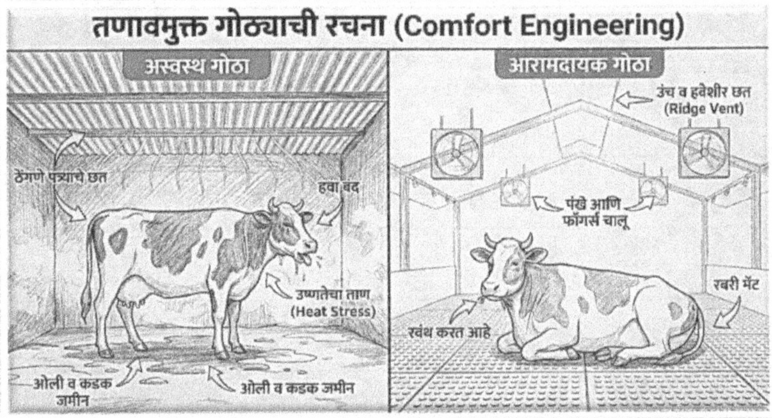

तणावमुक्त गोठ्याची रचना (Comfort Engineering)

वाचकांचे विचार

जेव्हा एखादा नवीन उद्योजक किंवा पारंपारिक शेतकरी गोठा बांधायला घेतो, तेव्हा तो पहिला फोन कोणाला करतो? तो फोन करतो एका 'सिव्हिल इंजिनीअरला' किंवा स्थानिक गवंड्याला. त्यांचे संभाषण कसे असते? *"मला १० गाईंसाठी एक शेड बांधायचे आहे. चार खांब उभे करा, त्यावर मजबूत पत्रे टाका आणि जनावरांना थंडी वाजू नये म्हणून तीन बाजूंनी उंच भिंती बांधून घ्या."* त्यांच्या दृष्टीने गोठा बांधणे म्हणजे केवळ एक **'सिव्हिल इंजिनीअरिंग' (Civil Engineering)** चे काम असते. उद्देश एकच असतो: "जनावराचे उन्हा-पावसापासून रक्षण झाले पाहिजे आणि त्याला एका खुंट्याला बांधता आले पाहिजे."

पण मित्रांनो, हीच या व्यवसायातील पहिली आणि **सर्वात मोठी घोडचूक** आहे.

'पार्किंग शेड' की 'उत्पादन फॅक्टरी'?

एक गोष्ट समजून घ्या. तुमची गाय म्हणजे एखादा ट्रॅक्टर किंवा कार नाही, जिचे काम झाल्यावर तुम्ही तिला गॅरेजमध्ये पार्क करता. ट्रॅक्टरला हवा, उजेड किंवा आर्द्रतेचा (Humidity) काहीही फरक पडत नाही. पण गाय ही **'जिवंत'** आहे. गोठा हे जनावरांचे **'पार्किंग शेड'** नसून, ते त्यांचे **'घर'** आहे. आणि जर आपण आधुनिक विज्ञानाच्या आणि व्यवसायाच्या भाषेत बोलायचे झाले, तर तुमचा गोठा ही एक **'उत्पादन करणारी जागा' (Production Facility)** आहे.

जसे एखाद्या औषधाच्या फॅक्टरीत किंवा आयटी कंपनीत जर वातावरण (Environment) खराब असेल, एसी बंद असेल किंवा हवा खेळती नसेल, तर कर्मचाऱ्यांची कार्यक्षमता कमी होते; अगदी तसेच गाईंचे आहे. जर तुमच्या 'फॅक्टरीतील' (गोठ्यातील) वातावरण खराब असेल - तिथे हवा खेळती नसेल, उकाडा असेल किंवा गॅस साठला असेल - तर तुमचे 'मशीन' (गाय) बिघडणारच. तिचे दूध कमी होणार आणि आजार वाढणार.

सिव्हिल इंजिनीअरिंग vs. कम्फर्ट इंजिनीअरिंग

जेव्हा तुम्ही तीन बाजूंनी भिंती बांधून गोठा 'पॅक' करता, तेव्हा तुम्ही गाईंचे रक्षण करत नाही, तर तुम्ही त्यांचा **'कोंडमारा'** करता. गाईंच्या लघवी आणि शेणातून अमोनिया आणि मिथेनसारखे वायू निघतात. बंदिस्त गोठ्यात हे वायू बाहेर जाऊ शकत नाहीत. यामुळे गाईंना श्वसनाचे विकार होतात आणि प्रचंड ताण येतो. त्यामुळे,आता आपल्याला सिमेंट-विटांच्या पलीकडे जाऊन **'कम्फर्ट इंजिनीअरिंग' (Comfort Engineering)** शिकण्याची गरज आहे.

कम्फर्ट इंजिनीअरिंग म्हणजे काय?

"जनावरांचा शारीरिक आणि मानसिक ताण (Stress) कमी करण्यासाठी आणि त्यांची दूध देण्याची नैसर्गिक क्षमता वाढवण्यासाठी केलेली गोठ्याची शास्त्रीय रचना." या प्रकरणात आपण हेच शास्त्र शिकणार आहोत.

- भिंती किती उंच असाव्यात?
- छताची रचना कशी असावी ज्यामुळे गरम हवा आपोआप बाहेर जाईल?
- गाईला बसण्यासाठी जमीन कशी असावी?

लक्षात ठेवा,

जर तुमची गाय गोठ्यात आरामात (Comfortable) असेल, तरच तुमचे बँक खाते आरामात राहील.

चला तर मग, पाहूया गाईच्या घराचे वास्तुशास्त्र...

८.१. जनावरांचा ताण (Stress) आणि दूध उत्पादनाचा संबंध

तुम्ही गाईला उत्तम चारा घातला आहे, पाणी दिले आहे, वेळही पाळली आहे; पण तरीही दूध काढताना ती कधी कधी पूर्ण दूध देत नाही किंवा लाथ मारते. तुम्ही चिडता, तिला मारता आणि म्हणता, *"हिची मस्ती वाढली आहे."* थांबा! ती गाय मस्ती करत नाहीये. तिच्या शरीरात या क्षणी दोन बलाढ्य **'हार्मोन्सचे युद्ध'** सुरू आहे. हे युद्ध तुम्हाला दिसत नाही, पण तुमच्या दुधाची बादली भरते की रिकामी राहते, हे पूर्णपणे या युद्धाच्या निकालावर अवलंबून असते.

या युद्धात दोन मुख्य खेळाडू आहेत:

१. **ऑक्सिटोसिन (Oxytocin): तुमचा मित्र (The Hero)** हे **'प्रेमाचे'** आणि **'दुधाचे'** हार्मोन आहे. जेव्हा गाय आनंदी असते, रिलॅक्स असते आणि तिला तिच्या वासराची आठवण येते किंवा लाडक्या गवळ्याचा स्पर्श होतो, तेव्हा तिच्या मेंदूतून 'ऑक्सिटोसिन' स्रावते. जेव्हा हे हार्मोन रक्तावाटे कासेपर्यंत पोहोचते, तेव्हाच दुधाचा **'पान्हा फुटतो' (Milk Let-down)**. जोपर्यंत ऑक्सिटोसिन आहे, तोपर्यंतच दुधाची धार चालू राहते.

२. **कॉर्टिसोल (Cortisol): तुमचा शत्रू (The Villain)** हे **'तणावाचे' (Stress)** हार्मोन आहे. जेव्हा जनावराला कशाची तरी भीती वाटते (उदा. मजुराने मारले, कुत्र्याचे भुंकणे), तिला गोठ्यात असह्य उकाडा जाणवतो, किंवा तिला कुठेही वेदना होतात; तेव्हा तिच्या शरीरात 'कॉर्टिसोल'ची पातळी वाढते. हे धोक्याची घंटा वाजवणारे हार्मोन आहे.

विज्ञानाचे कटू सत्य: एकतर्फी लढाई

दुग्धव्यवसायात एक नियम लक्षात ठेवा: "**कॉर्टिसोल हे ऑक्सिटोसिनचे सर्वात मोठे आणि कट्टर शत्रू आहे.** "या दोघांचे जमत नाही. विज्ञानाचा नियम सांगतो की, "**जर रक्तामध्ये कॉर्टिसोलचे प्रमाण वाढले, तर ते ऑक्सिटोसिनला काम करू देत नाही.**" हे एखाद्या गाडीच्या ब्रेक आणि ॲक्सिलरेटरसारखे आहे. जर 'कॉर्टिसोल'चा ब्रेक दाबला गेला, तर 'ऑक्सिटोसिन'ची गाडी पुढे जाऊच शकत नाही.

'मिल्क होल्डिंग': हे नाटक नाही, ही प्रतिक्रिया आहे!

एक नेहमीचे उदाहरण पाहू. भर उन्हाळ्यात दुपारची वेळ आहे. गोठ्यात हवा खेळती नाही, प्रचंड उकाडा आहे. गाईला गरम होत आहे (Heat Stress). अशातच तुमचा नवीन मजूर दूध काढायला जातो आणि गाईला काठीने मारतो किंवा ओरडतो. या एका क्षणात गाईच्या शरीरात कॉर्टिसोलची लाट येते. हे कॉर्टिसोल मेंदूला संदेश देते - *"धोका आहे! दूध देणे थांबव आणि पळून जा."* तिचे शरीर तात्काळ दुधाच्या नळ्या आकुंचन करून घेते. यालाच **'मिल्क होल्डिंग' (Milk Holding)** म्हणतात.

आता तुम्ही कितीही प्रयत्न करा, तिचे आचळ ओढा किंवा तिला आणखी मारा; ती दूध **सोडूच शकत नाही.** शेतकरी समजतात की गायीने नाटक केले आहे. पण मित्रांनो, हे तिचे नाटक नसून, ही एक **'जैविक प्रतिक्रिया' (Biological Response)** आहे. तिच्या स्वतःच्या इच्छेने हे घडत नाही, ते हार्मोन्समुळे घडते.

आर्थिक परिणाम: तणावाचे बिल (The Cost of Stress)

ताण (Stress) हा तुमच्या नफ्याला तीन प्रकारे कुरतडतो:

१. **दूध घट (Quantity Loss):** ताण आलेल्या जनावरात १०% ते २०% दूध कमी होते. वर्षभराचा हिशोब केला तर हे नुकसान हजारो लिटरमध्ये जाते.

२. **गुणवत्ता घट (Quality Loss):** जेव्हा जनावर रिलॅक्स नसते, तेव्हा ती पूर्ण पान्हा सोडत नाही. दुधातील जी साय (Fat) असते, ती शेवटच्या दुधात (Stripping Milk) असते. जर तिने ते दूध रोखून धरले, तर तुमच्या दुधाचे **फॅट आणि एसएनएफ (SNF)** कमी लागते.

३. **प्रतिकारशक्तीचा नाश:** सततच्या कॉर्टिसोलमुळे जनावराची नैसर्गिक **रोगप्रतिकारशक्ती (Immunity)** कमी होते. अशी जनावरे लवकर आजारी पडतात.

निष्कर्ष:

त्यामुळे, गोठ्याचे बांधकाम करताना किंवा व्यवस्थापन करताना तुमचे ध्येय एकच असले पाहिजे: **"माझ्या गोठ्यात 'कॉर्टिसोल' झिरो असेल आणि 'ऑक्सिटोसिन' भरपूर असेल."** तुमच्या गाईला जेवढा जास्त आराम (Comfort), तेवढे जास्त दूध. कारण **"आनंदी गाय हीच फायद्याची गाय असते."**

८.२. गोठ्याची रचना: फक्त छत नव्हे, तर 'हवेशीर घर'

आपल्याकडे गोठा बांधताना एक भयानक वास्तव पाहायला मिळते. जनावरांवर जीवापाड प्रेम करणारा शेतकरी, अज्ञानामुळे आपल्या लाडक्या गाईंना अशा ठिकाणी बांधतो, जे वैज्ञानिक भाषेत **'गॅस चेंबर'** पेक्षा वेगळे नसते.

कमी उंचीचे पत्रे आणि चारही बाजूंनी गच्च बांधलेल्या भिंती. यामुळे काय होते? गाईचे शेण आणि लघवीतून सतत **'मिथेन'** आणि **'अमोनिया' (Ammonia)** वायू बाहेर पडत असतात. जेव्हा हवा खेळती नसते, तेव्हा हे विषारी वायू गोठ्यातच जमिनीलगत साठून राहतात. गाय श्वास घेताना हेच वायू पुन्हा शरीरात घेते, ज्यामुळे तिची फुफ्फुसे खराब होतात आणि दूध उत्पादन घटते.
त्यामुळे, 'आदर्श गोठा' कसा असावा? याचे उत्तर विटांच्या रंगात नाही, तर **'हवेच्या प्रवाहात' (Airflow)** आहे.

अ) उंची आणि हवा खेळती राहणे: नैसर्गिक 'एक्झॉस्ट फॅन'

शाळेत विज्ञानाच्या पुस्तकात एक साधा नियम होता: **"गरम हवा हलकी असते आणि ती नेहमी वरच्या दिशेने जाते."** हाच नियम गोठा बांधताना वापरा.

१. **उंची (Height):** कंजूसी करू नका. गोठ्याची उंची जितकी जास्त, तितके तापमान कमी.
   - **मध्यभागाची उंची (Center Height):** किमान **१५ ते १८ फूट** असावी.
   - **कडेची उंची (Side Height):** किमान **१० ते १२ फूट** असावी. उंची जास्त असल्याने गरम हवेला वर जायला जागा मिळते आणि खालची हवा थंड राहते.

२. **रिज वेंटिलेशन (Ridge Ventilation):** हे गोठ्याच्या डिझाइनमधील सर्वात महत्त्वाचे आणि क्रांतिकारक तंत्र आहे. गोठ्याचे पत्रे टाकताना ते एकमेकांना पूर्ण चिटकवू नका. छताच्या अगदी मध्यभागी (Ridge) **१ ते २ फुटांची उघडी फट (Gap)** ठेवा आणि त्याच्यावर दुसरे छोटे पत्रे (Ridge Cap) लावा जेणेकरून पाऊस येणार नाही. **याचे काम काय?** जनावरांच्या शरीरातून

निघणारी गरम हवा आणि अमोनिया नैसर्गिकरित्या वर जातो आणि या फटीमधून (Chimney effect) आपोआप गोठ्याबाहेर निघून जातो. याला वीज लागत नाही, हा तुमचा '**नॅचरल एक्झॉस्ट फॅन**' आहे.

३. **भिंती नकोत (No Walls):** अनेक शेतकऱ्यांना भीती वाटते, *"माझ्या गाईला थंडी वाजेल."* गैरसमज दूर करा! गाईच्या पोटात सतत 'फर्मेंटेशन' (Fermentation) सुरू असल्याने तिचे शरीर आतून गरम असते. तिला आपल्यासारख्या स्वेटरची किंवा ब्लँकेटची गरज नसते. तिला गरज असते ती '**मोकळया हवेची**'. त्यामुळे, गोठ्याच्या बाजूला विटांच्या भिंती कधीच बांधू नका. त्याऐवजी साधे पाईपचे रेलिंग किंवा **चेन-लिंक जाळी** वापरा. हवा ३६० अंश कोनातून, एका बाजूने आत येऊन दुसऱ्या बाजूने बाहेर गेली पाहिजे (Cross Ventilation).

ब) दिशा: सूर्याशी लपाछपी (Orientation)

गोठा उभा करताना तो कसाही उभा करून चालत नाही. त्याची दिशा ठरवताना तुम्हाला सूर्याचा प्रवास बघावा लागतो.

नियम: गोठ्याची लांबी नेहमी '**पूर्व-पश्चिम**' **(East-West)** असावी.

का? सूर्य सकाळी पूर्वेला उगवतो आणि संध्याकाळी पश्चिमेला मावळतो.

- **पूर्व-पश्चिम गोठा:** जर तुमचा गोठा पूर्व-पश्चिम लांबीचा असेल, तर सूर्य दिवसभर गोठ्याच्या '**छतावरून**' प्रवास करतो (Parallel). त्यामुळे गोठ्याच्या आत सावली राहते. ऊन छतावर पडते, गाईवर नाही.
- **दक्षिण-उत्तर गोठा:** जर तुम्ही गोठा दक्षिण-उत्तर बांधला, तर सकाळी उगवताना कडक ऊन पूर्व बाजूने आत येते आणि संध्याकाळी मावळताना पश्चिम बाजूने आत येते. अर्धा दिवस गाई उन्हात भाजतात.

थोडक्यात: गोठा बांधताना सिमेंटचा वापर कमी करा आणि 'बुद्धीचा' वापर जास्त करा. ज्या गोठ्यात हवा आणि प्रकाश मोकळेपणाने खेळतो, तिथेच लक्ष्मी (दूध) प्रसन्न होते.

८.३. गाई-म्हशींसाठी गाद्या (Cow Mats): चैन नाही, गरज!

शेतकऱ्यांच्या गोठ्यात गेल्यावर जेव्हा मी त्यांना 'काऊ मॅट्स' (रबरी गाद्या) बद्दल सांगतो, तेव्हा बहुतेकांचा प्रश्न असतो: *"काय डॉक्टर, गाईला आता गाद्यांवर झोपवायचे? ती काय गोठ्याची राणी आहे का? आम्ही एवढी वर्षे जमिनीवरच गाई सांभाळल्या आहेत."*

हा प्रश्न वरकरणी साधा वाटला, तरी तो आर्थिकदृष्ट्या अत्यंत चुकीचा आहे. मित्रांनो, गाईला गादी देणे म्हणजे तिला 'लाडावून' ठेवणे नव्हे. हा तिच्या आरामाचा प्रश्न नाही, तर हा तुमच्या '**नफ्याचा**' प्रश्न आहे. हे समजून घेण्यासाठी तुम्हाला 'बसण्याचे विज्ञान' समजून घ्यावे लागेल.

अ) बसण्याचे विज्ञान: आराम तिथेच दूध (The Science of Resting)

दूध कसे तयार होते? विज्ञानाचे एक साधे सत्य आहे: "**दूध हे रक्तापासून बनते.**" १ लिटर दूध तयार करण्यासाठी गाईच्या कासेतून (Udder) सुमारे ४०० ते ५०० लिटर रक्त फिरावे लागते.

आता गाईच्या शरीराची रचना बघा.

- **उभी गाय:** जेव्हा गाय उभी असते, तेव्हा तिचे हृदय जमिनीच्या (गुरुत्वाकर्षणाच्या) विरुद्ध दिशेने रक्त वर पंप करत असते. यात तिची प्रचंड ऊर्जा खर्च होते आणि कासेला रक्तपुरवठा कमी होतो.
- **बसलेली गाय:** जेव्हा गाय खाली बसते आणि रिलॅक्स होते, तेव्हा गुरुत्वाकर्षणाचा अडथळा नसतो. अशा वेळी तिच्या कासेतील रक्तपुरवठा नैसर्गिकरित्या **३०% ने वाढतो.**

नियम: त्यामुळे दुग्धव्यवसायाचे गणित असे म्हणते: "**जास्त आराम = जास्त रक्तपुरवठा = जास्त दूध.**" एका उच्च क्षमतेच्या (High Yielding) गाईने दिवसातून किमान **१२ ते १४ तास** खाली बसले पाहिजे. जर ती एवढा वेळ बसली नाही, तर ती आपली पूर्ण क्षमता वापरू शकत नाही.

ब) काँक्रीटची समस्या: दगडावरची झोप

आपले बहुतेक गोठे सिमेंट-काँक्रीटचे असतात. ही जमीन कडक आणि ओबडधोबड असते. जरा स्वतःचा विचार करा. तुम्हाला जर मी म्हणालो की, "आज रात्री मऊ बिछान्यावर नाही, तर कडक फरशीवर झोपा," तर तुम्हाला झोप लागेल का? तुमचे अंग दुखेल ना? गाईचे वजन ३०० ते ५०० किलो असते. जेव्हा एवढ्या प्रचंड वजनाची गाय सिमेंटवर बसण्यासाठी गुडघे टेकते, तेव्हा तिच्या गुडघ्यावर किती दाब येत असेल?

- **वेदना:** कडक जमिनीवर बसताना आणि उठतांना गुडघ्याला वेदना होतात.
- **भीती:** पाय घसरण्याची भीती वाटते.

या वेदनेमुळे गाय एक 'हुशार' निर्णय घेते. ती विचार करते, *"खाली बसले तर उठतांना त्रास होतोय, त्यापेक्षा मी उभीच राहते."* ती बसणे टाळते. परिणामी, ती

१२ तासांऐवजी फक्त ६-७ तासच बसते. याचा दुहेरी फटका बसतो: १. रक्तपुरवठा कमी झाल्याने दूध घटते. २. सतत उभे राहिल्याने तिच्या खुरांवर ताण येतो आणि तिला '**लंगडेपणा**' (**Lameness**) येतो.

क) उपाय: रबरी मॅट्स (Cow Mats)

यावर उपाय म्हणून जगभरातील प्रगत गोठ्यांमध्ये '**काऊ मॅट्स**' वापरल्या जातात. या विशेष प्रकारच्या जाड आणि मऊ रबरी गाद्या असतात.
याचे फायदे काय?

१. **शॉक ॲब्सॉर्बर (Shock Absorber):** ही मॅट मऊ असल्याने गायीचे ५०० किलो वजन ती सहज पेलते. गायीला बसताना आणि उठतांना गुडघ्याला 'गादी' मिळते. तिला वेदना होत नाहीत.

२. **इन्सुलेशन (Insulation):** हिवाळ्यात सिमेंटची जमीन बर्फासारखी थंड असते. मॅटमुळे जमिनीची थंडी गाईच्या शरीरापर्यंत पोहोचत नाही. तसेच, मॅटवर 'ग्रिप' (Grip) असल्याने गाय कधीच घसरत नाही.

रिझल्ट: अनेक प्रयोगांती हे सिद्ध झाले आहे की, ज्या दिवशी तुम्ही गोठ्यात मॅट्स टाकता, त्या दिवसापासून गाईंचा बसण्याचा वेळ (Resting Time) दिवसाला **२ ते ३ तासांनी वाढतो.** गाय जेवढी जास्त बसते, तेवढे जास्त रवंथ करते आणि जेवढे जास्त रवंथ, तेवढे जास्त दूध! मॅट्समुळे दुधात थेट **१ ते १.५ लिटरची वाढ** होते.

ROI (गुंतवणुकीवर परतावा)

आता शेवटी पैशाचे गणित पाहू. एका चांगल्या दर्जाच्या मॅटची किंमत बाजारात २५०० ते ३००० रुपये आहे. शेतकरी म्हणतो, *"एवढा खर्च कशाला?"*
पण हिशोब करा:

- जर मॅटमुळे गाईचे दूध दिवसाला १ लिटरने वाढले.
- महिन्याला ३० लिटर दूध जास्त मिळाले.
- दुधाचा दर ३० रुपये पकडला, तर महिन्याला **९०० रुपये अतिरिक्त नफा.**

म्हणजेच, २५०० रुपयांची मॅट तिची किंमत अवघ्या **३ महिन्यांत वसूल** करून देते (Payback Period). आणि त्यानंतर पुढची ५-७ वर्षे ती मॅट तुम्हाला फुकटात नफा कमवून देते. शिवाय, गाईचे पाय न दुखल्यामुळे डॉक्टरांचा खर्च वाचतो तो वेगळाच!

त्यामुळे, **काऊ मॅट ही चैन नाही, तर ती व्यवसायाची 'स्मार्ट इन्व्हेस्टमेंट' आहे.**

८.४. कुलिंग सिस्टम: पंखे आणि फॉगर्स (Fans & Foggers)

आपण मागील प्रकरणात '**हीट स्ट्रेस**' (**Heat Stress**) या भयानक संकटाबद्दल वाचले. जेव्हा पारा ४० च्या पुढे जातो, तेव्हा गाई दूध देणे सोडून देतात. आता प्रश्न उरतो की, यावर उपाय काय? जसे आपल्याला उकाडा झाला की आपण एसी (AC) लावतो, तसे गाईंना एसी लावणे परवडणारे नाही. पण, विज्ञानाचा वापर करून आपण कमी खर्चात '**नैसर्गिक एसी**' नक्कीच तयार करू शकतो.
या यंत्रणेचे नाव आहे - '**फॅन आणि फॉगर कुलिंग सिस्टम**'.

फक्त पंखे लावून चालत नाही! (The Hair Dryer Effect)

अनेक शेतकरी उन्हाळ्यात गोठ्यात मोठमोठे सिलिंग फॅन्स लावतात आणि निश्चिंत होतात. पण त्यांना हे माहित नसते की ते गाईला मदत करण्याऐवजी तिचा त्रास वाढवत आहेत. का? एक साधे उदाहरण घ्या. मे महिन्याच्या भर दुपारी, जेव्हा बाहेरची हवा तापलेली असते (४२°C), तेव्हा जर कोणी तुमच्या तोंडावर 'हेअर ड्रायर' (Hair Dryer) धरला आणि गरम हवा मारली, तर तुम्हाला कसे वाटेल? तुम्हाला गारवा मिळेल की तुमची त्वचा आणखी भाजेल?

अगदी हेच गाईसोबत घडते. जेव्हा तुम्ही फक्त पंखा लावता, तेव्हा तो पंखा गोठ्यातील तीच गरम हवा वेगाने गाईच्या अंगावर मारतो. यामुळे तिचे शरीर थंड होण्याऐवजी आणखी गरम होते (Dehydration). त्यामुळे, हवेला थंड करण्यासाठी आपल्याला पंख्यासोबत '**पाण्याची**' मदत घ्यावीच लागते.

अ) फॉगर्स: कृत्रिम धुके (Foggers/Misters)

ही जादू कशी घडते? यासाठी आपल्याला '**फॉगर्स**' वापरावे लागतात. फॉगर्स म्हणजे नळाला लावलेले असे विशेष नोझल्स, जे पाण्याचे पावसासारखे थेंब पाडत नाहीत, तर ते पाण्याचे '**अतिशय सूक्ष्म कण**' (**Micro Droplets**) धुक्यासारखे हवेत फवारतात.

कार्यपद्धती (The Science): यामागे 'बाष्पीभवन' (Evaporation) चे विज्ञान आहे. जेव्हा फॉगर्समधून निघालेले पाण्याचे अतिसूक्ष्म कण गरम हवेच्या संपर्कात येतात, तेव्हा ते हवेतील उष्णता शोषून घेतात आणि त्यांची '**वाफ**' होते. या प्रक्रियेत आजूबाजूची हवा तत्काळ **५ ते ६ अंश सेल्सिअसने थंड** होते.

काळजी (Warning): इथे एक तांत्रिक गोष्ट लक्षात ठेवा. पाण्याचे थेंब '**धुक्यासारखे**' बारीकच असावेत. जर तुमचे नोझल्स खराब असतील आणि त्यातून मोठे थेंब पडत असतील, तर ते हवेत विरघळण्याआधी जमिनीवर पडतील.

- **परिणाम:** गोठ्यात चिखल होईल.
- चिखल झाला की मस्टायटिस (Mastitis) आणि खुरांचे आजार वाढतील. त्यामुळे, "**जमिनीला ओले न करता हवेला ओले करणे**" हेच फॉगर्सचे यश आहे.

ब) हाय स्पीड फॅन्स: गारव्याचा वेग (High Velocity Fans)

आता फॉगर्सने हवा थंड केली आहे. पण ही थंड हवा गाईच्या शरीरापर्यंत पोहोचवण्यासाठी आणि तिथली गरम हवा बाहेर ढकलण्यासाठी तुम्हाला ताकदीच्या पंख्यांची गरज असते.

साधे सिलिंग फॅन इथे चालत नाहीत. इथे लागतात '**हाय स्पीड फॅन्स**' **(High Velocity Industrial Fans).** जेव्हा हे पंखे फिरतात, तेव्हा फॉगर्सचे धुके आणि थंड हवा गाईच्या अंगावरून वेगाने वाहते. यामुळे, जरी बाहेरचे तापमान ४५ डिग्री असले, तरी गाईला गोठ्याच्या आत **३० डिग्रीचा** सुखद अनुभव मिळतो. तिला सिमला-काश्मीरमध्ये असल्यासारखे वाटते आणि ती उन्हाळ्यातही दुधाचा रतीब कायम ठेवते.

ऑटोमेशन: सेन्सर्सची कमाल

आधुनिक गोठ्यात हे बटण चालू-बंद करण्यासाठी माणसाची गरज नसते. तिथे '**तापमान सेन्सर्स**' **(Temperature Sensors)** आणि '**ह्युमिडिटी सेन्सर्स**' बसवलेले असतात. जसे तापमान एका ठराविक पातळीच्या वर जाते (उदा. २८°C), तसे हे पंखे आणि फॉगर्स **आपोआप (Automatically)** सुरू होतात. आणि वातावरण थंड झाले की बंद होतात. ही '**स्मार्ट फार्मिंग**' ची जादू आहे.

८.५. पाण्याचे हौद आणि जागा (Water & Space)

गोठ्यातील 'कम्फर्ट इंजिनिअरिंग'चा विचार करताना आपण पंखे, मॅट्स आणि छतावर खूप चर्चा करतो. पण या सर्व गदारोळात दोन अत्यंत साध्या पण महत्त्वाच्या गोष्टींकडे आपले दुर्लक्ष होते. त्या दोन गोष्टी म्हणजे - **पाणी आणि जागा.** तुम्ही गाईला कितीही महागडे खाद्य (Feed) दिले, पण जर तिला प्यायला पुरेसे पाणी आणि वावरण्यासाठी मोकळी जागा नसेल, तर तुमचे महागडे खाद्य वाया गेलेच म्हणून समजा.

अ) पाणी: दुधाचा ८७% भाग (Water Access)

एक वैज्ञानिक सत्य मनावर बिंबवून घ्या: "**दुधात ८७% पाणी असते.**" उरलेले १३% फक्त फॅट आणि प्रोटिन्स असतात. म्हणजेच, गाईला १ लिटर दूध बनवण्यासाठी किमान ४ लिटर पाण्याची गरज असते.

पाण्याला आम्ही '**द्रवरूप दूध**' मानतो. पण गोठ्यात काय परिस्थिती असते? शेतकरी सकाळी आणि संध्याकाळी बादलीने पाणी पाजतात. किंवा पाण्याचा हौद गोठ्याच्या कोपऱ्यात कुठेतरी लांब असतो.

पाणी व्यवस्थापनाचे नियम:

१. **सहज उपलब्धता (Accessibility):** गाईला जेव्हा तहान लागेल, तेव्हा पाणी तिच्या समोर हवे. तिला पाणी शोधत लांब जावे लागू नये.
   - **नियम:** पाण्याचा हौद किंवा ऑटोमॅटिक वॉटर बाऊल जनावरापासून जास्तीत जास्त **५० फुटांच्या अंतरावर** असावा. जर पाणी लांब असेल, तर आळशीपणा करून गाय पाणी पिणे टाळते आणि परिणामी दूध कमी होते.

२. **स्वच्छता हीच गुरुकिल्ली (Cleanliness):** पाण्याचा हौद आहे, पण तो शेवाळाने (Algae) भरला आहे, त्यात वास येतोय किंवा कचरा पडलाय. अशा वेळी गाय पाणी पीत नाही. स्वतःला प्रश्न विचारा: *तुम्ही घाणेरड्या ग्लासमध्ये पाणी प्याल का?* मग गायीने का प्यावे?
   - **परिणाम:** पाणी जेवढे स्वच्छ, थंड आणि नितळ असेल, तेवढे गाय जास्त पाणी पिते. आणि गाय जेवढे जास्त पाणी पिते, तेवढे तिचे '**ड्राय मॅटर इनटेक**' (खाणे) वाढते. तिचे पचन सुधारते आणि दुधाची टाकी भरते.

ब) गर्दी नको: सामाजिक तणावाचे गणित (Overcrowding & Social Stress)

माणसांप्रमाणेच जनावरांनाही '**वैयक्तिक जागेची**' **(Personal Space)** गरज असते. तुम्ही कधी खचाखच भरलेल्या लोकल ट्रेनने किंवा बसने प्रवास केला आहे? तुम्हाला कसे वाटते? चिडचिड होते ना? अगदी तसेच गाईंना वाटते जेव्हा तुम्ही छोट्या जागेत क्षमतेपेक्षा जास्त जनावरे कोंबून भरता.
यामुळे गोठ्यात '**सामाजिक तणाव**' **(Social Stress)** निर्माण होतो.

'**बॉस काऊ**' **(The Boss Cow Phenomenon):** गाईंच्या कळपात एक 'सामाजिक रचना' (Hierarchy) असते. काही गाई या स्वभावाने दांडगाई करणाऱ्या असतात, ज्यांना आपण '**बॉस काऊ**' म्हणतो. तर काही गाई लाजाळू आणि गरीब असतात.

- जर जागा कमी असेल, तर या 'बॉस गाई' गरीब गाईंना मारतात, त्यांना गव्हाणीवर येऊ देत नाहीत किंवा त्यांना निवांत बसू देत नाहीत.
- यामुळे गरीब गाई उपाशी राहतात आणि भीतीमुळे त्यांचे दूध कमी होते.

मोकळ्या जागेचा नियम: तुमचा गोठा हा तुरुंग नाही, तर ते '**मुक्त संचार**' **(Loose Housing)** असावे.

- **नियम:** एका गाईला फिरण्यासाठी किमान **४० ते ५० चौरस फूट** मोकळी जागा (Free Space) मिळालीच पाहिजे. जेव्हा गायीला मोकळेपणाने फिरता येते, तेव्हा ती स्वतःच्या मर्जीने खाते, पाणी पिते आणि हव्या त्या जागी जाऊन बसते.

निष्कर्ष: गोठ्यात '**गर्दी**' कमी करा आणि '**पाणी**' वाढवा. हे दोन बदल करा, तुम्हाला दिसेल की, औषधांचा खर्च कमी होऊन दुधाचा रतीब कसा वाढतो.
लक्षात ठेवा, **तृप्त गाय हीच दुधाची जननी आहे.**

निष्कर्ष: आनंदी गाय = श्रीमंत शेतकरी

या संपूर्ण प्रकरणाचे सार एकाच समीकरणात मांडता येईल: "**आनंदी गाय = श्रीमंत शेतकरी.**"
अनेकदा शेतकरी मला म्हणतात, *"डॉक्टर, आम्ही तर कधी आमच्या गाईंना पंखे आणि गाद्या दिल्या नाहीत, तरी त्या जगल्याच की!"* त्यांना माझं एकच उत्तर असतं - *"जगणे आणि भरघोस उत्पादन देणे, यात फरक आहे."*

मित्रांनो, '**कम्फर्ट इंजिनीअरिंग**' म्हणजे जनावरांना ५ स्टार हॉटेलमध्ये ठेवणे किंवा त्यांचे चोचले पुरवणे नव्हे. हा विचारच मुळात चुकीचा आहे. कम्फर्ट म्हणजे काय? तर निसर्गाने त्या प्राण्याला ज्या वातावरणासाठी बनवले आहे, ते वातावरण आणि त्यांच्या '**नैसर्गिक गरजा**' **(Biological Needs)** त्यांना पुरवणे. गाय ही उष्णतेसाठी नाही, तर थंडीसाठी बनली आहे. ती कडक जमिनीवर नाही, तर मऊ मातीवर झोपण्यासाठी बनली आहे. हे निसर्गाचे नियम पाळणे म्हणजेच 'कम्फर्ट'.

स्वतःला विचारायचा एक प्रश्न (The Litmus Test)

तुम्ही तुमचा गोठा कसा बांधला आहे, हे तपासण्यासाठी कोणत्याही लॅबची गरज नाही. एक सोपी परीक्षा (Test) करा: जेव्हा गोठ्याचे काम पूर्ण होईल, तेव्हा गाईला आत सोडण्याआधी स्वतःच्या पायातील चपला काढा. आणि स्वतःला

एक प्रश्न विचारा: "**जर मला या गोठ्यात अनवाणी पायाने चालावे लागले आणि या जमिनीवर रात्रभर झोपावे लागले, तर मला चालेल का?**"

- जर अनवाणी चालताना तुमच्या तळपायाला खडे टोचत असतील...
- जर जमिनीवर बसल्यावर तुमच्या गुडघ्याला वेदना होत असतील...
- किंवा जर उकाड्याने तुमचा जीव गुदमरत असेल...

तर लक्षात ठेवा, **जर हे तुम्हाला सहन होत नसेल, तर ते तुमच्या मूक प्राण्यालाही सहन होणार नाही.** तिलाही वेदना होतात, फक्त ती बोलून दाखवू शकत नाही.

गोठा नाही, हे 'प्रॉफिट सेंटर' आहे!

त्यामुळे, यापुढे गोठ्याकडे बघताना 'खर्च' म्हणून बघू नका. तुम्ही फक्त जनावरांना बांधण्यासाठी एक 'शेड' (Shed) उभा करत नाही आहात, तर तुम्ही तुमच्या व्यवसायाचे **'नफा केंद्र' (Profit Centre)** उभे करत आहात.

गोठ्यात केलेली प्रत्येक सुखसोय - मग तो ३००० रुपयांचा पंखा असो किंवा २५०० रुपयांची मॅट - ही तुमच्या **बँक बॅलन्समध्ये** थेट भर घालणार आहे. कारण हे विज्ञानाने सिद्ध झाले आहे की, ज्या गोठ्यात गाय **'स्ट्रेस-फ्री' (ताणमुक्त)** असते, तिथेच दुधाच्या नद्या वाहतात.

पुढील प्रवासाची दिशा...

आता आपल्याकडे उत्तम **जेनेटिक्स (सॉफ्टवेअर)** आहे आणि उत्तम **गोठा (हार्डवेअर)** सुद्धा आहे. सर्व काही सेट आहे. पण, तरीही एक गोष्ट उरते. तुमची गाय तुमच्याशी बोलू शकत नाही. तिला काय त्रास होतोय, हे ती सांगू शकत नाही. मग तिचे आरोग्य कसे ओळखायचे? ती आजारी पडण्याआधीच तुम्हाला कसे कळणार? निसर्गाने तिला एक भाषा दिली आहे, जी आपल्याला शिकावी लागेल.

चला तर मग, पुढील प्रकरणात आपण जनावरांशी बोलण्याची कला शिकूया.. **मूक संवाद - निरीक्षणाची शक्ती (Silent Signals: The Power of Observation).**

प्रकरण ९: मूक संवाद (Silent Signals)
जनावरांचे बोलणे ऐकण्याची कला

"गोठ्यात गेल्यावर जो शेतकरी मोबाईल खिशात ठेवतो आणि डोळे-कान उघडे ठेवतो, तोच खरा नफा कमवतो. जनावरे बोलू शकत नाहीत, पण ती कधीच खोटे बोलत नाहीत.
त्यांचे शरीर आणि वागणे तुम्हाला सतत काहीतरी सांगत असते. प्रश्न फक्त हा आहे की, तुम्हाला त्यांची भाषा येते का?"

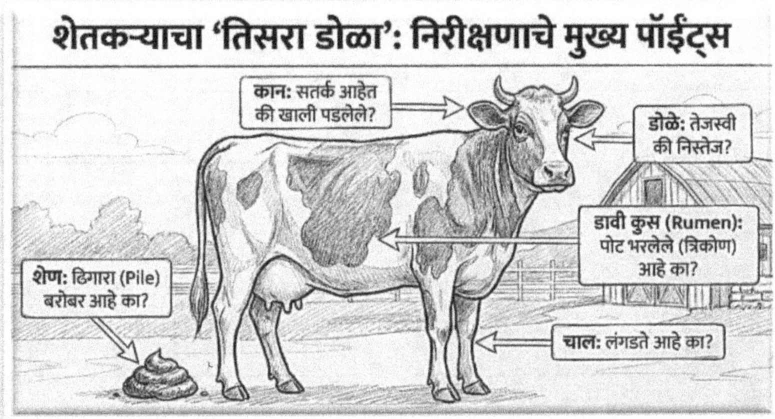

शेतकऱ्याचा 'तिसरा डोळा': निरीक्षणाचे मुख्य पॉईंट्स

वाचकांचे विचार

आज आपण २१ व्या शतकातील **'स्मार्ट फार्मिंग' (Smart Farming)** च्या युगात वावरत आहोत. हे युग सेन्सर्स, कॅमेरे आणि सॉफ्टवेअरचे आहे. आजकाल प्रगत गोठ्यांमध्ये गाईंच्या गळ्यात 'कॉलर' (RFID Tags) असतात. हे गॅझेट तुम्हाला तुमच्या मोबाईलवर क्षणाक्षणाची माहिती देते: *"तुमची गाय आज किती पावले चालली? तिने किती तास रवंथ केले? तिचे तापमान किती आहे?"* हे तंत्रज्ञान खरोखरच अद्भुत आहे. यामुळे काम सोपे झाले आहे, यात शंकाच नाही. पण, इथेच एक धोक्याची घंटा आहे. अनेक आधुनिक उद्योजक या स्क्रीन आणि आकड्यांवर इतके अवलंबून राहतात की, ते गोठ्यात जाणेच बंद करतात.

मशीन विरुद्ध मानवी नजर

मित्रांनो, एक गोष्ट मनावर कोरून ठेवा: **"जगातील कोणतेही मशीन, कितीही महागडा सेन्सर... 'शेतकऱ्याच्या नजरेची' (Farmer's Eye) जागा कधीच घेऊ शकत नाही."** मशीन आणि माणूस यात एक मूलभूत फरक आहे. मशीन तुम्हाला **'डेटा' (Data)** देते. ते तुम्हाला सांगेल की, *"गायीचे तापमान १०४ डिग्री फॅरेनहाइट आहे."* पण, तोपर्यंत खूप उशीर झालेला असतो.

याउलट, एक अनुभवी पशुपालक जेव्हा गोठ्यात फेरी मारतो, तेव्हा तो थर्मामीटर लावत नाही. तो फक्त गाईकडे एक नजर टाकतो आणि सांगतो: *"हिची तब्येत आज काहीतरी ठीक वाटत नाहीये. हिच्या डोळ्यात नेहमीची चमक नाही आणि ती आज कळपापासून थोडी वेगळी उभी आहे."* त्यावेळी कदाचित त्या गाईला ताप आलेलाही नसतो. पण त्या शेतकऱ्याला **'जाणीव'** झालेली असते. मशीन तुम्हाला **'आकडे'** देते, पण अनुभव तुम्हाला **'आडाखे'** देतो. आणि व्यवसायात आडाखे खूप महत्त्वाचे असतात.

'तिसरा डोळा': व्यवसायाचा रक्षक (The Third Eye)

यालाच मी पशुपालकाचा **'तिसरा डोळा' (The Third Eye)** किंवा **'निरीक्षण शक्ती'** म्हणतो. हा डोळा कपाळावर नसतो, तर तो तुमच्या अनुभवात आणि सतर्कतेत असतो. आपली जनावरे बोलू शकत नाहीत. ती तुम्हाला सांगू शकत नाहीत की, *"मालक, आज माझे पोट दुखतेय."* पण ती सतत तुमच्याशी संवाद साधत असतात. ती त्यांच्या **'देहोलीतून' (Body Language)** तुमच्याशी बोलत असतात.

- कान हलवण्याची पद्धत,
- शेपटीची हालचाल,
- बसण्याची पद्धत,

- आणि रवंथ करण्याचा वेग... हे सर्व त्यांचे 'मूक शब्द' आहेत. जो हे शब्द वाचू शकतो, तोच खरा यशस्वी पशुपालक!

आजाराचे दोन टप्पे: आर्थिक गणिताचा खेळ

निरीक्षण शक्ती का महत्त्वाची आहे? याचे उत्तर 'पैशात' आहे. कोणताही आजार दोन टप्प्यांत येतो:

१. **सब-क्लिनिकल स्टेज (Sub-Clinical Stage):** हा सुरुवातीचा टप्पा आहे. इथे आजार शरीरात घुसलेला असतो, पण बाहेरून कोणतीही मोठी लक्षणे (ताप, सूज) दिसत नाहीत. इथे फक्त वागण्यात थोडा बदल होतो (उदा. कमी खाणे, सुस्त बसणे). जर तुम्ही इथेच आजार ओळखला, तर ५० रुपयांच्या गोळीत किंवा काढ्यात काम भागते. **नुकसान: शून्य.**

२. **क्लिनिकल स्टेज (Clinical Stage):** जेव्हा तुम्ही सुरुवातीचे संकेत ओळखत नाही, तेव्हा आजार वाढतो आणि 'दिसणाऱ्या' टप्प्यावर येतो. गाय दूध देणे पूर्ण बंद करते, ताप येतो, खाली बसते. याला 'क्लिनिकल स्टेज' म्हणतात. जेव्हा तुम्ही इथे डॉक्टरांना बोलावता, तेव्हा '**आर्थिक नुकसान**' सुरू झालेले असते. दूध घटलेले असते आणि उपचाराचा खर्च वाढलेला असतो.

थोडक्यात: मशीन तुम्हाला 'क्लिनिकल' स्टेजला अलर्ट देते, पण तुमची नजर तुम्हाला 'सब-क्लिनिकल' स्टेजला सावध करते. त्यामुळे, या प्रकरणात आपण जनावरांची '**बॉडी लँग्वेज' डिकोड करायला** शिकणार आहोत. गाय शेपटी का उडवते? तिने कान का पाडले आहेत? तिच्या शेणाचा रंग काय सांगतो?

हे प्रकरण तुम्हाला तुमच्या मुक्या मित्रांचे मन वाचायला शिकवेल.

९.१. डेटा सेन्सर्सच्या पलीकडे: निरीक्षण शक्ती (The Art of Observation)

आपण मागच्या प्रकरणात तंत्रज्ञानाचे कौतुक केले. पण, एक गोष्ट लक्षात ठेवा - तंत्रज्ञान हे '**साधन**' आहे, ते '**साध्य**' नाही. आजकाल अनेक 'हाय-टेक' शेतकरी मला त्यांचे मोबाईल ॲप दाखवतात. त्यात रंगीबेरंगी आलेख असतात. पण जेव्हा मी त्यांना गोठ्यातील एखाद्या विशिष्ट गाईबद्दल विचारतो, तेव्हा ते ब्लँक होतात. येथेच आपल्याला '**डेटा**' **(Data)** आणि '**निरीक्षण**' **(Observation)** यातील मूलभूत फरक समजून घेणे गरजेचे आहे.

आकडे vs. अनुभव (Data vs. Insight)

मशीन आणि माणूस यांच्यात एक मोठी भिंत आहे. मशीनला '**भावना**' नसतात.

- **डेटा (जे मशीन सांगते):** तुमचा सेन्सर किंवा मजुराचा रिपोर्ट सांगतो: *"साहेब, कपिला गाईने आज १० किलो खाद्य (TMR) खाल्ले."* हा झाला डेटा. कागदावर सर्व काही 'ओके' दिसते. तुम्ही खुश होता.
- **निरीक्षण (जे तुमचे डोळे सांगतात):** पण जेव्हा तुम्ही स्वतः गोठ्यात असता, तेव्हा तुमचे डोळे तुम्हाला काहीतरी वेगळेच सांगतात: *"हो, तिने १० किलो खाल्ले खरे. पण, ती खाताना नेहमीसारखी उत्साही नव्हती. ती चारा तोंडात घेत होती, पण चघळताना थांबत होती. ती चारा निवडत होती आणि अधूनमधून श्वास घ्यायला थांबत होती."*

मशीनने तुम्हाला फक्त '**काय घडले**' **(Quantity)** हे सांगितले, पण तुमच्या डोळ्यांनी '**कसे घडले**' **(Quality)** हे टिपले. तिने १० किलो खाल्ले हा डेटा आहे, पण तिने '**नाखुशीने**' खाल्ले - हे निरीक्षण आहे. आणि हेच निरीक्षण तुम्हाला सांगते की, "तिच्या घशात किंवा पोटात काहीतरी गडबड आहे." हे मशीन कधीच सांगू शकणार नाही.

फार्मवरील सर्वात मोठी चूक: 'मॅनेजर सिंड्रोम'

मी अनेक मालकांना आणि फार्म मॅनेजर्सना पाहतो. ते गोठ्यात येतात, पण ते तिथे नसतातच. ते येतात, भराभरा गोठ्यात एक राऊंड मारतात. मजुरांवर दोनदा ओरडतात - *"ए राम्या, शेण का नाही काढलं अजून? पाण्याची टाकी भरली का?"* - आणि १० मिनिटांत गाडीत बसून निघून जातात. ही त्यांची सर्वात मोठी घोडचूक असते. त्यांचे सर्व लक्ष '**कामावर**' **(Task-oriented)** असते - शेण, पाणी, स्वच्छता. हे महत्त्वाचे आहेच. पण, त्यांचे लक्ष '**जनावरावर**' **(Animal-oriented)** नसते.

तुम्ही गोठ्यातील भिंती आणि टाक्या तपासायला आला आहात की त्यातील जिवांना तपासायला? जेव्हा तुम्ही फक्त इन्फ्रास्ट्रक्चर बघता, तेव्हा तुम्ही जनावरांचे 'मूक संकेत' (Silent Signals) मिस करता.

तिसरा डोळा कसा विकसित करायचा? (Developing the Third Eye)

आता प्रश्न येतो की, हा 'तिसरा डोळा' किंवा ही 'निरीक्षण शक्ती' मिळवायची कुठून? बाजारात याची गोळी मिळते का? नाही. तिसरा डोळा म्हणजे कोणतीही जादू नाही. ही एक '**सवय**' **(Habit)** आहे. तुम्हाला फक्त तुमच्या दिनचर्येत एक छोटा बदल करायचा आहे:

१. **शांतता (Stillness):** जेव्हा तुम्ही गोठ्यात जाल, तेव्हा आधी स्वतःला शांत करा. मोबाईल खिशात ठेवा. मजुरांना सूचना देणे बंद करा.

२. **गोंगाट नको:** शांतपणे गोठ्याच्या एका कोपऱ्यात किंवा गव्हाणीच्या बाजूला जाऊन उभे राहा. हलू नका, फक्त बघा. जेव्हा तुम्ही गोंगाट करत असता, तेव्हा जनावरे सावध (Alert) होतात. ती तुम्हाला बघत असतात. पण जेव्हा तुम्ही ५-१० मिनिटे शांत उभे राहता, तेव्हा जनावरांना तुमची सवय होते. ती रिलॅक्स होतात आणि त्यांच्या '**नैसर्गिक रूपात**' वावरू लागतात.

३. **विसंगती शोधा (Spot the Anomaly):** जेव्हा सर्व कळप शांत असतो, तेव्हाच तुम्हाला वेगळेपण दिसते.

- एखादी गाय एकटीच कोपऱ्यात मान खाली घालून उभी आहे का?
- दुसरी गाय रवंथ करताना मध्येच थांबतेय का?
- तिसऱ्या गाईच्या कानाची हालचाल मंदावली आहे का?

या छोट्या गोष्टी म्हणजे '**विसंगती**' **(Anomaly)** आहेत. जेव्हा तुम्ही हे शिकाल, तेव्हा तुम्ही थर्मामीटर लावण्याआधीच सांगू शकाल, *"आज हिची तब्येत ठीक नाही."* आणि हीच एका यशस्वी पशुपालकाची खरी ओळख आहे.

९.२. जनावरांच्या वर्तणुकीवरून आजार ओळखणे (Decoding Behavior)

मित्रहो, एक गोष्ट लक्षात ठेवा - "तापमापी (Thermometer) ताप सांगते, पण जनावराची वर्तणूक वेदना सांगते." कोणतेही जनावर अचानक एका मिनटात आजारी पडत नाही. आजार शरीरात प्रवेश केल्यानंतर आणि पूर्ण बळाने आक्रमण करण्याआधी, जनावर तुम्हाला अनेक '**सूक्ष्म इशारे**' देत असते. हे इशारे समजून घेणे म्हणजेच 'बिझनेस वाचवणे' आहे. चला, त्यांच्या वागण्यातील चार महत्त्वाचे बदल डिकोड करूया:

अ) एकांतवास: निसर्गाची भीती (Isolation)

गाई, म्हशी आणि शेळ्या हे मुळात '**कळपात राहणारे प्राणी**' **(Herd Animals)** आहेत. त्यांना कधीही एकटे राहायला आवडत नाही. त्यांना नेहमी आपल्या मैत्रिणींच्या, इतर गाईंच्या सहवासात राहायला आवडते.

संकेत: जर तुमची एखादी गाय किंवा शेळी कळपापासून मुद्दाम लांब जात असेल, गोठ्याच्या अंधाऱ्या कोपऱ्यात जाऊन एकटीच उभी असेल, किंवा मान खाली घालून शून्यात बघत असेल, तर सावध व्हा! जेव्हा इतर गाई तिच्या जवळ जातात,

तेव्हा ती काहीच प्रतिक्रिया (Response) देत नसेल, तर समजून जा की तिला आतून तीव्र वेदना होत आहेत.

याचे कारण काय? याचे मूळ त्यांच्या जंगली पूर्वजांमध्ये आहे. जंगलात जेव्हा एखादे जनावर आजारी पडायचे, तेव्हा ते शिकाऱ्यांपासून (वाघ, लांडगे) वाचण्यासाठी स्वतःला लपवून ठेवायचे. कारण 'कमकुवत जनावर हे शिकाऱ्याचे पहिले भक्ष्य असते.' आज तुमच्या गोठ्यात वाघ नाही, पण ती '**भीतीची उपजत वृत्ती**' **(Instinct)** आजही त्यांच्या रक्तात आहे. त्यामुळे, 'एकांतवास' ही धोक्याची पहिली घंटा आहे.

ब) जेवणाचे ताट काय सांगते? (Eating Habits)

फक्त गायीने खाल्ले की नाही, एवढे बघू नका. तिने '**कसे**' खाल्ले, हे बघा.

१. **अन्नावरून वासना उडणे (Drop in Intake):** जर गायीने गव्हाणीतले अर्धे अन्न तसेच सोडले असेल, तर दोन शक्यता आहेत - एकतर तिला ताप आहे किंवा तिच्या पचनसंस्थेत (Rumen) काहीतरी गडबड आहे.

२. **निवडून खाणे (Sifting/Sorting):** हे खूप महत्त्वाचे निरीक्षण आहे. तुम्ही जनावरांना टीएमआर (TMR - कुट्टी आणि खुराक एकत्र) देता. पण, गाय जर हुशारीने फक्त बारीक खुराक (Concentrate) खात असेल आणि घासाच्या काड्या (Fiber) बाजूला सारत असेल, तर ते चवीचे नखरे नाहीत. **निदान:** तिला '**ॲसिडोसिस**' **(Acidosis)** झाला असू शकतो. म्हणजे तिच्या पोटातील आम्ल वाढले आहे आणि तिला छातीत जळजळ होत असल्याने ती काड्या खायला टाळतेय.

३. **पाण्याशी खेळणे:** जनावर वारंवार पाण्याच्या हौदाकडे जाते, तिथे उभे राहते, पण पाणी पीत नाही. किंवा फक्त तोंड बुडवून बाहेर काढते. **निदान:** तिच्या तोंडात किंवा घशात फोड आलेले असू शकतात, ज्यामुळे तिला पाणी गिळताना त्रास होतोय.

क) चाल आणि बैठक: वेदनेचा आरसा (Posture & Gait)

जनावराची चालण्याची आणि बसण्याची पद्धत तुम्हाला एक्स-रे सारखी माहिती देते.

१. **लंगडणे आणि कमानीसारखी पाठ (Arched Back):** निरोगी गाईची पाठ (कणा) चालताना सरळ रेषेत असते. पण, जर गाय चालताना तिची पाठ वरच्या बाजूला वाकवून (कमानीसारखी) चालत असेल आणि मान खाली ठेवत असेल, तर याचा अर्थ तिच्या शरीरात '**तीव्र वेदना**' आहेत. हे पोटदुखीचे

(Hardware Disease - पोटात लोखंड/खिळा जाणे) किंवा खुरांच्या त्रासाचे लक्षण असू शकते.

२. **उठताना होणारा त्रास:** निरोगी गाय बसली असेल आणि तुम्ही जवळ गेलात, तर ती पटकन उठते. पण, जर तिला उठायला वेळ लागत असेल, ती उठताना अडखळत असेल किंवा मागचे पाय उचलून पुन्हा खाली बसत असेल, तर हे **'कॅल्शियमची कमतरता' (Milk Fever ची सुरुवात)** किंवा सांधेदुखीचे लक्षण आहे.

ड) रडणारे कान (Ear Position)

तुम्ही कधी कुत्र्याचे कान पाहिले आहेत? आनंदी कुत्र्याचे कान उभे असतात आणि घाबरलेल्या कुत्र्याचे कान पडलेले असतात. गाईंचेही तसेच असते.

१. **निरोगी जनावर:** निरोगी गाईचे कान **'रडार' (Radar)** सारखे असतात. ते सतत हालचाल करतात. कोणताही आवाज आला की कान त्या दिशेने फिरतात. ते स्पर्शाला उबदार असतात.

२. **आजारी जनावर:** आजारी गाईचे कान **'खाली पडलेले' (Droopy Ears)** असतात. जणू काही तिच्यातील सर्व शक्ती निघून गेली आहे. तुम्ही त्या कानाला हात लावला तर ते **'थंड' (Cold)** लागतात. तिचे डोळे खोल गेलेले (Sunken Eyes) आणि निस्तेज दिसतात. हे **'डिहायड्रेशन' (Dehydration)** किंवा रक्ताभिसरण कमी झाल्याचे लक्षण आहे.

थोडक्यात: ज्या दिवशी तुम्हाला गोठ्यात एखादी गाय कोपऱ्यात एकटी उभी असलेली, कान पडलेली आणि जेवण अर्धवट सोडलेली दिसेल... त्या दिवशी संध्याकाळची वाट बघू नका. लगेच ताप तपासा आणि डॉक्टरांना फोन करा. कारण इथेच तुम्ही तुमचा हजारो रुपयांचा खर्च वाचवू शकता.

९.३. 'इंजिन चेक': पोटाचे निरीक्षण (Rumen Fill Score)

तुम्ही कधी लांबच्या प्रवासाला निघता, तेव्हा गाडी सुरू करण्याआधी काय करता? तुम्ही गाडीच्या डॅशबोर्डवर बघता - पेट्रोल आहे का? इंजिनचे तापमान ठीक आहे का? जसे गाडी चालवण्यासाठी इंजिन महत्त्वाचे असते, तसेच **गाय चालवण्यासाठी तिचे 'पोट' (Rumen) महत्त्वाचे असते.** गाईचे पोट हे एक साधे पोट नसून, ती एक **२०० लिटरची रासायनिक फॅक्टरी** आहे. दूध कासेत तयार होत असले, तरी त्याचा कच्चा माल या फॅक्टरीतच शिजतो. त्यामुळे, एक

स्मार्ट पशुपालक म्हणून तुमची नजर नेहमी जनावराच्या '**डाव्या कुशीवर**' (**Left Flank**) असली पाहिजे.
का? कारण गाईचे हे मुख्य इंजिन (Rumen) शरीराच्या डाव्या बाजूला असते.

अ) रुमेन फिल स्कोअर: इंधनाची टाकी (The Fuel Gauge)

तुम्ही गोठ्यात फेरी मारताना प्रत्येक गाईच्या डाव्या बाजूला जाऊन उभे राहा. तिथे तुम्हाला शेवटची बरगडी (Last Rib) आणि खुब्याचे हाड (Hip Bone) यांच्या मधल्या जागेत एक '**त्रिकोण**' दिसेल. हा त्रिकोण तुम्हाला सांगतो की, कालच्या २४ तासांत तुमच्या गाईने किती काम केले आहे.

१. **खोल खड्डा (The Danger Pit):** जर त्या त्रिकोणाच्या जागी तुम्हाला '**खोल खड्डा**' (**Hollow**) दिसत असेल - म्हणजे तिथे हात घातला तर हात आत जाईल इतका रिकामेपणा असेल - तर ही **धोक्याची घंटा** आहे. **अर्थ:** याचा अर्थ असा की, तुमच्या गाईने गेल्या १२ ते २४ तासांत पोटभर खाल्लेले नाही. तिचे पोट रिकामे आहे. कदाचित तिला अन्नावरून वास उडाला आहे किंवा तिला ताप आहे. हे मशीन 'इंधन' संपल्यामुळे बंद पडण्याच्या मार्गावर आहे.

२. **सपाट किंवा फुगीर (The Healthy Tank):** जर तो त्रिकोणाचा भाग गच्च भरलेला असेल, तिथे त्वचा ताठ असेल आणि सपाट दिसत असेल, तर **निश्चिंत राहा. अर्थ:** गाईचे 'इंटेक' (खाणे) उत्तम आहे. तिचे इंजिन पूर्ण क्षमतेने काम करत आहे.

त्यामुळे नियम लक्षात ठेवा: "**डाव्या कुशीत खड्डा, म्हणजे नफ्यात खड्डा.**"

ब) रवंथ: गोठ्यातील संगीत (Rumination)

गोठ्यात गेल्यावर तुम्हाला कोणता आवाज ऐकायला आवडतो? फॅनचा? मशिन्सचा? नाही. गोठ्यातील सर्वात सुंदर आवाज (Music) कोणता असेल, तर तो म्हणजे गाईंच्या '**रवंथ करण्याचा**' आवाज. रवंथ करणे (Chewing the Cud) हे जनावराच्या आरोग्याचे जगातील सर्वात मोठे '**प्रमाणपत्र**' (**Certificate**) आहे. गाय जेव्हा रवंथ करते, तेव्हा ती फक्त चारा चघळत नसते; तर ती आनंदी असते, तणावमुक्त असते आणि तिची पचनसंस्था व्यवस्थित काम करत असते.

६० टक्क्यांचा नियम (The Golden Rule): गोठ्यातील जनावरांचे आरोग्य तपासण्यासाठी एक साधी चाचणी करा: दुपारी किंवा रात्री जेव्हा गोठा शांत असतो, तेव्हा एक फेरी मारा. जी जनावरे खाली बसलेली आहेत, त्यांच्याकडे बघा.

नियम: बसलेल्या जनावरांपैकी किमान **६०% ते ७०% जनावरे** तोंड हलवत म्हणजेच रवंथ करत असलीच पाहिजेत.

- **परिस्थिती १:** जर १० पैकी ७ गाई रवंथ करत असतील, तर तुमचा गोठा '**निरोगी**' आहे. तुमचे मॅनेजमेंट परफेक्ट आहे.
- **परिस्थिती २:** जर १० पैकी फक्त २-३ गाईच रवंथ करत असतील आणि बाकीच्या फक्त सुस्त बसल्या असतील, तर समजून जा की गोठ्यात काहीतरी गडबड आहे. कदाचित चाऱ्यात बदल झालाय, पाणी कमी पडले आहे किंवा गोठ्यात खूप उष्णता (Heat Stress) आहे.

दात खाणे (Teeth Grinding): कधीकधी रवंथ करताना वेगळाच आवाज येतो - 'कुर्र-कुर्र' असा दात खाल्ल्यासारखा. सावध व्हा! गाय जेव्हा दात खाते, तेव्हा ती रागात नसते, तर तिला '**पोटात कळा**' येत असतात किंवा तिला '**ॲसिडोसिस**' झालेला असतो. हे वेदनेचे लक्षण आहे.

थोडक्यात: तुमचा गोठा बोलत असतो, फक्त ऐकणारे कान हवेत. रिकामी डावी कुशी आणि थांबलेले तोंड... हे दोन संकेत दिसले की थर्मामीटर काढायची तयारी ठेवा.

९.४. 'एक्झॉस्ट चेक': शेणाचे निरीक्षण (Manure Scoring)

आपण गाडीच्या उदाहरणावरून पुढे जाऊया. जेव्हा तुम्ही तुमची गाडी सर्व्हिसिंगला नेता, तेव्हा हुशार मेकॅनिक इंजिन न खोलता फक्त सायलेन्सरमधून येणारा 'धूर' (Exhaust) बघतो. जर धूर काळा असेल, तर इंजिनमध्ये ऑईल जळतंय. जर धूर पांढरा असेल, तर इंधनाचे ज्वलन नीट होत नाहीये. अगदी तसेच, गायीचे शरीर हे एक इंजिन आहे आणि '**शेण**' हा त्याचा '**एक्झॉस्ट**' (Exhaust) आहे. तुम्ही गाईच्या पोटाची सोनोग्राफी करू शकत नाही, पण तिचे शेण बघून आतल्या पचनसंस्थेची (Digestion) अवस्था १००% अचूक ओळखू शकता. याला तांत्रिक भाषेत '**मॅन्युअर स्कोरिंग' (Manure Scoring)** म्हणतात.
चला, शेणाची भाषा वाचायला शिकूया:

१. खूप पातळ शेण: 'पिचकारी' (The Splash)

जर शेण पाण्याच्या धबधब्यासारखे पडत असेल, जमिनीवर पडल्यावर लांबपर्यंत उडत असेल आणि त्याचा आकार राहत नसेल, तर हे धोक्याचे लक्षण आहे.

- **कारण:** गाईच्या पोटात '**आम्ल**' वाढले आहे (Acidosis). हे तेव्हा घडते जेव्हा तुम्ही गाईला गरजेपेक्षा जास्त धान्य (Concentrate) किंवा खूप कोवळा हिरवा चारा खायला देता.
- **अर्थ:** अन्न पचत नाहीये, ते पोटात सडत आहे आणि वेगाने बाहेर फेकले जात आहे. यामुळे गाईचे वजन झपाट्याने कमी होते.

२. खूप घट्ट शेण: 'दगडासारखे गोळे' (The Rock)

जर शेण घोड्याच्या लीदीसारखे घट्ट गोळ्यांच्या स्वरूपात पडत असेल, ते कोरडे असेल आणि त्याचा रंग खूप गडद असेल, तर हे सुद्धा वाईट लक्षण आहे.

- **कारण:** हे तेव्हा घडते जेव्हा आहारात वाळलेला चारा (Fiber/काडबा) खूप जास्त होतो किंवा सर्वात महत्त्वाचे कारण म्हणजे - '**पाणी कमी पडले आहे**' **(Dehydration).**
- **अर्थ:** आतड्यांमध्ये अन्न खूप हळू पुढे सरकत आहे. गाईला तहान लागली आहे, हे तिचे शेण ओरडून सांगतेय.

३. शेणात धान्य दिसणे: 'पैसे वाया' (Undigested Grain)

हे दृश्य बघताना शेतकऱ्याला सर्वात जास्त त्रास झाला पाहिजे. जर तुम्ही शेणाकडे बारकाईने बघितले आणि त्यात तुम्हाला मक्याचे पिवळे दाणे, सरकीचे तुकडे किंवा चाऱ्याच्या काड्या जशाच्या तशा (Undigested) दिसत असतील, तर थांबा!

- **अर्थ:** तुम्ही जो २०-३० रुपये किलोचा महागडा खुराक (Feed) घालत आहात, तो पचत नाहीये. तो एका बाजूने आत जातोय आणि दुसऱ्या बाजूने तसाच बाहेर येतोय.
- **नुकसान:** तुमचे पैसे शेणातून नालीत वाहून जात आहेत. हे '**कमकुवत पचनशक्तीचे**' लक्षण आहे. अशा वेळी डॉक्टरांच्या सल्ल्याने पचन सुधारणारे पाउडर किंवा 'प्रोबायोटिक्स' देणे गरजेचे असते.

४. आदर्श शेण: यशाची खूण (The Perfect Pile)

मग निरोगी आणि भरघोस दूध देणाऱ्या गाईचे शेण कसे असावे?

- **पोत (Texture):** ते ना खूप पातळ असावे, ना खूप घट्ट. ते '**शेव्हिंग क्रीम**' किंवा घट्ट हलव्यासारखे मऊ असावे.
- **ढिगारा (The Pile):** जेव्हा ते जमिनीवर पडते, तेव्हा ते पसरून पाणी होऊ नये. तर त्याचा **३ ते ४ थरांचा एक सुंदर 'ढिगारा' (Circular**

Pile) तयार झाला पाहिजे. त्याच्या मध्यभागी एक नैसर्गिक खड्डा (Dimple) असावा.

- **बूट टेस्ट (Boot Test):** एक साधी चाचणी करा. जर तुम्ही बूट घातलेल्या पायाने त्या शेणाला हलका धक्का दिला किंवा दाबले, तर ते बुटाला चिकटले नाही पाहिजे.

निष्कर्ष: त्यामुळे मित्रांनो, गोठ्यात गेल्यावर शेणाकडे बघून नाक मुरडू नका. ते घाण नाही, तर तो तुमच्या व्यवसायाचा **'डेली रिपोर्ट'** आहे. रोज सकाळी फक्त एक नजर शेणावर टाका. जर ते '३-४ थरांचे' असेल, तर समजा तुमची फॅक्टरी उत्तम चालली आहे!

९.५. आवाज आणि श्वसन (Sound & Respiration)

गोठा हा 'शांत' असावा, पण तो 'नि:शब्द' (Silent) कधीच नसावा. जेव्हा तुम्ही गोठ्यात जाता आणि डोळे बंद करता, तेव्हा तुम्हाला काय ऐकू येते? तिथे एक विशिष्ट लय (Rhythm) असते. जर ती लय बिघडली, तर समजून जा की कुठेतरी काहीतरी बिनसले आहे. एक जागरूक पशुपालक म्हणून तुम्हाला दोन आवाजांमधील फरक ओळखता आला पाहिजे: **'नफ्याचे संगीत'** आणि **'धोक्याचा सायरन'**.

अ) खाण्याचा आवाज: गोठ्यातील सिंफनी (The Sound of Eating)

रात्रीच्या वेळी किंवा पहाटे जेव्हा गोठ्यात शांतता असते आणि जनावरांना ताजा चारा घातलेला असतो, तेव्हा तिथे जाऊन उभे राहा. तुम्हाला एक विशिष्ट, सलग आवाज ऐकू येईल - **'कुर्र-कुर्र-कुर्र' (Crunching Sound).** हे जनावरांनी चारा आणि वैरण चघळण्याचा आवाज आहे. माझ्या मते, एका पशुपालकासाठी जगातले कोणतेही संगीत या आवाजापेक्षा मधुर असू शकत नाही. का? कारण जोपर्यंत हा 'कुरकुरीत' आवाज सुरू आहे, तोपर्यंत तुमची 'कॅश मशीन' (Cash Machine) सुरू आहे. हा आवाज सांगतो की, गायींना भूक लागली आहे, त्या आवडीने खात आहेत आणि पचनसंस्था उत्तम आहे.

धोक्याची शांतता: पण, जर तुम्ही गोठ्यात गेलात आणि तिथे **'स्मशानशांतता'** (Pin-drop silence) असेल, चारा गव्हाणीत तसाच पडलेला असेल आणि गाई फक्त उभ्या असतील... तर घाबरून जा. जेव्हा हा 'कुरकुरीत' आवाज थांबतो, तेव्हा तुमच्या नफ्याचे मीटरही थांबते. अन्नावरून वासना उडणे हे १० पैकी ९ आजारांचे पहिले लक्षण आहे.

ब) श्वसन: इंजिनची गती (The Breath Check)

आता डोळे उघडा आणि जनावराच्या छातीकडे बघा. गाय श्वास घेतेय हे आपल्याला माहित असते, पण ती **'कसा'** श्वास घेतेय, यात तिची आरोग्याची कुंडली लपलेली असते. गाडीचे इंजिन जेव्हा ओव्हरहीट होते, तेव्हा ते जसे वेगाने आवाज करते, तसेच गाईचे शरीर असते.

१. **निरोगी गाय (The Idle Engine):** एक निरोगी गाय, जी सावलीत आरामात बसली आहे, ती संथ गतीने श्वास घेते. तिचा **श्वसन दर (Respiration Rate)** हा मिनिटाला **१५ ते ३० श्वास** इतका असतो. तिची छाती हलकीशी वर-खाली होते, जे लांबून पटकन लक्षातही येत नाही. हे 'नॉर्मल' आहे.

२. **धोक्याची घंटा (The Red Alert):** पण, जर तुम्हाला खालील लक्षणे दिसली:
   - गाईची छाती लोहाराच्या भात्यासारखी वेगाने वर-खाली होत आहे.
   - तिने जीभ बाहेर काढली आहे आणि लाळ गळतेय.
   - तिला धाप लागली आहे (Panting).

तर, लगेच घड्याळ लावा आणि एका मिनिटात ती किती वेळा श्वास घेते ते मोजा. **नियम:** जर श्वासाचा वेग **६० च्या वर** (म्हणजे सेकंदाला एक श्वास) गेला असेल, तर गाय **'हीट स्ट्रेस' (Heat Stress)** मध्ये आहे किंवा तिला **'न्यूमोनिया'** (Pneumonia) झाला आहे.

आर्थिक अर्थ: जेव्हा गायीला असे धाप लागते, तेव्हा ती तिची सर्व ऊर्जा (Energy) दूध बनवण्यासाठी नाही, तर फक्त 'श्वास घेण्यासाठी' आणि 'शरीर थंड ठेवण्यासाठी' वापरत असते. ही अवस्था म्हणजे तुमच्या व्यवसायाचा तोटा आहे. तिला त्वरित कुलिंग (फॅन्स/फॉगर्स) ची किंवा डॉक्टरांची गरज आहे.

निष्कर्ष: गोठ्यात गेल्यावर कान उघडे ठेवा. 'कुरकुरीत' आवाज सुरू असेल तर आनंद माना, आणि जर 'धाप लागण्याचा' आवाज येत असेल, तर सावध व्हा.

९.६. शेतकऱ्याचा 'तिसरा डोळा' कसा तयार करायचा? (Daily Routine)

आतापर्यंत आपण वाचले की 'तिसरा डोळा' किंवा 'निरीक्षण शक्ती' किती महत्त्वाची आहे. पण तुमच्या मनात प्रश्न आला असेल - *"डॉक्टर, हे सर्व ऐकायला छान वाटते, पण हे नक्की करायचे कसे? हा तिसरा डोळा विकसित करण्यासाठी मला काही विशेष ट्रेनिंग घ्यावी लागेल का?"*

उत्तर आहे - नाही! तुम्हाला कोठेही ट्रेनिंगला जाण्याची गरज नाही. तुम्हाला फक्त तुमच्या रोजच्या वेळापत्रकात एक **'१० मिनिटांची सवय'** लावून

घ्यायची आहे. ही सवय तुमच्या व्यवसायाचे 'कवच' बनेल. याला मी **'द मॉर्निंग वॉक' (The Morning Walk)** म्हणतो.

सकाळचा राउंड: शांततेची वेळ

ही १० मिनिटे कधी द्यायची? सकाळी मजूर कामाला लागण्याआधी, किंवा गोठ्यात गडबड आणि यंत्रांचे आवाज सुरू होण्याआधी. जेव्हा गोठा नुकताच जागा होत असतो, ती वेळ सर्वोत्तम असते. गोठ्यात जा, मोबाईल खिशात ठेवा आणि तुमचे शरीर 'अँटेना' सारखे सतर्क करा. तुम्हाला तुमच्या तीनही इंद्रियांचा (नाके, कान, डोळे) आणि स्पर्शाचा वापर करायचा आहे.

हे 'स्कॅनिंग' खालीलप्रमाणे करा:

१. **वास घ्या (Smell): हवेतील संदेश** गोठ्यात पाऊल टाकल्या टाकल्या पहिली गोष्ट करा - दीर्घ श्वास घ्या.
   - **अमोनियाचा वास:** जर तुम्हाला डोळ्यात पाणी आणणारा किंवा नाकाला झोंबणारा उग्र वास (Ammonia) येत असेल, तर समजून जा की तुमचे व्हेंटिलेशन (हवा खेळती राहणे) कमी पडतेय. गोठा गॅस चेंबर बनला आहे.
   - **आंबट वास:** जर गोठ्यात 'शिळ्या अन्नासारखा' किंवा 'आंबट' वास येत असेल, तर ते धोक्याचे लक्षण आहे. कुठल्यातरी गाईला 'ॲसिडोसिस' झाला आहे किंवा तिचे पचन बिघडले आहे.

२. **ऐका (Listen): आवाजांचा अर्थ** आता ५ सेकंद डोळे बंद करा आणि फक्त ऐका. गोठा शांत असायला हवा, फक्त रवंथ करण्याचा आवाज यायला हवा.
   - पण त्या शांततेत तुम्हाला कोणाच्या तरी **खोकल्याचा** आवाज येतोय का? (न्यूमोनियाची सुरुवात).
   - किंवा एखादे जनावर वेदनेने **कण्हतेय** (Groaning) का? हे आवाज गोंगाटात ऐकू येत नाहीत, ते फक्त शांततेतच पकडता येतात.

३. **बघा (Look): नजरेने स्कॅनिंग** आता डोळे उघडा आणि प्रत्येक गाईवर ३-४ सेकंद नजर फिरवा.
   - **बसलेली गाय:** जेव्हा चाऱ्याची वेळ होते, तेव्हा बहुतांश गाई उभ्या राहतात. अशा वेळी, कोणती गाय अजूनही खालीच बसून आहे? तिला उठायला त्रास होतोय का?
   - **नाकातील स्त्राव (Discharge):** कोणाच्या नाकातून पाणी किंवा चिकट घाण येतेय का? (सर्दी/ताप).

- **शेण:** कोणाचे शेण आज खूप पातळ किंवा रक्ताळलेले दिसतेय का?

४. **स्पर्श करा (Touch): हाताची जादू** जर निरीक्षणादरम्यान तुम्हाला एखादी गाय संशयास्पद वाटली - जी सुस्त आहे किंवा जिचे कान पडलेले आहेत - तर तिच्याजवळ जा.

- तिच्या पाठीवरून आणि मानेवरून प्रेमाने हात फिरवा.
- तिच्या **कानाला स्पर्श करा.** जर कान बर्फासारखे थंड असतील किंवा आगीसारखे गरम असतील, तर तिथेच थांबा आणि थर्मामीटरने तिचे तापमान तपासा. ९९% वेळा तुमचा अंदाज बरोबर असेल.

निष्कर्ष: आगी विझवण्यापेक्षा ठिणगी विझवणे सोपे!

मित्रांनो, ही १० मिनिटांची गुंतवणूक तुम्हाला दिवसभराच्या **'फायर फायटिंग' (Firefighting)** पासून वाचवते. 'फायर फायटिंग' म्हणजे काय? जेव्हा आग लागते (आजार वाढतो), तेव्हा ती विझवण्यासाठी धावपळ करणे. जर तुम्ही ही १० मिनिटे दिली नाहीत, तर दुपारपर्यंत गाय खूप आजारी पडेल, दूध कमी होईल आणि मग तुम्हाला डॉक्टरांना बोलावून धावपळ करावी लागेल. त्याऐवजी, जर तुम्ही सकाळीच त्या 'ठिणगीला' (सुरुवातीच्या लक्षणाला) ओळखले आणि तिथेच विझवले, तर पुढचा वणवा पेटणारच नाही. त्यामुळे, उद्यापासून गोठ्यात गेल्यावर फक्त 'मॅनेजर' बनून जाऊ नका, तर **'डॉक्टरची नजर'** घेऊन जा.

निष्कर्ष: सहानुभूतीचे अर्थशास्त्र

या प्रकरणाच्या शेवटी, मी तुम्हाला एक वेगळा दृष्टिकोन देऊ इच्छितो. अनेकदा लोक म्हणतात, *"अहो, तुम्ही जनावरांवर किती प्रेम करता, किती दया दाखवता!"* तेव्हा मी हसून म्हणतो, *"हे प्रेम तर आहेच, पण त्याहीपेक्षा जास्त हे 'बिझनेस' आहे."* मित्रांनो, 'मूक संवाद' समजून घेणे किंवा जनावरांच्या वेदना ओळखणे म्हणजे केवळ भूतदया नव्हे. हे शुद्ध **'सहानुभूतीचे अर्थशास्त्र' (Economics of Empathy)** आहे. तुमच्या गोठ्यातील नफा हा थेट तुमच्या 'संवेदनशीलतेवर' अवलंबून असतो. हे कसे? ते खालील 'वेळेच्या गणितावरून' समजून घ्या.

वेळेचे गणित: एक दिवस की पाच दिवस?

समजा, तुमच्या गोठ्यात एक गाय आजारी पडणार आहे. ती तुमच्याशी बोलू शकत नाही, पण तिने सकाळी रवंथ करणे थांबवून संकेत दिला आहे. आता दोन परिस्थिती बघा:

परिस्थिती १: जागरूक शेतकरी (The Alert Entrepreneur) तुम्ही सकाळी राउंडवर होतात. तुमच्या 'तिसऱ्या डोळ्याने' टिपले की, *"ही कपिला गाय आज रवंथ करत नाहीये."* तुम्ही लगेच तापमान घेतले आणि डॉक्टरांना फोन लावला. डॉक्टर दुपारी आले, त्यांनी प्राथमिक उपचार केले.

- **परिणाम:** गाय दुसऱ्या दिवशी सकाळी ठणठणीत बरी झाली आणि दुधावर आली.
- **आर्थिक तोटा:** फक्त **१ दिवसाचे** थोडे दूध आणि नाममात्र औषधाचा खर्च.

परिस्थिती २: दुर्लक्षित शेतकरी (The Negligent Farmer) तुम्ही लक्ष दिले नाही. "बघू संध्याकाळी, बघू उद्या" करत दोन दिवस गेले. तिचा आजार वाढला. दोन दिवसांनी तिने पूर्ण खाणे बंद केले आणि ती खाली बसली. आता तुम्ही घाबरून डॉक्टरांना बोलावले. आता साध्या गोळीने काम होणार नाही, आता सलाईनच्या बाटल्या लावाव्या लागतील.

- **परिणाम:** ती गाय बरी व्हायला आणि पूर्ववत दुधावर यायला ५ ते ७ दिवस लागतील.
- **आर्थिक तोटा: ७ दिवसांचे पूर्ण दूध** + डॉक्टरांचे मोठे बिल + गाईचे घटलेले वजन.

आता सांगा, सहानुभूती दाखवणे स्वस्त पडले की महागात? त्यामुळे लक्षात ठेवा —

**"जेव्हा तुम्ही जनावराचे दुःख वेळेवर ओळखता,
तेव्हा तुम्ही तिचे प्राण तर वाचवताच,
पण स्वतःचे पैसेही वाचवता."**

तुमचे शरीर: जगातील सर्वोत्तम सेन्सर

आज बाजारात हजारो रुपयांचे सेन्सर्स मिळतात. पण परमेश्वराने तुम्हाला जे '**तीन सेन्सर्स**' दिले आहेत, त्याची बरोबरी कोणीच करू शकत नाही.

१. **डोळे:** जे विसंगती टिपतात.

२. **कान:** जे वेदनेचा आवाज ऐकतात.

३. **नाक:** जे आजाराचा वास ओळखतात.

या 'पंचेंद्रियांचा' वापर करा. जनावरांशी संवाद साधण्यासाठी तुम्हाला त्यांची भाषा शिकायची गरज नाही, किंवा त्यांच्याशी बोलायची गरज नाही. तुम्हाला गरज

आहे ती फक्त त्यांच्या '**संकेतांकडे**' **(Signals) बघण्याची आणि ते समजून घेण्याची.**

पुढील प्रवासाची दिशा...

आतापर्यंत आपण पाहिले की, गोठा कसा असावा, जेनेटिक्स (सॉफ्टवेअर) कसे असावे आणि जनावरांचे आरोग्य (मेंटेनन्स) कसे सांभाळावे. म्हणजेच, आपण 'मशीन', 'फॅक्टरी' आणि 'सिस्टम' सेट केली. पण, जगातील कोणतीही फॅक्टरी स्वतःहून चालत नाही. तिला चालवण्यासाठी '**माणसं**' लागतात. आणि दुग्धव्यवसायात सर्वात मोठी बोंब कशाची असेल, तर ती आहे - **मजूर!** *"मजूर मिळत नाहीत, मिळाले तर टिकत नाहीत आणि टिकले तर नीट काम करत नाहीत."* ही तुमचीही व्यथा आहे ना? पुढील प्रकरणात आपण या ज्वलंत प्रश्नावर उत्तर शोधणार आहोत. आपण पाहणार आहोत की, मजुरांना 'मजूर' म्हणून नाही, तर '**केअर टेकर**' **(Care Taker)** म्हणून कसे घडवायचे?

चला तर मग, वळूया व्यवसायाच्या सर्वात कठीण भागाकडे...

मनुष्यबळ व्यवस्थापन- मजूर नाही, हे 'सहकारी' आहेत (Manpower Management: From Laborers to Partners).

प्रकरण १०: मनुष्यबळ व्यवस्थापन (Manpower Management)
मजूर नाही, 'केअर टेकर' (Care Taker)

"जगातील सर्वात महागडे 'मिल्किंग मशीन' विकत घेणे सोपे आहे, पण त्या मशीनला लावणारे हात आणि त्या गाईच्या पाठीवरून प्रेमाने फिरणारे हात विकत घेणे सर्वात कठीण आहे. तुमच्या गोठ्यातील गाय तेव्हाच आनंदी असते, जेव्हा तिचा सांभाळ करणारा माणूस आनंदी असतो."

मजुरांना 'केअर टेकर' बनवण्याचा मार्ग

वाचकांचे विचार

पशुपालन व्यवसायात एक म्हण वर्षानुवर्षे कानावर पडते, जी अत्यंत कडवट असली तरी १०० टक्के सत्य आहे: **"शेतकरी कधीच शेतीमुळे शेती सोडत नाही, तो कंटाळून 'मजुरांमुळे' शेती सोडतो."** मी अनेक असे हाय-टेक प्रोजेक्ट्स पाहिले आहेत, जिथे करोडो रुपयांचे शेड होते, परदेशातील गाई होत्या आणि बँक खात्यात भरपूर भांडवल होते. पण तरीही ते प्रोजेक्ट्स ३ वर्षांत बंद पडले. कारण काय? पैसा? नाही. चारा? नाही. कारण होते - **'माणसं' (Manpower).**

एखाद्या फॅक्टरीत मशीन बंद पडले तर इंजिनिअरला बोलावून दुरुस्त करता येते. पण जर तुमचा माणूस 'मनांतून' बंद पडला किंवा बिघडला, तर तो अख्खा प्रोजेक्ट बुडवल्याशिवाय राहत नाही.

शेतकऱ्यांची करुण कहाणी: 'का' आणि 'कसे'?

तुम्ही महाराष्ट्राच्या कोणत्याही कोपऱ्यात जा, डेअरी मालकांच्या तक्रारी या 'झेरॉक्स कॉपी' सारख्या सारख्याच असतात:

१. **मजूर टिकत नाहीत:** "डॉक्टर, त्याला शिकवून तयार केले आणि सहा महिन्यांत तो पळून गेला. आता पुन्हा नवीन माणूस शोधा." (High Attrition).

२. **चोरीची कीड:** "आमचा गडी विश्वासू वाटला होता, पण त्यानेच चाऱ्याच्या गोणी आणि दुधात हात मारायला सुरुवात केली."

३. **निष्काळजीपणा:** सर्वात भयानक प्रकार! मालक गावाला गेल्यावर जनावरांना वेळेवर पाणी न देणे किंवा औषध न देणे.

४. **बाळंतपणातील दुर्लक्ष:** हे तर काळजाला घरे पाडणारे असते. तुमची गाय रात्री विणार असते. तुम्ही मजुराला सांगता, *"बाबा रे, लक्ष ठेव."* पण तो रात्री गाढ झोपतो. गाय विते, वासरू अडकते किंवा त्याला श्वास घेता येत नाही आणि सकाळी तुम्हाला **मृत वासरू** दिसते. तुमची वर्षाची मेहनत एका रात्रीत मातीमोल होते.

दोष कोणाचा? (The Mirror Test)

आता एक कडू प्रश्न विचारतो. या सर्व गोष्टींसाठी जबाबदार कोण? फक्त मजूर? नाही मित्रांनो. टाळी एका हाताने वाजत नाही. दोष मजुरांचा आहेच, पण त्याहून मोठा दोष **मालकाच्या 'मॅनेजमेंट'चा** आहे.

तुम्ही स्वतःला विचारा: **"मी माझ्या मजुरांना कशी वागणूक देतो?"** जर तुम्ही तुमच्या कर्मचाऱ्यांना **'गडी' (Servant)** किंवा **'सालदार'** समजून, त्यांच्यावर फक्त हुकूम सोडत असाल आणि त्यांना "तुझे काम फक्त शेण काढणे आहे" असे सांगत असाल... तर, ते सुद्धा तुम्हाला **'मालकासारखे'** लुटतील. त्यांची

मानसिकता "जेवढे पगार, तेवढे काम" अशीच राहील. त्यांना तुमच्या नफ्या-तोट्याशी काहीही देणेघेणे नसेल.

गडी vs. केअर टेकर (The Paradigm Shift)

पण, जर तुम्हाला या दुष्टचक्रातून बाहेर पडायचे असेल, तर तुम्हाला तुमची दृष्टी बदलावी लागेल. त्यांना 'मजूर' म्हणणे बंद करा. त्यांना '**केअर टेकर**' **(Care Taker)** किंवा '**सहकारी**' बनवा. जेव्हा तुम्ही त्यांना व्यवसायाचे '**भागीदार**' मानता, त्यांना सन्मान देता आणि त्यांच्या सुख-दुखात सहभागी होता; तेव्हा ते केवळ पगारासाठी काम करत नाहीत, तर ते '**आपुलकीने**' काम करतात. तेव्हा रात्री गाय विताना तुम्हाला फोन करण्याची गरज पडत नाही, तो केअर टेकर स्वतःहून रात्रभर जागून वासरू वाचवतो.

गोठ्याचे हृदय: लक्षात ठेवा, गाय दूध देते आणि तुम्ही पैसे मोजता. पण या दोघांमधला दुवा म्हणजे तो माणूस आहे जो रोज त्या गाईच्या कासेला हात लावतो. जर त्याचे मन आनंदी असेल, तरच गाय आनंदी राहील. या प्रकरणात आपण गोठ्यातील सर्वात क्लिष्ट विषयाचे - **ह्युमन रिसोर्स (HR) मॅनेजमेंटचे** - सोपे धडे गिरवणार आहोत. माणसे कशी निवडायची? त्यांना टिकवून कसे ठेवायचे? आणि सर्वात महत्त्वाचे म्हणजे - "**त्यांच्याकडून काम कसे करून घ्यायचे**?"

चला तर मग, पाहूया माणुसकीचे गणित...

१०.१. गोठ्यातील कामगार: मजुरांपासून 'केअर टेकर' पर्यंतचा प्रवास

पशुपालन व्यवसायात आणि इतर कोणत्याही व्यवसायात एक मूलभूत फरक आहे, जो अनेक नवीन उद्योजकांना समजत नाही. टेक्सटाईल फॅक्टरीत काम करणे आणि डेअरी फार्मवर काम करणे, यात जमीन-अस्मानाचा फरक आहे. फॅक्टरीत मजुराला एका 'मशीन'समोर उभे राहायचे असते. त्या लोखंडी मशीनला भावना नसतात. मजुराचा मूड कसा आहे, तो रागात आहे की आनंदी आहे, याने त्या मशीनला काहीही फरक पडत नाही.

पण गोठ्यात परिस्थिती वेगळी असते. इथे तुमचे 'मशीन' (गाय/म्हैस) जिवंत आहे. ती गाय त्या व्यक्तीचा '**स्पर्श**' ओळखते, त्याची '**ऊर्जा**' **(Energy)** आणि त्याचे '**हेतू**' ओळखते. त्यामुळे, येथे कामगार निवडताना आणि घडवताना एका वेगळ्या मानसशास्त्राचा वापर करावा लागतो.

अ) भीतीचे मानसशास्त्र: रागीट माणूस म्हणजे गोठ्यासाठी 'विष'
(The Psychology of Fear)

तुम्ही कधी निरीक्षण केले आहे का? काही मजुरांनी नुसती हाक मारली तरी गाई शांतपणे उभ्या राहतात, आणि काहींनी गोठ्यात पाऊल टाकले की गाई अस्वस्थ होतात, उठून उभ्या राहतात किंवा साखळी ओढू लागतात. हा फरक कशामुळे पडतो? जर तुमचा मजूर सतत चिडचिड करत असेल, त्याच्या हातात नेहमी काठी असेल, तो गाईंना मारत असेल किंवा त्यांच्यावर सतत आरडाओरडा करत असेल, तर गोठ्यात '**भीतीचे वातावरण**' तयार होते.

वैज्ञानिक परिणाम: जेव्हा गायीला भीती वाटते, तेव्हा तिच्या मेंदूमध्ये '**कॉर्टिसोल**' **(Cortisol)** नावाचे स्ट्रेस हार्मोन तयार होते. हे हार्मोन दुधाच्या प्रक्रियेचा सर्वात मोठा शत्रू आहे.

- भीतीमुळे गाईच्या शरीरातील 'ऑक्सिटोसिन' (पान्हा सोडणारे हार्मोन) काम करणे थांबवते.
- परिणामी, गाय पानवत नाही (Milk Holding). तिच्या कासेत दूध असूनही ती ते खाली सोडत नाही.
- दूध काढताना ती लाथा मारते, अस्वस्थ होते.

नियम: त्यामुळे गोठ्यासाठी माणूस निवडताना तो 'पैलवान' असण्यापेक्षा तो '**शांत स्वभावाचा**' असणे जास्त महत्त्वाचे आहे. एक रागीट, व्यसनी किंवा सतत मारझोड करणारा मजूर हा तुमच्या व्यवसायासाठी '**स्लो पॉयझन**' **(Slow Poison)** आहे. त्याला आजच नारळ द्या.

ब) 'गडी' विरुद्ध 'केअर टेकर': नावात काय आहे?
(Labour vs. Care Taker)

तुम्ही तुमच्या कर्मचाऱ्यांना काय म्हणून हाक मारता, यावरून त्यांची कामाप्रती असलेली निष्ठा ठरते. शब्दांना खूप ताकद असते.

१. 'गडी' मानसिकता (The Labourer Mindset): जर तुम्ही त्याला सतत "ए गड्या, ए मजुरा" असे वागवत असाल, तर त्याचा विचार काय असतो? *"माझे काम काय आहे? मालकाने सांगितल्याप्रमाणे शेण काढणे आणि चारा टाकणे. महिना झाला की पगार घेणे. गाय जगली काय किंवा मेली काय, मला काय फरक पडतो? हा नफा-तोटा मालकाचा आहे."* हे नाते फक्त पैशापुरते उरते.

२. 'केअर टेकर' मानसिकता (The Care Taker Mindset): पण, जेव्हा तुम्ही त्याला सन्मान देता, त्याला '**पशु-सेवक**' किंवा '**केअर टेकर**' म्हणून

जबाबदारी देता, तेव्हा चित्र बदलते. *"या ५० गाई माझी जबाबदारी आहेत. त्या माझ्या लेकरांसारख्या आहेत. जर गोठ्यातील एकाही गाईने आज चारा खाल्ला नाही, तर ते **माझे अपयश** आहे."* ही भावना जेव्हा मजुराच्या मनात जागी होते, तेव्हा तुम्हाला गोठ्यात सीसीटीव्ही कॅमेरे लावण्याची गरज पडत नाही.

बदल कसा घडवायचा? मालकी हक्क द्या! (Give Ownership, Not Just Tasks)

हा बदल एका रात्रीत होत नाही. यासाठी तुम्हाला तुमची मॅनेजमेंट पद्धत बदलावी लागेल. त्यांना रोज सकाळी फक्त 'कामांची यादी' (To-do List) देऊन रोबोटसारखे वागवू नका. त्याऐवजी त्यांना **'जबाबदारी' (Ownership)** आणि **'उद्दिष्ट' (Goal)** द्या.

उदाहरण: एका मजुराला गोठ्याचे झाडकाम देण्यापेक्षा त्याला म्हणा: *"हे बघ, आजपासून या १० लहान वासरांची पूर्ण जबाबदारी तुझी. ही वासरे आता कमजोर आहेत. मला ही ३ महिन्यांत धष्टपुष्ट आणि गुबगुबीत झालेली पाहिजेत. त्यांना काय खायला द्यायचे, कसे सांभाळायचे हे तू ठरव. जर ३ महिन्यांनी ही वासरे चांगली झाली, तर ते **तुझे यश** असेल (आणि त्यासाठी तुला बक्षीस मिळेल)."* जेव्हा तुम्ही माणसाला 'चॅलेंज' आणि 'क्रेडिट' देता, तेव्हा त्याच्या कामात रस निर्माण होतो. मग तो त्या वासरांकडे 'काम' म्हणून बघत नाही, तर 'प्रोजेक्ट' म्हणून बघतो. तो स्वतःहून त्यांची काळजी घेऊ लागतो. त्यामुळे मजुरांना **'कामात गुंतवू नका'**, त्यांना **'परिणामात गुंतवा' (Involve them in results).**

१०.२. कर्मचाऱ्यांना प्रशिक्षण: अज्ञानाचा खर्च (Training Cost vs Ignorance Cost)

गोठ्याच्या मालकांकडून एक वाक्य मला वारंवार ऐकायला मिळते: *"डॉक्टर, आता मजुरांना काय ट्रेनिंग द्यायचे? त्यांना काय लॅपटॉप चालवायचा आहे का? त्यांना फक्त शेण काढायचे आहे आणि दूध पिळायचे आहे. हे काम तर कोणालाही जमते."* मित्रांनो, हीच मानसिकता तुम्हाला सर्वात जास्त **'महागात'** पडते. तुम्हाला वाटते की तुम्ही ट्रेनिंगचे पैसे वाचवले, पण प्रत्यक्षात तुम्ही त्या मजुराच्या **'अज्ञानाची किंमत' (Cost of Ignorance)** मोजत असता.

एक साधे उदाहरण घ्या. जर तुमच्या मजुराला हे माहितच नसेल की, दूध काढण्याआधी गाईची कास (Udder) आणि स्वतःचे हात निर्जंतूक का करायचे आहेत, तर तो काय करेल? तो घाईगडबडीत घाणेरड्या हातानेच सडाला हात

लावेल. त्याच्या त्या एका चुकीमुळे, तुमच्या लाखमोलाच्या गाईला '**मस्टायटिस**' **(Mastitis)** होईल. आता हिशोब करा:

- ट्रेनिंगचा खर्च काय होता? - **शून्य (फक्त १० मिनिटांचा वेळ).**
- मस्टायटिसचा खर्च काय झाला? - **हजारो रुपये (औषधे + खराब झालेले दूध + गाईचे कायमचे नुकसान).**

त्यामुळे लक्षात ठेवा, "**प्रशिक्षित कामगार महाग वाटतो, पण अडाणी कामगार त्याहून जास्त महाग पडतो.**"

अ) व्हिज्युअल ट्रेनिंग: भिंतीवरचे गुरुजी (Visual Training)

आपल्याकडील वास्तव हे आहे की, गोठ्यात काम करणारे बहुतांश मजूर हे कमी शिकलेले किंवा निरक्षर असतात. त्यांच्या हातात १० पानांचे 'लिखित मॅन्युअल' किंवा नियमपुस्तिका देऊन काहीही उपयोग नाही. ते कागद कचऱ्याच्या टोपलीत जातील.

त्यांच्यासाठी सर्वात प्रभावी भाषा कोणती असेल, तर ती आहे - '**चित्रांची भाषा**'.

चित्रांचा वापर (Pictorial SOPs): तुमच्या गोठ्याच्या भिंती रिकाम्या ठेवू नका. तिथे कामाच्या पद्धतीचे मोठे, रंगीत आणि स्पष्ट फोटो लावा.

उदाहरणार्थ, दूध काढण्याच्या जागेवर (Milking Parlor) तीन मोठे फोटो लावा:

- **फोटो १:** नळाखाली साबणाने हात स्वच्छ धुताना.
- **फोटो २:** स्वच्छ रुमालाने गाईची कास कोरडी करताना.
- **फोटो ३:** दूध काढून झाल्यावर सड औषधात (Teat Dip) बुडवताना.

जेव्हा तुमचा मजूर रोज दूध काढताना समोर हे फोटो बघतो, तेव्हा त्याला कोणाच्याही सूचनेची गरज पडत नाही. ती प्रतिमा त्याच्या मनात कोरली जाते आणि ती कृती त्याची '**सवय**' **(Habit)** बनते.

ब) एसओपी (SOP): कामाची शिस्त (Standard Operating Procedures)

'एसओपी' हा शब्द ऐकून घाबरून जाऊ नका. याचा साधा अर्थ आहे - "**कामाची ठरलेली पद्धत आणि वेळ.**" अनेक गोठ्यांमध्ये रोज गोंधळ असतो. कधी दूध ५ वाजता काढले जाते, तर कधी ७ वाजता. कधी शेण सकाळी काढले जाते, तर कधी दुपारी. या अनियमिततेचा त्रास जनावरांना होतो आणि मजुरांनाही.

त्यामुळे एक '**काटेकोर वेळापत्रक**' लावून द्या:

- **सकाळी ५:००:** गोठ्याची साफसफाई सुरू.
- **सकाळी ५:३०:** गाईंची आरोग्य तपासणी आणि खाण्यास सुरुवात.
- **सकाळी ६:००:** मिल्किंग मशीन लावणे.

जेव्हा मजुराला माहित असते की ६ वाजता मशीन लावायचेच आहे, तेव्हा तो ५:५५ ला तयार राहतो. गोंधळ होत नाही, कारण प्रत्येकाला माहित असते की पुढे काय करायचे आहे.

क) 'का' आणि 'कसे': समजून घेणे महत्त्वाचे (The 'Why' Factor)

मजुरांकडून काम करून घेण्याचे सर्वात मोठे गुपित म्हणजे - त्यांना "**हे का करायचे आहे?**" हे समजावून सांगणे. माणूस (तो मजूर का असेना) हा रोबोट नाही. जर तुम्ही त्याला फक्त हुकूम सोडला - *"ए, दूध काढल्यावर ते औषध लाव"* - तर मालक पाठ फिरवल्यावर तो ते काम टाळेल. कारण त्याला त्याचे महत्त्वच माहित नाही.

पण, जर तुम्ही त्याला जवळ बसवून प्रेमाने समजावून सांगितले: *"हे बघ बाबा, जेव्हा आपण दूध काढतो, तेव्हा गाईच्या सडाचे तोंड २० मिनिटे उघडे राहते. जर तू दूध काढल्यावर लगेच हे औषध लावले नाहीस (Teat Dipping), तर जमिनीवरचे किडे आणि जंतू त्या उघड्या तोंडातून आत जातील. त्यामुळे गाईचे सड सुजतील, तिला खूप वेदना होतील, ती जेवण सोडेल आणि आपला ५ हजारांचा दवाखान्याचा खर्च वाढेल. तुला आवडेल का आपल्या गाईला त्रास झालेला?"*

जेव्हा त्याला त्या मागचे '**वैज्ञानिक कारण**' आणि '**आर्थिक नुकसान**' समजते, तेव्हा तो स्वतःहून ते काम करेल. तो कामचोरपणा करणार नाही, कारण आता त्याला 'परिणाम' माहित आहेत. त्यामुळे, हाताला काम देण्याआधी '**डोक्याला विचार**' द्या.

१०.३. प्रोत्साहन आणि इन्सेंटीव्ह (Incentives): पगाराच्या पलीकडे

एक व्यावसायिक सत्य कडू असले तरी स्वीकारावे लागेल: "**केवळ महिन्याचा पगार देऊन तुम्ही माणसाची वेळ विकत घेऊ शकता, पण त्याची 'निष्ठा' (Loyalty) विकत घेऊ शकत नाही.**"

पशुपालन हा १० ते ५ चा 'ऑफीस जॉब' नाही. इथे अनेकदा रात्री-अपरात्री उठावे लागते, विशेषतः जेव्हा एखादी गाय विणार असते. आता विचार करा, एका मजुराचा पगार १०,००० रुपये फिक्स आहे. रात्री २ वाजता गाय वितेय. तो मजूर उबदार पांघरूणात झोपला आहे. त्याच्या मनात पहिला विचार काय येतो? *"मी*

कशाला ह्या थंडीत उठू? मी उठलो काय किंवा झोपलो काय, मला काय जास्त पैसे मिळणार आहेत? मालक येईल सकाळी, तो बघून घेईल." ही मानसिकता बदलण्यासाठी तुम्हाला तुमच्या पेमेंट मॉडेलमध्ये बदल करावा लागेल. उपाय एकच आहे - '**कामगिरीवर आधारित वेतन**' **(Performance Based Pay).**

अ) इन्सेंटीव्ह मॉडेल्स: भागीदारीची भावना

त्याचा मूळ पगार थोडा कमी ठेवा, पण त्याला वरून '**बोनस**' कमावण्याची एवढी मोठी संधी द्या की त्याला काम करताना उत्साह वाटला पाहिजे.

१. **वासरांच्या मृत्यूदरावर बोनस (Calf Survival Bonus):** वासरे हे तुमचे भविष्य आहे. मजुराला सांगा: *"हे बघ, यावर्षी आपल्याकडे २० वासरे जन्माला येतील. जर तू त्यांची काळजी घेतली आणि वर्षाच्या शेवटी ९५% वासरे जिवंत आणि निरोगी राहिली, तर तुला दिवाळीला **१०,००० रुपये बोनस** मिळेल."* **परिणाम:** आता ती वासरे त्याला फक्त जनावरे वाटत नाहीत, तर ती त्याला त्याची 'दिवाळी' वाटतात. आता कडाक्याच्या थंडीतही तो मजूर स्वतःहून उठेल आणि वासराच्या अंगावर गोणपाट टाकेल. कारण त्याला माहित आहे, वासरू मेले तर त्याचा बोनस गेला.

२. **दूध वाढीवर बोनस (Milk Yield Bonus):** दुधाचे टार्गेट द्या. *"जर गाईंचे सरासरी दूध १५ लिटरच्या वर राहिले, तर त्यापुढच्या **प्रत्येक लिटरमागे तुला ५० पैसे कमिशन** मिळेल."* **परिणाम:** हे ऐकल्यावर तो मजूर गाईच्या समोरचा चारा आणि पाणी कधीच संपू देणार नाही. कारण त्याला माहित आहे, "गाईने जास्त पाणी प्यायले तर दूध वाढेल आणि दूध वाढले तर माझा खिसा भरेल." आता तुम्हाला त्याला कामाची आठवण करून द्यावी लागणार नाही.

३. **प्रजनन बोनस (Heat Detection Bonus):** गाय माजावर आली हे ओळखणे सर्वात कौशल्याचे काम आहे. *"जर तू गाय माजावर आलेली अचूक ओळखलीस आणि डॉक्टरांना सांगून ती एकाच वेळेत गाभण राहिली, तर तुला **२०० रुपये रोख बक्षीस.**"* **परिणाम:** आता तो मजूर मोबाईलमध्ये रिल्स बघत बसण्याऐवजी गाईंकडे लक्ष देईल. कारण त्याला मोबाईलमध्ये पैसे दिसत नाहीत, पण गाईच्या हालचालीत पैसे दिसतात.

ब) मानवी गरजा: पैशापेक्षा मोठे समाधान
(Basic Human Needs)

आता नाण्याची दुसरी बाजू. तुम्ही भरमसाठ इन्सेंटीव्ह दिले, पण जर तुम्ही त्याला माणसासारखे वागवले नाही, तर तो टिकणार नाही. अनेक श्रीमंत शेतकऱ्यांच्या गोठ्यावर मी पाहिले आहे. गाईंसाठी लाखो रुपयांचा शेड असतो, पंखे असतात, मॅट्स असतात. पण त्या गाईंची सेवा करणाऱ्या मजुराची खोली बघितली तर? ती एक अंधारी, कोंदट खोली असते. तिथे नीट हवा नसते, डास असतात आणि शौचाला जायची सोय नसते.

मानसशास्त्रीय परिणाम: जरा विचार करा, जर मजुराची रात्री झोप पूर्ण झाली नाही, त्याला डास चावले, तर दुसऱ्या दिवशी त्याची मनस्थिती कशी असेल? तो चिडचिड करेल. आणि माणसाचा स्वभाव असा आहे की, तो स्वतःचा राग नेहमी अबोल प्राण्यावर काढतो. त्याची चिडचिड तो गाईला मारून किंवा तिला पाणी न देऊन व्यक्त करेल. नुकसान कोणाचे झाले? तुमचेच!

गुंतवणूक करा: त्यामुळे, मजुरांना '**सन्मानाची वागणूक**' द्या.

- त्यांना राहायला हवेशीर आणि स्वच्छ खोली द्या.
- थंडीत अंघोळीला गरम पाण्याची सोय (गीझर/बंब) द्या.
- फावल्या वेळेत बघायला टीव्ही द्या.

जेव्हा तुम्ही त्यांच्या सुख-सोयींची काळजी घेता, तेव्हा त्यांच्या मनात तुमच्याबद्दल आदर निर्माण होतो. लक्षात ठेवा, "**जेव्हा तुम्ही तुमच्या माणसांची काळजी घेता, तेव्हाच ती माणसे तुमच्या जनावरांची काळजी घेतात.**"

१०.४. फार्मवरील संस्कृती (Culture): 'नो स्टिक पॉलिसी'

जेव्हा मी 'फार्म संस्कृती' किंवा 'कल्चर'बद्दल बोलतो, तेव्हा अनेक लोकांना वाटते की मी सण-वारांबद्दल बोलत आहे. पण नाही! फार्मची संस्कृती म्हणजे "**तुमच्या अनुपस्थितीत तुमचा फार्म कसा चालतो,**" याची पद्धत. एक गोष्ट लक्षात ठेवा - "**संस्कृती ही पाण्यासारखी असते, ती नेहमी वरून खाली (Top to Bottom) झिरपते.**" जर फार्मचा मालक गोठ्यात आल्यावर मजुरांना शिवीगाळ करत असेल, त्यांच्यावर ओरडत असेल; तर तोच मजूर त्याचा राग त्या मुक्या जनावरांवर काढणार. तो गाईला लाथ मारणार किंवा शिव्या देणार. त्यामुळे, जर तुम्हाला गोठ्याचे वातावरण बदलायचे असेल, तर सुरुवात स्वतःपासून करावी लागेल.

अ) शून्य अत्याचार धोरण: काठीला बंदी (Zero Abuse Policy)

तुमच्या फार्मच्या प्रवेशद्वारावरच एक अदृश्य पाटी लावा: "**येथे काठीचा वापर निषिद्ध आहे.**" जुन्या काळातील विचार बदला. जनावरे प्रेमाची भाषा समजतात, मारहाणीची नाही. तुमच्या प्रत्येक मजुराला कामावर घेतानाच हे स्पष्ट सांगा: *"या फार्मवर तीन गोष्टी मी कधीही खपवून घेणार नाही:* १. जनावरांना काठीने मारणे. २. त्यांची शेपटी पिरगाळणे (जे अनेकदा गाय उठवण्यासाठी केले जाते). ३. आणि रागाच्या भरात त्यांना उपाशी ठेवणे."

जर यातील एकही गोष्ट घडली, तर त्याला कामावरून काढले जाईल, हा सक्त संदेश द्या. कारण जिथे भीती असते, तिथे 'ऑक्सिटोसिन' नसते आणि जिथे ऑक्सिटोसिन नसते, तिथे दूध नसते.

ब) मालकाचा आदर्श: स्वतः हात घाण करा (Lead by Example)

तुम्ही कितीही मोठे साहेब असाल, पण गोठ्यात गेल्यावर '**मालक**' बनून राहू नका, '**गोपालक**' बना. अनेक मालक पांढरे कपडे घालून येतात आणि लांबूनच बोटाने आदेश देतात - *"ए, ते शेण उचल, तिथे साफ कर."* अशा वेळी मजुराला त्या कामाचा कमीपणा वाटतो. त्याला वाटते हे 'हलके' काम आहे.

पण, जेव्हा तोच मजूर बघतो की, *"माझे साहेब स्वतः खाली वाकून शेण उचलतात, वासराला प्रेमाने जवळ घेतात आणि घाण झालेली गव्हाण साफ करतात,"* तेव्हा त्याच्या मनात त्या कामाबद्दल '**प्रतिष्ठा**' **(Dignity of Labor)** निर्माण होते. त्याला वाटते, "जर साहेब हे करू शकतात, तर मला करायला काय हरकत आहे?" तुमची कृती ही तुमच्या हजार शब्दांपेक्षा जास्त परिणामकारक असते.

क) संवाद: मनाचे दरवाजे उघडा (Communication)

फार्मवर चोऱ्या का होतात? कारण मजुराला वाटते, *"हा मालक पैसेवाला आहे, माझे काय जातेय?"* त्यांच्यात आणि तुमच्यात एक 'भिंत' असते. ती भिंत पाडा. महिन्यातून किमान एकदा सर्व मजुरांसोबत 'पंगत' बसवा. त्यांच्यासोबत जेवण करा. या बैठकीत कामाच्या गप्पा मारू नका.

- त्यांच्या घरच्या अडचणी विचारा.
- *"मुलांची शाळा कशी चालली आहे? कोणाला औषधपाण्याची गरज आहे का?"* अशी चौकशी करा.

जेव्हा मजुराला वाटते की, "**हा मालक फक्त माझा बॉस नाही, तर हा माझा 'माणूस' आहे,**" तेव्हा तो तुमच्या व्यवसायाशी भावनिकरित्या जोडला जातो. त्यानंतर तुम्ही फार्मवर नसलात तरीही तो पूर्ण इमानाने काम करतो. कारण आता

चोरी करताना त्याला मालक नाही, तर तो 'माणूस' आठवतो ज्याने त्याच्या मुलाच्या शाळेची फी भरली होती.

यशाची त्रिसूत्री

अखेरीस, मनुष्यबळ व्यवस्थापन म्हणजे दुसरे-तिसरे काही नसून माणसाला 'माणसासारखे' वागवणे आहे.

१. त्यांना '**जबाबदारी**' द्या (केअर टेकर बनवा).

२. त्यांना '**ट्रेनिंग**' द्या (अज्ञान दूर करा).

३. त्यांना '**सन्मान**' द्या (माणुसकी जपा).

ज्या दिवशी तुम्ही हे कराल, त्या दिवशी "मजूर मिळत नाहीत" ही तुमची तक्रार संपलेली असेल.

१०.५. ऑटोमेशन आणि मनुष्यबळ (Automation vs Humans)

आजच्या काळात डेअरी फार्मिंगमध्ये तंत्रज्ञानाचे वारे जोरात वाहत आहे. बाजारात स्वयंचलित मिल्किंग मशीन्स (Milking Machines), शेण ओढणारे ऑटोमॅटिक स्क्रेपर्स आणि अगदी गाईला खाजवणे देणारे 'ग्रुमिंग ब्रश' आले आहेत. हे सर्व बघून अनेक त्रस्त शेतकरी म्हणतात: *"बास्स! आता मी गोठ्यात सर्व ऑटोमॅटिक मशीन्स लावणार आणि या मजुरांच्या कटकटीतून कायमचा मुक्त होणार. मशीन कधी रजा मागत नाही आणि पगार वाढवून मागत नाही."*

मित्रहो, हे एक '**अर्धसत्य**' आहे. आणि व्यवसायात अर्धसत्य हे खोट्यापेक्षा जास्त धोकादायक असते. मशीन तुमचे '**शारीरिक कष्ट**' नक्कीच शून्यावर आणू शकते, पण जगातले कोणतेही मशीन गाईला '**बुद्धी**' आणि '**प्रेम**' देऊ शकत नाही.

मशीनला 'बटण' असते, 'मन' नसते!

मशीन आणि माणूस यांच्यात एक मूलभूत फरक आहे. मशीन हे '**प्रोग्रॅम**' वर चालते, तर माणूस '**संवेदनांवर**' (Emotions) चालतो.

१. **मूक संवाद कोण ओळखणार?** तुमचे सेन्सर आणि कॅमेरे तुम्हाला डेटा देतील. पण मशीन हे कधीच सांगू शकत नाही की, *"मालक, आज कपिला गाय थोडी उदास दिसतेय. तिच्या डोळ्यात पाणी आहे."* हे निरीक्षण फक्त आणि फक्त माणसाचे डोळेच करू शकतात. मशीनला तापमान कळते, पण मशीनला 'वेदना' कळत नाही.

२. **आणीबाणीच्या वेळी कोण धावणार**? समजा, रात्रीच्या वेळी गाय वितेय आणि वासराचे पाय अडकले आहेत. तुमचा १० लाखांचा ऑटोमॅटिक रोबोट त्या वासराला ओढून बाहेर काढू शकतो का? त्याचे नाक पुसून त्याला श्वास द्यायला मदत करू शकतो का? नाही! तिथे तुम्हाला रक्तामांसाचा '**माणूसच**' लागतो, जो स्वतःचे हात घालून त्या जीवाला वाचवेल.

तंत्रज्ञानाचा खरा उद्देश: हात मोकळे करा, मेंदू नाही!

मग ऑटोमेशन करायचेच नाही का? अजिबात नाही! ऑटोमेशन कराच, पण त्याचा उद्देश स्पष्ट ठेवा. तंत्रज्ञानाचा वापर '**मजुरांना हाकलून देण्यासाठी**' करू नका, तर '**मजुरांची कार्यक्षमता वाढवण्यासाठी**' करा. **कसे**?

- **पूर्वी:** मजुराचा ८०% वेळ आणि ऊर्जा 'शेण काढण्यात' आणि 'दूध पिळण्यात' जायची. त्यामुळे तो थकून जायचा आणि गाईंकडे बघायला त्याला त्राण उरायचा नाही.
- **आता (ऑटोमेशनमध्ये):** तुम्ही शेण काढायला आणि दूध काढायला मशीन लावले. आता मजुराचे 'हाताचे कष्ट' वाचले. आता त्याला सांगा: *"तुझे कष्ट मशीनने केले. आता उरलेला वेळ तू गाईंच्या* ***'आरोग्याकडे'*** *आणि* ***'खाण्याकडे'*** *लक्ष देण्यासाठी वापर. आता मला तुझ्या हातांची नाही, तर डोळ्यांची गरज आहे."*

निष्कर्ष: जेव्हा तुम्ही मशीनला 'मदनीस' बनवता आणि माणसाला 'मॅनेजर' बनवता, तेव्हा गोठ्याची प्रगती होते. लक्षात ठेवा, "**मशीन गोठा चालवू शकते, पण मशीन गोठा 'सांभाळू' शकत नाही.**" त्यासाठी माणुसकीच लागते.

निष्कर्ष: भागीदार शोधा

येथे आपला 'मनुष्यबळ व्यवस्थापन' हा भाग संपतो. आपण जनावरांचे पोट भरले, त्यांचे घर बांधले, त्यांचे आरोग्य जपले आणि त्यांची सेवा करणारी माणसेही जोडली. आता हे सर्व चक्र अविरत फिरत राहण्यासाठी एकाच गोष्टीची गरज असते - ती म्हणजे '**नफा**' **(Profit).**

अनेक शेतकरी वर्षभर कष्ट करतात, दूध घालतात, पण वर्षाच्या शेवटी हातात काहीच उरत नाही. का? कारण त्यांना '**दुधाचे अर्थशास्त्र**' (Dairy Economics) माहित नसते. एक लिटर दुधाचा उत्पादन खर्च किती? नफा किती?

आणि भविष्यात या दुधाचे करायचे काय? चला तर मग, या पुस्तकाच्या अंतिम आणि सर्वात महत्त्वाच्या प्रकरणाकडे वळूया, जे तुमची दिशा आणि दशा दोन्ही बदलून टाकेल.. **अर्थकारण - दुधाचा हिशोब आणि भविष्यातील संधी (Economics: The Mathematics of Profit).**

विभाग ४: भविष्य आणि विस्तार (Growth & Scale)

प्रकरण ११: मूल्यवर्धन: दुधापलीकडे (Value Addition)
कच्च्या मालाचा गुलाम होऊ नका!

"जगात श्रीमंत कोण आहे? जो लोखंडाची खाण चालवतो तो? की जो त्या लोखंडापासून मर्सिडीज (Mercedes) कार बनवतो तो? उत्तर सोपे आहे. जो कच्च्या मालावर प्रक्रिया करून त्याचे 'मूल्य' वाढवतो, तोच बाजारावर राज्य करतो. दुर्दैवाने, आपला पशुपालक आजही फक्त 'खाण कामगार' बनून राहिला आहे."

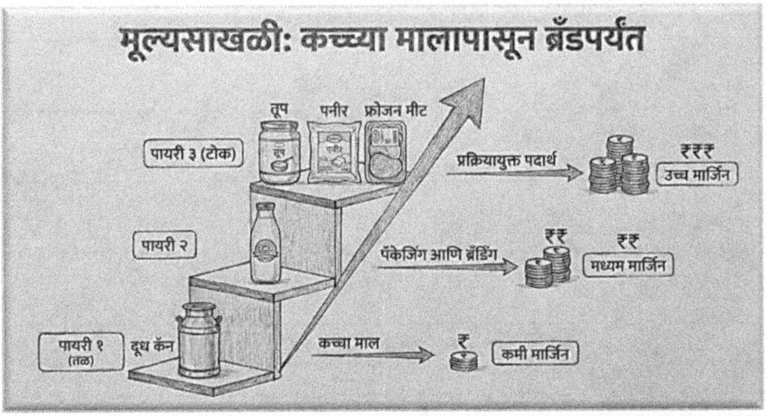

मूल्यसाखळी: कच्च्या मालापासून ब्रँडपर्यंत

वाचकांचे विचार

पशुपालन व्यवसायात एक अत्यंत '**कटू सत्य**' (**Bitter Truth**) आहे, जे स्वीकारल्याशिवाय पुढे जाता येत नाही. ते सत्य हे आहे की: "**जगात कच्च्या मालामध्ये (Raw Material) नफा सर्वात कमी असतो आणि जोखीम मात्र सर्वात जास्त असते.**" शेतकरी आणि उद्योजक यांच्यात एकच फरक आहे. शेतकरी 'कच्चा माल' विकतो आणि उद्योजक त्यावर 'प्रक्रिया' करून विकतो. जोपर्यंत तुम्ही फक्त कच्चा माल विकत आहात, तोपर्यंत तुम्ही बाजाराचे 'राजा' नाही, तर 'याचक' आहात.

कच्च्या मालाचा शाप: घड्याळाची दहशत

जरा विचार करा, शेतकऱ्याची अवस्था इतकी हतबल का असते? कारण त्याचे उत्पादन हे '**नाशवंत**' (**Perishable**) आहे. त्याच्या डोक्यावर सतत एका अदृश्य घड्याळाची टांगती तलवार असते.

१. **दुधाची लाचारी:** गाय दूध देते. हे अमृत आहे. पण हे अमृत काढल्यापासून फक्त **४ तासच** टिकते. जर त्या ४ तासांत तुम्ही ते डेअरीला घातले नाही, तर ते नासणार आहे. याचाच गैरफायदा समोरचा व्यापारी घेतो. तुम्हाला माहित असते की दूध नासले तर शून्य रुपये मिळतील, त्यापेक्षा डेअरीवाला देईल तो भाव घेणे तुम्हाला भाग पडते. इथे '**भाव**' (**Price**) समोरचा ठरवतो, तुम्ही नाही.

२. **जिवंत मालाचा ताण:** बोकड असो वा ब्रॉयलर कोंबडी. एकदा वजन आले की ते विकावेच लागते. जर तुम्ही म्हणालात, *"भाव कमी आहे, मी आठवडाभर थांबतो,"* तर काय होईल? ती कोंबडी किंवा बोकड खाऊन-खाऊन तुमचे दिवाळे काढेल, किंवा गर्दीत गुदमरून मरून जाईल (Weight Loss & Mortality). त्यामुळे व्यापारी मागेल त्या भावात मान झुकवून माल द्यावा लागतो.

प्रक्रियेची जादू: दोन चमत्कार

पण, ज्या दिवशी तुम्ही ठरवता की, "मी फक्त दूध नाही, तर दुधाचे 'प्रॉडक्ट' विकणार," त्या दिवशी व्यवसायाच्या गणितात दोन मोठ्या '**जादू**' होतात.

जादू क्र. १: काळावर विजय (Shelf Life)

जेव्हा तुम्ही दुधाचे 'तूप' करता, तेव्हा काय घडते? जे दूध ४ तासांत खराब होणार होते, तेच दूध आता तूप बनून **६ महिने ते १ वर्ष** टिकते. तुम्ही काळाला (Time) आपल्या मुठीत कैद करता. आता तुम्हाला घाई नाही. *"आज भाव पडलाय का? ठीक आहे, मी आज तूप विकणारच नाही. जेव्हा भाव वाढेल, तेव्हाच विकेन."* ही 'होल्डिंग पॉवर' (Holding Power) फक्त प्रक्रियेमुळे येते.

जादू क्र. २: किंमत ठरवण्याचा अधिकार (The Power of MRP)

बाजारपेठेत जा. अमूलचे दूध असो, नेस्लेची कॉफी असो किंवा साध्या बिस्किटाचा पुडा. त्यांच्या पाकिटावर **MRP (Maximum Retail Price)** छापलेली असते. ही किंमत कोण ठरवतो? गिऱ्हाईक? नाही! ती किंमत '**कंपनी**' ठरवते. पण तुमच्या दुधाचा फॅट आणि भाव कोण ठरवतो? डेअरीवर बसलेला '**एजंट**'! का? कारण तुमचा ब्रँड नाही. जेव्हा तुम्ही दुधाचे 'पनीर' बनवता, त्याचे सुंदर पॅकेजिंग करता आणि त्यावर तुमचा शिक्का (Brand) मारता, तेव्हा '**किंमत ठरवण्याचा अधिकार**' **(Pricing Power)** दुसऱ्याच्या हातातून तुमच्या हातात येतो. तुम्ही ठरवता की, *"माझे पनीर ४०० रुपये किलो आहे. घ्यायचे असेल तर घ्या."*

गणित कसे बदलते?

या प्रकरणात आपण हेच शिकणार आहोत.

- ५० रुपये लिटरने दूध विकण्यापेक्षा, त्याचे ५०० रुपये किलोने 'पनीर' विकण्यात काय फायदा आहे?
- जिवंत कोंबडी २०० रुपयांना विकण्यापेक्षा, तिचे 'मॅरिनेटेड चिकन' करून ४०० रुपयांना कसे विकायचे?

लक्षात ठेवा, "**कष्टाचे पैसे शेतात आहेत, पण नफ्याचे पैसे मार्केटमध्ये आहेत.**"

११.१. कच्चा माल विकणे परवडते का? प्रक्रिया उद्योगाचे गणित

व्यवसायात एक नियम आहे - "कष्टाला पैसे मिळत नाहीत, कौशल्याला पैसे मिळतात." अनेक शेतकरी वर्षानुवर्षे फक्त दूध घालायचे काम करतात आणि म्हणतात, "व्यवसायात बरकत नाही." बरकत कशी असेल? कारण तुम्ही तो माल विकत आहात ज्याची किंमत सर्वात कमी आहे. चला, हे एक साधे आर्थिक गणित मांडून समजून घेऊया.

समजा, तुमच्याकडे आज १०० लिटर दूध आहे. आता तुमच्याकडे दोन रस्ते आहेत.

परिस्थिती अ: कच्चा माल विकणे

तुम्ही नेहमीप्रमाणे हे १०० लिटर दूध कॅनमध्ये भरले आणि गावातील सहकारी डेअरीवर घेऊन गेलात. तिथे गेल्यावर काय घडते? तुम्ही फक्त दूध ओतता. भाव तुम्ही ठरवत नाही. मशीनमध्ये जी फॅट आणि SNF येईल, त्यानुसार तुम्हाला भाव मिळतो.

- **सरासरी भाव:** ३५ रुपये प्रति लिटर.

- **एकूण उत्पन्न:** १०० X ३५ = ३,५०० रुपये.

समस्या काय आहे?

येथे तुमचे 'नियंत्रण' (Control) शून्य आहे.

जर उद्या डेअरीने सांगितले की "आजपासून दर २ रुपये कमी," किंवा "आज दूध नाकारले," तर तुमचे ३,५०० रुपयांचे उत्पन्न थेट २००० वर येऊ शकते किंवा शून्य होऊ शकते. तुम्ही काहीही करू शकत नाही. ही लाचारी आहे.

परिस्थिती ब: मूल्यवर्धन (व्यापाऱ्याची जादू)

आता दुसरा रस्ता. तुम्ही ते दूध डेअरीला घातले नाही. तुम्ही स्वतःची कढई पेटवली आणि त्यावर 'प्रक्रिया' (Processing) केली. त्या १०० लिटर दुधाचा तुम्ही खवा किंवा पनीर बनवले.

दुधाचे रूपांतर: शास्त्रानुसार, १०० लिटर चांगल्या दुधापासून साधारणतः २० किलो खवा किंवा १६ ते १७ किलो पनीर बनते.

बाजारभाव:

आज बाजारात पनीरचा घाऊक भाव (Wholesale Rate) काय आहे? कमीत कमी २८० ते ३०० रुपये प्रति किलो.

आता हिशोब करा:

- **उत्पन्न:** १६ किलो पनीर X ३०० रुपये = **४,८०० रुपये.**

फरक (The Difference):

- कच्च्या दुधाचे पैसे: ३,५०० रुपये.
- पनीरचे पैसे: ४,८०० रुपये.
- **जादा उत्पन्न: १,३०० रुपये.**

जरी आपण गॅस, मजुरी आणि पॅकेजिंगचा ३०० रुपये खर्च वजा केला, तरीही तुम्हाला त्याच १०० लिटर दुधामागे १,००० रुपये निव्वळ नफा जास्त मिळतो. महिन्याला ३०,००० रुपये जास्त! कष्ट तेच, दूध तेच, फक्त रूप बदलले आणि नफा वाढला.

बिझनेस धडा: 'क्रूड ऑईल' विकू नका!

यावरून आपल्याला काय शिकायला मिळते? तुम्ही सौदी अरेबिया किंवा आखाती देशांचे उदाहरण घ्या. ते श्रीमंत का आहेत? कारण त्यांच्याकडे तेल आहे. पण खरा पैसा कोण कमावते? त्या कच्च्या तेलावर प्रक्रिया करणाऱ्या कंपन्या.

तुमचे 'दूध' हे जमिनीत सापडणाऱ्या 'क्रूड ऑईल' (कच्चे तेल) सारखे आहे. ते कच्चा माल आहे, त्याला कमी किंमत असते. पण प्रक्रिया केलेले पदार्थ

(पनीर, तूप, दही) हे 'पेट्रोल' आणि 'डिझेल' सारखे आहेत. त्यांची किंमत आकाशाला भिडलेली असते. एक 'शहाणा उद्योजक' कधीच क्रूड ऑईल (दूध) विकत नाही. तो स्वतःची छोटी रिफायनरी (प्रक्रिया युनिट) टाकतो आणि 'पेट्रोल' (पनीर/तूप) विकतो. जर तुम्हाला श्रीमंत व्हायचे असेल, तर दूधवाला बनू नका, 'डेअरी प्रॉडक्ट मॅन्युफॅक्चरर' बना.

११.२. उत्पादनांची ताकद: पनीर, तूप आणि फ्रोजन मीट

दुग्धव्यवसायात किंवा पशुपालनात श्रीमंत व्हायचे असेल, तर एक साधा नियम लक्षात ठेवा: "**पाणी विकून कोणी श्रीमंत होत नाही, अत्तर विकणारा श्रीमंत होतो.**" का? कारण पाण्याचे 'आकारमान' (Volume) खूप जास्त असते, पण किंमत नगण्य असते. याउलट अत्तराची बाटली छोटी असते, पण तिची किंमत हजारात असते. दुधाचेही तसेच आहे. १०० लिटर दूध सांभाळणे, त्याची वाहतूक करणे आणि ते टिकवणे हे कष्टाचे काम आहे. त्यामुळे आता तुम्हाला '**लो व्हॉल्यूम - हाय व्हॅल्यू' (Low Volume - High Value)** उत्पादनांकडे वळावे लागेल. म्हणजेच, "वजनाने कमी, पण किमतीने भारी" अशी उत्पादने.
यासाठी तीन जबरदस्त पर्याय आहेत:

अ) पनीर: इन्स्टंट कॅश (The Cash Cow)

भारतात पनीर हे फक्त अन्नाचा पदार्थ नाही, तर ते 'शाकाहारी लोकांचे चिकन' आहे. प्रत्येक पार्टीत, हॉटेलमध्ये आणि सणावाराला पनीर लागतेच.
फायद्याचे गणित: १. **काळावर मात:** मगाशी आपण बघितले की दूध ४ तासांत खराब होते. पण जर तुम्ही दुधाचे पनीर केले आणि ते '**व्हॅक्यूम पॅक**' केले, तर ते फ्रीजमध्ये **१५ ते २० दिवस** आरामात टिकते. तुमची धावपळ थांबते. २. **ब्रँडिंगची संधी:** बाजारात रबरासारखे चिवट पनीर मिळते. जर तुम्ही तुमच्या फार्मवरचे ताजे, मऊ आणि जिभेवर विरघळणारे '**मलाई पनीर' (Malai Paneer)** विकले, तर लोक बाजारापेक्षा ५० रुपये जास्त द्यायला तयार होतात. ३. **मार्केट:** तुम्हाला मोठ्या मार्केटमध्ये जायची गरज नाही. शहरालगतचे हॉटेल्स, केटरर्स आणि हाउसिंग सोसायट्या हे तुमचे कायमस्वरूपी गिऱ्हाईक बनू शकतात. पनीर हे तुम्हाला '**रोख पैसा' (Instant Cash)** देणारे उत्पादन आहे.

ब) तूप: व्यवसायाची 'फिक्स्ड डिपॉझिट' (Ghee: The Liquid Gold)

जर पनीर हे 'रोख रक्कम' असेल, तर तूप हे तुमच्या व्यवसायाचे '**फिक्स्ड डिपॉझिट**' आहे. अनेकदा पावसाळ्यात किंवा हिवाळ्यात दुधाचे उत्पादन वाढते,

पण मार्केटमध्ये मागणी नसते. भाव पडतात. अशा वेळी दूध कमी भावात विकू नका. त्याची साय काढा आणि तूप बनवा.

तुपाची ताकद: १. **अमरत्व:** तूप हे एकमेव दुग्धजन्य उत्पादन आहे, ज्याला फ्रीजची गरज नाही. ते सामान्य तापमानालाही **१ वर्ष** टिकते. जणू काही तुम्ही तुमची संपत्ती बाटलीत बंद करून ठेवली आहे. २. **जागतिक बाजारपेठ (Global Market):** तुम्ही १०० लिटर दूध कुरिअरने पुण्याहून मुंबईलाही पाठवू शकत नाही (ते फाटेल). पण १ किलो तूप तुम्ही कुरिअरने काश्मीरपासून कन्याकुमारीपर्यंत, एवढेच काय तर **अमेरिकेतही** पाठवू शकता. तूप तुम्हाला तुमच्या गावातील गोठ्यातून थेट जगाच्या बाजारात नेते. ३. **प्रीमियम रेट:** आजकाल लोक आरोग्याबाबत जागरूक झाले आहेत. कारखान्यातल्या तुपापेक्षा लोक पारंपारिक **'वैदिक बिलोना तूप'** (A2 Bilona Ghee) किंवा लाकडी घुसळीच्या तुपासाठी **२००० ते ३००० रुपये किलो** मोजायला तयार आहेत. हे 'हाय क्लास' मार्केट आहे.

क) मांसाहारी उत्पादने: आधुनिक खाटीक (Meat Processing)

आता वळूया शेळीपालन आणि कुक्कुटपालनाकडे. येथे शेतकऱ्याचा सर्वात मोठा शत्रू कोण असेल, तर तो आहे - **'वजन घट'** (Shrinkage). तुम्ही शेळी किंवा कोंबडी मार्केटला घेऊन जाता. वाहतुकीच्या ताणामुळे आणि उपाशी राहिल्यामुळे जनावराचे वजन १०-१५% कमी होते. तुमचा नफा तिथेच आटतो. यावर उपाय काय? **प्रोसेसिंग!**

ग्राहकाची गरज ओळखा: आजच्या शहरातील गृहिणींना किंवा आयटी मध्ये काम करणाऱ्या जोडप्यांना रविवारी जिवंत कोंबडी आणून, ती कापून, तिची पिसे उपटून साफ करायला वेळ नाही आणि आवडतही नाही. त्यांना किळस येते. त्यांना काय हवे आहे? **'रेडी टू कुक'** (Ready to Cook).

१. **हायजिनिक कटिंग:** तुमच्या फार्मवरच एक छोटी, स्वच्छ 'कटिंग रूम' तयार करा. तिथे पक्षी कापून, स्वच्छ करून, त्याचे १ किलोचे किंवा अर्धा किलोचे 'हायजिनिक पॅकेट्स' बनवा. जेव्हा ग्राहक स्वच्छ, धुतलेले आणि पॅक केलेले चिकन बघतो, तेव्हा तो रस्त्यावरच्या अस्वच्छ दुकानापेक्षा तुम्हाला जास्त पैसे देतो. २. **फ्रोजन मीट:** हे पॅकेट फ्रीजरमध्ये ठेवले तर महिनाभर टिकते. तुमची 'वजन घटण्याची' चिंता संपली. ३. **व्हॅल्यू ॲडिशन (मॅरिनेशन):** याचा पुढचा टप्पा म्हणजे **'मॅरिनेटेड मीट'**. मांसाच्या तुकड्यांना मसाला, दही आणि मीठ लावून ठेवा आणि 'चिकन टिक्का' किंवा 'कबाब रेडी मिक्स' म्हणून विकाल, तर तुमचा नफा थेट **४०-५०% ने वाढतो.**

निष्कर्ष: तुम्ही फक्त 'शेतकरी' राहू नका. थोडी बुद्धी चालवली तर तुम्ही तुमच्या मालाचे सोने करू शकता.

११.३. ब्रँडिंगची ताकद: विश्वास विकला जातो

तुम्ही कधी बाजारात गेला आहात? एका बाजूला एका साध्या, पारदर्शक प्लास्टिकच्या पिशवीत दूध ठेवलेले आहे आणि दुसऱ्या बाजूला **'अमूल' (Amul)** किंवा **'गोवर्धन'** ची पिशवी आहे. दोन्ही पिशव्यांमध्ये पांढरे द्रव (दूध) आहे. कदाचित त्या साध्या पिशवीतले दूध जास्त घट्टही असेल. पण तरीही, ९९% ग्राहक डोळे झाकून अमूलची पिशवी उचलतात.

का? याचे उत्तर एका शब्दात आहे: **'विश्वास' (Trust).** ग्राहक जेव्हा तुमच्याकडून दूध विकत घेतो, तेव्हा तो त्या पांढऱ्या द्रवासाठी पैसे मोजत नसतो. तो तुमच्या **'शुद्धतेसाठी' (Purity)** आणि **'खात्रीसाठी'** पैसे मोजत असतो. त्याला खात्री असते की या ब्रँडच्या पिशवीत भेसळ नसेल. त्यामुळे, जर तुम्हाला चार पैसे जास्त कमवायचे असतील, तर तुम्हाला **'ब्रँड'** बनावे लागेल. आणि आनंदाची बातमी ही आहे की, ब्रँड बनवण्यासाठी टीव्हीवर करोडो रुपयांच्या जाहिराती करण्याची किंवा क्रिकेट मॅच स्पॉन्सर करण्याची गरज नाही. तुम्ही तुमच्या गावातूनच सुरुवात करू शकता.

ब्रँड कसा घडवायचा? तीन सोप्या पायऱ्या

१. **नामकरण सोहळा (Name & Logo):** जगात ज्याला नाव नाही, त्याला किंमत नाही. तुम्ही आजपर्यंत दूध घातले, पण ते 'अनामिक' होते. आता तुमच्या फार्मला एक छान, रुबाबदार नाव द्या.

   - **उदाहरणे:** "सातपुडा फ्रेश", "कृष्णा ए-२ मिल्क", "सह्याद्री नॅचरल्स".

   फक्त नाव देऊन थांबू नका, तर त्याचा एक छोटा **'लोगो' (Logo)** बनवा आणि त्याचे **'स्टिकर'** छापा. जेव्हा दुधाच्या बाटलीवर किंवा पनीरच्या पाकिटावर तुमचे स्टिकर लागते, तेव्हा ती फक्त वस्तू राहत नाही, ती तुमची **'जबाबदारी'** बनते. ग्राहकाला वाटते, *"या मालाला कोणीतरी वाली आहे."*

२. **पॅकेजिंग: पहिले दर्शन (Packaging)** एखादे पुस्तक आपण त्याच्या मुखपृष्ठावरून (Cover) पारखतो, तसेच ग्राहक उत्पादनाला त्याच्या **'पॅकेजिंग'** वरून पारखतो. उघड्यावर, वर्तमानपत्राच्या कागदात किंवा साध्या कॅरीबॅगमध्ये पनीर देऊ नका. ते अस्वच्छ आणि स्वस्त वाटते.

- **दुधासाठी:** काचेच्या बाटल्या (Glass Bottles) वापरा. काचेची बाटली बघितली की ग्राहकाला जुन्या काळातील शुद्धतेची आठवण येते. ती प्रीमियम वाटते.
- **पनीर/तुपासाठी:** स्वच्छ, पारदर्शक बॉक्स किंवा बरण्या वापरा.

मानसोपचार: जेव्हा तुम्ही पॅकेजिंग सुधारता, तेव्हा ग्राहकाची मानसिकता बदलते. जो ग्राहक ५० रुपये देताना कटकट करत होता, तोच ग्राहक पॅकेजिंग बघून **५५ ते ६० रुपये** आनंदाने देतो. कारण त्याला ते 'हायजिनिक' वाटते.

३. **स्टोरीटेलिंग: तुमच्या संघर्षाची कहाणी (Storytelling):** ही आधुनिक मार्केटिंगची सर्वात मोठी गुरुकिल्ली आहे. लोकांना फक्त दूध नकोय, त्यांना त्या दुधाची **'गोष्ट' (Story)** हवी आहे. तुमचे दूध बाजारातील दुधापेक्षा वेगळे का आहे? हे ग्राहकाला सांगावे लागेल. तुमच्या बाटलीवर किंवा माहिती पत्रकात लिहा:
- **"आमच्या गाई आनंदी आहेत:"** सांगा की तुमच्या गाई गोठ्यात बांधलेल्या नसून त्या 'मुक्त संचार' (Free Range) गोठ्यात बागडतात.
- **"विषमुक्त दूध:"** सांगा की आम्ही दूध वाढवण्यासाठी कोणतेही **'हार्मोन्स'** किंवा **'इंजेक्शन'** वापरत नाही.
- **"नैसर्गिक चारा:"** सांगा की आम्ही विकतची पेंड नाही, तर स्वतःच्या शेतात पिकवलेला **'सेंद्रीय चारा' (Hydroponics/Organic Fodder)** घालतो.

परिणाम: ही 'स्टोरी' तुमच्या उत्पादनाला कमोडिटी (वस्तू) पासून वेगळे करते. जेव्हा ग्राहकाला समजते की, *"हे दूध माझ्या मुलांच्या आरोग्यासाठी सुरक्षित आहे,"* तेव्हा तो भाव करत नाही. तो तुमचा **'कायमस्वरूपी ग्राहक' (Loyal Customer)** बनतो.

११.४. 'डायरेक्ट टू कन्झ्युमर' (D2C) मॉडेल

तुम्ही कधी विचार केला आहे का? तुम्ही पिकवलेल्या भाजीचा किंवा दुधाचा पैसा तुमच्यापर्यंत येईपर्यंत अर्धा का होतो? कारण आहे - 'साखळी' (Supply Chain).

शेतकरी > स्थानिक एजंट > वितरक (Distributor) > होलसेलर > दुकानदार > ग्राहक.

या लांबलचक साखळीत प्रत्येकजण आपला हिस्सा (Commission) काढून घेतो. तुमच्या घामाच्या पैशातील ५०% वाटा हे मधले लोक (Middlemen)

खातात. पण आता काळ बदलला आहे. आता जमाना आहे D2C (Direct to Consumer) चा. याचा सोपा अर्थ आहे: "फार्म ते थेट ताट" (Farm to Fork).

मधला एजंट गायब, वितरक गायब आणि दुकानदारही गायब. जेव्हा तुम्ही थेट ग्राहकाच्या किचनपर्यंत पोहोचता, तेव्हा तो ५०% नफा कोणाच्या खिशात येतो? फक्त आणि फक्त तुमच्या!

D2C मॉडेल का जिंकतेय? यशाची तीन कारणे

आजच्या डिजिटल युगात D2C मॉडेल हे दुग्धव्यवसायासाठी वरदान ठरत आहे. त्याची तीन प्रमुख कारणे आहेत:

१. **सबस्क्रिप्शन मॉडेल ग्राहकाची 'सवय' (The Habit Loop)** : जगातल्या इतर कोणत्याही उत्पादनापेक्षा दूध वेगळे आहे. टीव्ही किंवा फ्रीज माणूस एकदाच घेतो, पण दूध? दूध ही 'रोज' लागणारी गोष्ट आहे. हेच तुमचे सर्वात मोठे भांडवल आहे. D2C मध्ये तुम्ही फक्त दूध विकत नाही, तर 'सबस्क्रिप्शन' विकता. एकदा का ग्राहकाला तुमच्या दुधाची चव आणि सवय लागली, की तो ३६५ दिवस तुमचाच ग्राहक राहतो. तुम्हाला रोज गिऱ्हाईक शोधायला बाहेर पडावे लागत नाही. एक व्हॉट्सअॅप ग्रुप किंवा साधे अॅप तुमचे काम सोपे करते.

२. **डेटा अंधारातून प्रकाशात (Customer Data)**: जेव्हा तुम्ही डेअरीला किंवा दुकानदाराला माल विकता, तेव्हा तुम्हाला हे कधीच कळत नाही की तुमचे दूध नक्की कोण पितंय? पण D2C मध्ये तुमच्याकडे ग्राहकाचा 'जन्मकुंडली' (Data) असते - त्याचे नाव, पत्ता, मोबाईल नंबर आणि त्याच्या आवडी निवडी.

   फायदा: या डेटाचा वापर करून तुम्ही तुमचा बिझनेस वाढवू शकता. दिवाळी आली की तुम्ही त्या १,००० ग्राहकांना एक मेसेज टाकू शकता: "आमच्या फार्मवरचे शुद्ध साजूक तूप आणि पेढे दिवाळीसाठी तयार आहेत." दुसऱ्या दिवशी तुमच्याकडे ५०० ऑर्डर्स तयार असतील. हे दुकानदाराला माल विकताना शक्य नसते.

३. **कॅश फ्लो: व्यवसायाचे ऑक्सिजन (Advanced Cash Flow)** शेतकऱ्याचे मरण कशात असते? 'उधारी'मध्ये! डेअरीवाले १० दिवसांनी किंवा महिन्याने पैसे देतात.पण D2C मॉडेलमध्ये (विशेषतः कूपन सिस्टीममध्ये), ग्राहक तुम्हाला 'प्री-पेड' (Pre-paid) पैसे देतो. म्हणजेच, ग्राहकाने दूध पिण्याआधीच तुमच्या खिशात पैसे आलेले असतात. ज्या

व्यवसायात भांडवल खेळते राहते (Positive Cash Flow), तो व्यवसाय कधीच बुडत नाही.

आव्हाने: घड्याळाच्या काट्यावरची कसरत (The Struggle)

पण सावधान! D2C म्हणजे फक्त नफा नाही, ही एक मोठी जबाबदारी आहे. हे ऐकायला सोपे वाटते, पण प्रत्यक्षात हे **'लॉजिस्टिक्स'** (Logistics) चे आव्हान आहे.

१. **पहाटेची धावपळ:** तुमचे ग्राहक झोपलेले असताना, पहाटे ४ वाजता तुम्हाला उठावे लागते. ऊन असो, पाऊस असो किंवा कडाक्याची थंडी - सकाळी ७ च्या आत ग्राहकाच्या दारात दुधाची पिशवी पोहोचलीच पाहिजे. इथे सुट्टीला माफी नाही.

२. **कोल्ड चेन (Cold Chain):** दूध नाशवंत आहे. डिलिव्हरी व्हॅनमध्ये किंवा पिशवीत दूध थंड राहणे गरजेचे आहे. जर एका ग्राहकाला फाटलेले दूध मिळाले, तर तो १० लोकांना सांगतो आणि तुमचे नाव खराब होते.

३. **ग्राहकांचे नखरे:** "आज दूध उशिरा आले," "आज दुधाला वास येतोय" - या तक्रारी ऐकण्याची आणि शांतपणे सोडवण्याची तयारी ठेवावी लागते.

धाडसी लोकांचा खेळ

हे मॉडेल सर्वांसाठी नाही. ज्याला पहाटे उठायचा कंटाळा येतो, त्याने हे करू नये. पण, जो उद्योजक ही 'डिलिव्हरीची कसरत' पेलण्याची तयारी ठेवतो, तोच या क्षेत्रात खरा 'पैसेवाला' (Wealth Creator) होतो. कारण इथे तुम्ही फक्त दूधवाला राहत नाही, तुम्ही एक 'सर्व्हिस प्रोव्हायडर' बनता.

११.५. प्रक्रिया उद्योगातील जोखीम आणि परवाने (Risks & Licenses)

मित्रांनो, दुधाचे 'पनीर' किंवा 'तूप' करणे ऐकायला खूप रोमँटिक वाटते. नफा दुप्पट दिसतो, हे खरे आहे. पण एक गोष्ट लक्षात ठेवा - "**मोठा नफा हा नेहमी मोठ्या जबाबदारी सोबत येतो.**" जेव्हा तुम्ही फक्त दूध विकता, तेव्हा तुमची जबाबदारी डेअरीच्या गेटवर संपते. पण, जेव्हा तुम्ही 'अन्नपदार्थ' (Food Product) बनवून ग्राहकाच्या ताटात वाढता, तेव्हा तुमची जबाबदारी १०० पटीने वाढते. प्रक्रिया उद्योगात उतरण्यापूर्वी तुम्हाला या तीन गोष्टींची 'अग्निपरीक्षा' द्यावी लागते:

अ) FSSAI लायसन्स: सुरक्षेची शपथ (The License of Trust)

अनेक नवीन उत्साही शेतकरी घरात कढई मांडतात, खवा बनवतात आणि प्लास्टिकच्या पिशवीत भरून विकायला सुरवात करतात. थांबा! हे

बेकायदेशीर आहे. तुम्ही जे विकत आहात, ते '**अन्न**' आहे आणि लोकांचे आरोग्य तुमच्या हातात आहे.

कायद्याचे बंधन: भारत सरकारने अन्नपदार्थ विकण्यासाठी **FSSAI (Food Safety and Standards Authority of India)** हा परवाना अनिवार्य केला आहे. हा फक्त एक कागद नाही, तर ती एक '**वचनबद्धता**' आहे की, *"माझ्या उत्पादनात कोणतीही भेसळ नाही आणि ते खाण्यासाठी पूर्णपणे सुरक्षित आहे."*

- तुमच्या पॅकेटवर FSSAI चा नंबर असणे, हे ग्राहकाचा विश्वास जिंकण्यासाठी पहिली पायरी आहे.
- जर तुम्ही या परवान्याशिवाय माल विकला आणि दुर्दैवाने कोणाला विषबाधा झाली, तर तुम्हाला थेट तुरुंगवास होऊ शकतो. त्यामुळे, आधी लायसन्स, मग बिझनेस!

ब) सातत्य: चवीचे गणित (Consistency & Standardization)

तुम्ही कधी मॅकडोनाल्डचा बर्गर किंवा अमूलचे श्रीखंड खाल्ले आहे का? तुम्ही पुण्यात खा किंवा नागपुरात खा, त्याची चव '**डिट्टो**' **(Same)** असते. हेच त्यांच्या यशाचे रहस्य आहे.

नवीन उद्योजकांची गाडी इथेच घसरते.

- **सोमवार:** तुमचे दही छान घट्ट लागते, ग्राहकाला खूप आवडते.
- **मंगळवार:** दही थोडे आंबट होते.
- **बुधवार:** दही थोडे पातळ झाले.

जर तुमच्या मालाची चव आणि गुणवत्ता (Quality) अशी बदलत राहिली, तर ग्राहक तुमच्या ब्रँडवर फुली मारतो. ग्राहकाला '**सरप्राईज**' नको असते, त्याला '**गॅरंटी**' हवी असते.

Standardization (प्रमाणीकरण): यासाठी तुम्हाला घरगुती 'अंदाजाचे' गणित सोडावे लागेल. *"थोडे विरजण जास्त पडले, दूध थोडे जास्त तापले"* - हे चालणार नाही. तुम्हाला '**लॅब**' सारखे काम करावे लागेल. तापमान मोजून, वेळ लावून आणि वजन काट्यावर मोजूनच प्रत्येक बॅच तयार झाली पाहिजे. **३६५ दिवस एकच चव** - हे प्रक्रिया उद्योगातील सर्वात मोठे आव्हान आहे.

क) नासाडी: कचऱ्यापेटीतील नफा (Perishability)

जिवंत जनावर किंवा दूध कमीतकमी काही तास तरी टिकते. पण प्रक्रिया केलेले पदार्थ एकदा खराब झाले की ते थेट '**कचऱ्याच्या डब्यात**' जातात.

समजा, तुम्ही आज १०० किलो पनीर बनवले. पण बाजारात मागणी कमी असल्याने फक्त ६० किलो विकले गेले. उरलेले ४० किलो पनीर जर पुढील ५-६ दिवसांत विकले गेले नाही, तर त्याला बुरशी लागेल किंवा वास येईल. तुम्हाला ते फेकून द्यावे लागेल.

लक्षात ठेवा: जेव्हा तुम्ही १ किलो पनीर फेकून देता, तेव्हा तुम्ही फक्त पनीर फेकत नाही, तर त्यामागे जळलेला गॅस, मजुराची मेहनत आणि पॅकेजिंगचा खर्च - म्हणजेच तुमचा '**निव्वळ नफा**' फेकून देत असता.

उपाय: त्यामुळे, सुरुवातीलाच मोठी उडी मारू नका. **'मागणी आणि पुरवठा'** **(Demand & Supply)** याचे गणित जमवा. जितकी ऑर्डर आहे, तितकेच उत्पादन करा. शिळा माल विकून नाव खराब करण्यापेक्षा, "माल संपला आहे" असे सांगणे कधीही चांगले!

निष्कर्ष: शेतकरी ते उद्योजक

या प्रकरणाच्या शेवटी, मला तुम्हाला एकच प्रश्न विचारायचा आहे: "**तुम्ही कोण आहात?**" तुम्ही 'शेतकरी' आहात की 'उद्योजक'? याचे उत्तर तुमच्या सात-बाराच्या उताऱ्यावर नाही, तर तुमच्या '**कृतीवर**' अवलंबून आहे.

- जोपर्यंत तुम्ही सकाळी उठून, दूध काढून, ते एका पत्र्याच्या कॅनमध्ये ओतत आहात आणि डेअरीवर जाऊन रांगेत उभे राहत आहात... तोपर्यंत तुम्ही '**शेतकरी**' आहात. तुम्ही कष्टकरी आहात, पण तुम्ही मार्केटचे गुलाम आहात.
- पण, ज्या दिवशी तुम्ही त्या दुधाचे प्रक्रिया केलेले पॅकेट बनवता, आणि त्यावर तुमच्या स्वतःच्या नावाचा '**स्टिकर**' लावता... त्या क्षणी तुमचा पुनर्जन्म होतो. त्या दिवशी तुम्ही '**उद्योजक**' होता.

हा प्रवास 'कॅन' पासून 'ब्रँड' पर्यंतचा आहे.

मूल्यवर्धन: मशीन नाही, हे 'उत्तर' आहे!

अनेकदा 'मूल्यवर्धन' (Value Addition) हा शब्द ऐकला की शेतकऱ्यांच्या डोळ्यासमोर मोठमोठ्या फॅक्टरीज आणि लाखो रुपयांची मशीन्स येतात. पण मित्रांनो, गैरसमज काढून टाका. मूल्यवर्धन म्हणजे मशीन नव्हे. मूल्यवर्धन म्हणजे "**ग्राहकाच्या समस्येवर तुम्ही शोधलेले उत्तर.**"

आजचा ग्राहक त्रस्त आहे. १. **भेसळ:** त्याला भीती वाटते की दुधात युरिया किंवा पाणी आहे. * **तुमचे उत्तर:** तुम्ही त्याला 'फार्म फ्रेश', स्पर्शमुक्त आणि सीलबंद दूध देता. ही झाली व्हॅल्यू. २. **अस्वच्छता:** त्याला चिकन खायला आवडते, पण

घाणेरड्या दुकानात उभे राहायला नको वाटते. * **तुमचे उत्तर:** तुम्ही त्याला स्वच्छ, धुतलेले आणि 'रेडी टू कुक' फ्रोजन चिकन पॅकेट देता. ही झाली व्हॅल्यू. **मूल्य द्या, किंमत मिळेल**

बाजारपेठेचा एक सोपा नियम आहे: "**जेव्हा तुम्ही ग्राहकाला 'मूल्य' (Value) देता, तेव्हाच ग्राहक तुम्हाला 'किंमत' (Price) देतो.**" ज्या दिवशी ग्राहकाला खात्री पटते की तुमच्या उत्पादनामुळे त्याचे आरोग्य सुधारणार आहे किंवा त्याचा वेळ वाचणार आहे, त्या दिवशी तो खिशातून ५ रुपये जास्त काढताना विचार करत नाही. त्यामुळे, यापुढे फक्त 'वस्तू' विकू नका, 'समाधान' विका.

पुढील प्रवासाची दिशा...

आतापर्यंत आपण दुधाचे पैसे केले, पनीरचे पैसे केले आणि ब्रँडिंगमधूनही नफा कमावला. तुम्हाला वाटत असेल की उत्पन्नाचे मार्ग इथेच संपले. पण नाही! निसर्गाने आणि पशुपालनाने आपल्याला अजून एक खजिना दिला आहे, ज्याकडे आपण आजवर 'घाण' म्हणून बघत होतो.

ते म्हणजे - **शेण आणि गोमूत्र.** ज्याला आपण नाकावर रुमाल ठेवून फेकून देतो, त्यातून स्वतःची वीज कशी बनवायची? आणि त्यातून लाखो रुपयांचे खत कसे विकायचे? हे 'काळे सोने' (Black Gold) तुमच्या व्यवसायाचा नफा दुप्पट करू शकते.

चला तर मग, पाहूया कचऱ्याची किमया..**कचऱ्यातून कंचन - बायोगॅस आणि स्लरी (Waste to Wealth: Biogas & Slurry Management).**

प्रकरण १२: कचऱ्यातून कंचन (Waste to Wealth)
शेण हेच 'काळे सोने'

"पशुपालन व्यवसायात दूध किंवा मांस हे तुमचे 'दैनंदिन खर्च' (Running Cost) भागवतात. पण खरा 'निव्वळ नफा' (Net Profit) हा जनावरांच्या शेणा-लघवीतून येतो. जो शेतकरी शेणाला 'घाण' समजतो, तो कधीच श्रीमंत होत नाही. जो शेणाला 'खत' समजून विकतो, तोच खरा उद्योजक."

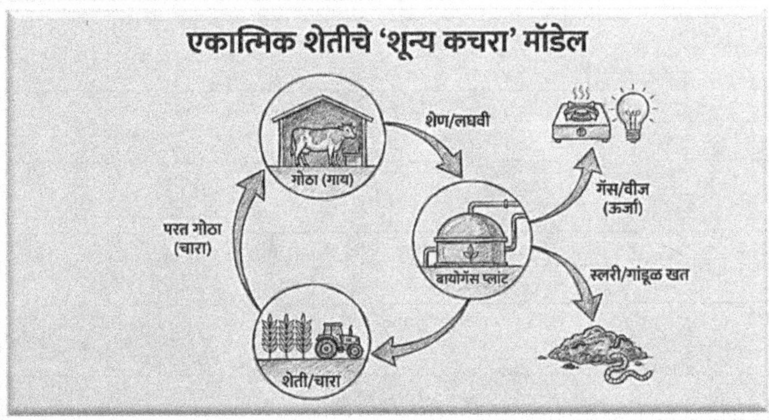

एकात्मिक शेतीचे 'शून्य कचरा' मॉडेल

वाचकांचे विचार

मित्रांनो, एक प्रयोग करून बघा. एका सामान्य माणसाला आणि एका यशस्वी डेअरी उद्योजकाला एकाच वेळी गोठ्यात पाठवा आणि त्यांना विचारा, *"तुम्हाला इथे काय दिसते?"* त्या सामान्य माणसाचे उत्तर असेल: *"बापरे! किती ती दुर्गंधी! सर्वत्र शेणाचा चिखल, माश्यांचा गोंगाट आणि अस्वच्छता. हे सर्व साफ करताना किती त्रास होत असेल!"* तो नाकावर रुमाल ठेवून बाहेर पळ काढेल.

पण, त्याच जागी जेव्हा एखादा 'दृष्ट्या उद्योजक' उभा राहतो, तेव्हा त्याला तिथे दुर्गंधी येत नाही. त्याला तिथे चिखल दिसत नाही. त्याच्या डोळ्यांना तिथे दोनच गोष्टी दिसतात: १. **अफाट ऊर्जा (Energy)** - जी वीज आणि गॅस बनवू शकते. २. **अनमोल पोषण (Nutrition)** - जे जमिनीचे नशीब बदलू शकते.

५० टक्क्यांचे साधे गणित (The 50% Rule)

आपण व्यवसायात नेहमी 'हिशोब' करतो, पण एक मोठा हिशोब आपण विसरतो. गाय किंवा म्हैस हे एक 'जैविक मशीन' आहे. तुम्ही तिला जो महागडा खुराक, चारा आणि मिनरल्स (इनपुट) देता, त्याचे दुधात (आउटपुट) रूपांतर किती होते? शास्त्र सांगते की, जनावराच्या शरीरात जाणाऱ्या अन्नापैकी फक्त **४० ते ५० टक्के भाग** दुधात आणि शरीराच्या वाढीत वापरला जातो. मग उरलेल्या ५० टक्क्यांचे काय? उरलेला **५० टक्के भाग** हा न पचलेले अन्न म्हणून शेण आणि लघवीच्या स्वरूपात बाहेर पडतो.

आता जरा विचार करा: जर तुम्ही १००० रुपयांचे खाद्य घालत असाल, आणि त्यातील ५०० रुपयांचे शेण जर तुम्ही 'घाण' समजून उकिरड्यावर फेकून देत असाल किंवा नालीत वाहून जाऊ देत असाल... तर याचा अर्थ तुम्ही तुमच्या व्यवसायाचा **५० टक्के कच्चा माल (Raw Material) वाया घालवत आहात.** जगातील कोणताही व्यवसाय ५०% कच्चा माल वाया घालवून नफ्यात येऊ शकत नाही.

'वेस्ट' नाही, हे 'ब्लॅक गोल्ड' आहे!

त्यामुळे आजपासून गोठ्यातील शेणाला 'कचरा' (Waste) म्हणणे बंद करा. ते कचरा नाही, तर ते **'काळे सोने' (Black Gold)** आहे. फरक फक्त इतकाच आहे की, सोन्याच्या खाणीत सोने मातीखाली असते, आणि इथे ते शेणाच्या ढिगाऱ्यात लपलेले असते. ज्या शेतकऱ्याने या ढिगाऱ्याकडे बघण्याचा दृष्टिकोन बदलला, त्याच्यासाठी गोठा हा केवळ 'दुधाचा कारखाना' राहत नाही, तर तो **'खताचा आणि ऊर्जेचा कारखाना'** बनतो.

या प्रकरणात आपण हेच शिकणार आहोत की, या तथाकथित 'कचऱ्याचे' रूपांतर **'कंचन'** **(Gold/Wealth)** मध्ये कसे करायचे? शेणाच्या गोवरी थापण्यापेक्षा, त्यातून स्वतःचा स्वयंपाकाचा गॅस, वीज आणि लाखो रुपये किमतीचे 'स्लरी खत' कसे बनवायचे? चला तर मग, पाहूया गोठ्यातील दुसऱ्या उत्पन्नाची जादू...

१२.१. शेण आणि लघवी: केवळ कचरा नाही, तर उत्पन्नाचा दुसरा स्त्रोत

सर्वात आधी आपल्याला आपल्या मेंदूतील एक 'सॉफ्टवेअर' बदलावे लागेल. रोज सकाळी उठून शेण काढणे, गोठा धुणे हे काम तुम्हाला 'कंटाळवाणे' वाटते का? तुम्हाला वाटत असेल की हा 'साफसफाईचा खर्च' (Cleaning Cost) आहे. पण, मित्रांनो, हा विचार चुकीचा आहे.

उद्यापासून शेण काढताना असा विचार करा की, "मी कचरा साफ करत नाहीये, तर मी माझ्या दुसऱ्या पिकाची 'कापणी' (Harvesting) करत आहे." जसे शेतातून सोयाबीन किंवा गहू निघतो, तसे गाईच्या पोटातून रोज 'खत' निघते. फरक फक्त इतकाच की, पिकाची कापणी वर्षातून दोनदा होते, पण या खताची कापणी वर्षाचे ३६५ दिवस चालू असते.

अ) शेणाचे अर्थशास्त्र: ढिगाऱ्यात दडलेली लक्ष्मी (The Economics of Dung)

चला, वही-पेन घ्या आणि हे सोपे गणित मांडा.

एक पूर्ण वाढ झालेली गाय किंवा म्हैस दिवसाला सरासरी १५ ते २० किलो शेण देते.

वर्षाचा हिशोब:

२० किलो X ३६५ दिवस = ७,३०० किलो.

म्हणजेच, तुमची एक गाय वर्षाला तुम्हाला तब्बल ७ टन (सुमारे २-३ ट्रॅक्टर ट्रॉली) शेण देते.

आता या ७ टनांचे करायचे काय? इथेच हुशार आणि सामान्य शेतकरी वेगळे होतात.

१. कच्चा माल (Raw Manure):

जर तुम्ही हे शेण उकिरड्यावर टाकले आणि कुजवून विकले, तर तुम्हाला टनामागे २ ते ३ हजार रुपये मिळतील.

७ टन X ३,००० = २१,००० रुपये. (हे सुद्धा वाईट नाही!)

२. मूल्यवर्धन (Value Addition):

पण, जर तुम्ही थोडे कष्ट घेतले आणि या शेणाचे 'गांडूळ खत' (Vermicompost) किंवा 'समृद्ध स्लरी' बनवली, तर बाजारभाव बदलतो. चांगल्या दर्जाच्या गांडूळ खताचा भाव आज १० ते १५ हजार रुपये टन आहे.

७ टन X १०,००० (किमान) = ७०,००० रुपये.

निष्कर्ष:

खर्च वजा जाता, एका गाईचे शेण तुम्हाला वर्षाला ३०,००० ते ५०,००० रुपयांचे निव्वळ 'बोनस उत्पन्न' देऊ शकते. बऱ्याचदा दुधाचा नफा हा चाऱ्यात आणि मजुरीत जातो, पण "दुधाचा पैसा घर चालवतो आणि शेणाचा पैसा बँक बॅलन्स वाढवतो." हे व्यवसायाचे गुपित आहे.

ब) लघवी (गोमूत्र): वाहून जाणारे 'द्रवरूप सोने'

शेणापेक्षाही जास्त दुर्लक्ष कशाचे होत असेल, तर ते म्हणजे 'लघवी'चे. शेतकरी गोठा धुताना पाण्याचा फवारा मारतात आणि लघवीला नालीत वाहून जाऊ देतात. हे बघून मला खूप वाईट वाटते, कारण तुम्ही साक्षात 'द्रवरूप सोने' (Liquid Gold) गटारात ओतत आहात. शास्त्रानुसार, पिकांसाठी लागणारे 'युरिया' (N) आणि अनेक सूक्ष्म अन्नद्रव्ये (Micro-nutrients) हे शेणापेक्षा लघवीमध्ये जास्त असतात. विशेषतः देशी गाईच्या गोमूत्राला तर सोन्याचा भाव आहे.

उपयोग:

१. शेतीसाठी: हे एक नैसर्गिक कीटकनाशक (Pest Repellent) आणि बुरशीनाशक आहे.
२. औषधांसाठी: मानवी आजारांवर (कर्क आणि त्वचा रोग) बनणाऱ्या औषधांमध्ये आणि 'अर्क' बनवण्यासाठी याचा वापर होतो.

गोठ्याची रचना (Design for Collection):

हे सोने जमा करण्यासाठी तुम्हाला बादली घेऊन उभे राहायची गरज नाही. गोठा बांधतानाच थोडा विचार केला. तुमच्या गोठ्याच्या लादीचा उतार (Slope) आणि नालीची रचना अशी करा की, शेण वेगळे राहील आणि लघवी एका वेगळ्या पाईपमधून थेट एका 'कलेक्शन टँक' (Urine Collection Tank) मध्ये जमा होईल. रोज जमा झालेले हे गोमूत्र साध्या सुती कापडाने गाळून कॅनमध्ये भरले, तरी ते तुम्हाला लिटरला ५ ते १० रुपये (आणि देशीचे ५० ते १०० रुपये) देऊन जाते. ते फुकट आहे, फक्त त्याला पकडण्याची व्यवस्था करा.

१२.२. बायोगॅस आणि स्लरी: ऊर्जेचे स्वावलंबन

डेअरी फार्मिंगमध्ये नफ्याला सर्वात मोठे भगदाड पाडणारा घटक कोणता असेल, तर तो म्हणजे - **'विजेचे बिल' (Electricity Bill).** आधुनिक गोठा म्हणजे मशिन्सचा कारखानाच असतो. मिल्किंग मशीन्स, मोठे चिलर्स, पंखे, फॉगर्स आणि कुट्टी मशीन... हे सर्व चालवायला प्रचंड वीज लागते. कमर्शियल मीटरचे दर बघून अनेकदा शेतकऱ्याला घाम फुटतो. पण मित्रांनो, यावरचा उपाय महावितरणकडे नाही, तर तुमच्या गाईच्या पोटात आहे. निसर्गाने गाईला चालता-फिरता **'पॉवर प्लांट'** बनवले आहे. गरज आहे ती फक्त त्या 'प्लग' ला जोडून ऊर्जा निर्माण करण्याची.

अ) बायोगॅस: फुकटात इंधन (The Free Fuel)

बायोगॅसचे विज्ञान अगदी साधे आहे. जेव्हा शेण हवेशिवाय (Anaerobic Condition) एका बंद टाकीत कुजते, तेव्हा त्यातून **'मिथेन' (Methane)** नावाचा ज्वलनशील वायू बाहेर पडतो. हाच तुमचा बायोगॅस. याचा वापर तुम्ही दोन स्तरांवर करू शकता:

१. **घरगुती क्रांती (Domestic Use):** जर तुमच्याकडे फक्त २ ते ३ गाई असतील, तरीही तुम्ही राजा आहात. इतक्या कमी जनावरांच्या शेणावर एक कुटुंबाचा स्वयंपाकाचा गॅस (LPG) १००% मोफत चालू शकतो. आज गॅस सिलिंडरचे भाव हजार रुपयांच्या पुढे गेले आहेत. बायोगॅसमुळे तुमचे वर्षाचे **१२,००० रुपये** वाचतात. ही थेट बचत आहे.

२. **व्यावसायिक क्रांती (Commercial Power):** पण, जर तुमच्याकडे **५० पेक्षा जास्त जनावरे** असतील, तर तुम्ही स्वयंपाकाच्या पलीकडे जाऊन विचार केला पाहिजे. तुम्ही बायोगॅसवर चालणारे **'जनरेटर' (Biogas Genset)** लावू शकता. तुमच्या मिल्किंग मशीनपासून ते चिलरपर्यंतचा सर्व लोड हा गॅस उचलतो. विचार करा, ज्या दिवशी तुमचे महिन्याचे २०-२५ हजारांचे लाईटबिल **'शून्य'** येईल, त्या दिवशी तुमचा नफा किती वाढेल? यालाच म्हणतात 'ऊर्जेचे स्वावलंबन'.

ब) स्लरी (Slurry): खरी जादू तर इथेच आहे!

बायोगॅस हा फक्त ट्रेलर आहे, खरा पिक्चर तर **'स्लरी'** आहे. बायोगॅस प्लांटमधून गॅस निघून गेल्यावर, जे काळपट रंगाचे, पातळ, पेस्टसारखे शेण बाहेर पडते, त्याला 'स्लरी' म्हणतात. शेतकऱ्यांमध्ये एक मोठा **गैरसमज** आहे: *"अहो, त्या शेणातला गॅस (दम) निघून गेला, आता ते शेण काय कामाचे? ते तर 'निसत्व' झाले."*

मित्रांनो, हे पूर्णपणे चुकीचे आहे! विज्ञान काय सांगते? गॅस निघून गेल्यावर शेणाची ताकद कमी होत नाही, उलट ती **दुप्पट वाढते.**

स्लरी का श्रेष्ठ आहे?

१. **तणमुक्त खत (Weed-Free Fertilizer):** तुम्ही ताजे शेण शेतात टाकता, तेव्हा त्यातून हजारो तणे (Weeds) उगवतात. कारण गाईने खाल्लेल्या गवताचे बी शेणात जिवंत असते. पण बायोगॅसच्या टाकीत उष्णतेमुळे आणि किण्वन प्रक्रियेमुळे (Fermentation) तणाचे बी आणि हानिकारक रोगजंतू (Pathogens) मरतात. स्लरी हे **'शुद्ध खत'** आहे.

२. **पचायला हलके (Ready to Absorb):** साधे शेणखत पिकांना लागू व्हायला ३-४ महिने लागतात. पण स्लरीमधील अन्नद्रव्ये (NPK) हे 'विरघळलेल्या' स्वरूपात असतात. पिकांना ते **'रेडीमेड फूड'** (IV सलाईनसारखे) मिळते. तुम्ही स्लरी शेतात सोडली की तिसऱ्या दिवशी पिकावर तजेलदारपणा येते.

विक्रीचे गणित (Monetization): जर तुमच्याकडे स्वतःची शेती नसेल, तर ही स्लरी वाळवा. त्याचे पॅकिंग करा आणि त्यावर **'प्रो-बायोटिक खत' (Pro-biotic Fertilizer)** असा स्टिकर लावा. शहरी माळी (Urban Gardeners) आणि फळबागायतदार या खताला **५ ते १० रुपये किलो** भाव द्यायला तयार आहेत. म्हणजेच, गॅस फुकट मिळाला आणि उरलेल्या चोथ्याचेही पैसे झाले!

१२.३. गांडूळ खत प्रकल्प (Vermicompost): काळ्या मातीचा जादूगर

जर तुम्हाला विचारले की, गोठ्यातील शेणापासून सर्वात जास्त पैसे (Maximum Returns) कमवायचा मार्ग कोणता? तर त्याचे एकच उत्तर आहे - **गांडूळ खत.** लहानपणी आपण शाळेत शिकलो होतो की, *"गांडूळ हा शेतकऱ्याचा मित्र आहे."* हे वाक्य थोडे बदला. एका डेअरी उद्योजकासाठी गांडूळ हा मित्र नाही, तर तो एक **'बिनपगारी कामगार' (Unpaid Worker)** आहे. हा असा कामगार आहे जो २४ तास काम करतो, कधीही रजा मागत नाही, पगार मागत नाही आणि कधीही संपावर जात नाही. त्याचे काम एकच - तुमच्या गोठ्यातील कचरा खाणे आणि त्याचे सोन्यात रूपांतर करणे.

प्रक्रिया आणि अर्थकारण: कचऱ्याची प्रयोगशाळा

गांडूळ खत बनवणे म्हणजे रॉकेट सायन्स नाही. ही एक नैसर्गिक प्रक्रिया आहे.

१. **कच्चा माल (Raw Material):** यासाठी तुम्हाला काय लागते? फक्त शेण आणि गोठ्यात वाया गेलेला चारा (Wasted Fodder). गांडूळ खत प्रकल्पामुळे तुमच्या दोन समस्या सुटतात - शेणाची विल्हेवाट लागते आणि चाऱ्याची नासाडी सत्कारणी लागते.

२. **कामगार: इसेनिया फेतिडा (The Specialist)** शेतात सापडणारे साधे गांडूळ इथे चालत नाही. इथे आपल्याला **'इसेनिया फेतिडा' (Eisenia fetida)** या परदेशी जातीची गांडुळे लागतात. का? कारण ही गांडुळे खादाड असतात. ती स्वतःच्या वजनाइतके अन्न रोज खातात आणि वेगाने प्रजननाद्वारे आपली संख्या वाढवतात.

३. **उत्पादन: तिहेरी उत्पन्नाचा मार्ग (Triple Income)** जेव्हा तुम्ही गांडूळ खताचा बेड (Bed) लावता, तेव्हा ४५ ते ६० दिवसांनी तुम्हाला एक नाही, तर तीन उत्पादने मिळतात:

   - **गांडूळ खत (Black Gold):** हे तयार झालेले खत चहाच्या भुकटीसारखे काळेभोर आणि दाणेदार असते. साध्या शेणखतापेक्षा हे **५ पट जास्त शक्तिशाली** असते. यात ह्युमस, जिवाणू आणि संप्रेरके असतात. शेतकरी याला **८ ते १० रुपये किलो** भाव देतात.
   - **गांडूळ कल्चर (Earthworm Culture):** ही तुमची दुसरी 'कॅश'. गांडुळे वेगाने वाढतात. सुरुवातीला तुम्ही १ किलो गांडुळे सोडली असतील, तर दोन महिन्यांत त्यांची ५-१० किलो होतात. तुम्ही ही वाढलेली जिवंत गांडुळे इतर शेतकऱ्यांना 'कल्चर' म्हणून ३००-४०० रुपये किलोने विकू शकता. म्हणजेच, **फॅक्टरी (खत) चालूच राहते आणि मशीन (गांडुळे) विकूनही पैसे मिळतात!**
   - **व्हर्मी-वॉश (Vermiwash):** बेडला पाणी दिल्यावर खालून जे निथळून पाणी येते, त्याला 'व्हर्मी-वॉश' म्हणतात. हे पिकांसाठी **'अमृत'** (Tonic) आहे. यात गांडुळांच्या शरीरातील स्राव आणि सूक्ष्म अन्नद्रव्ये असतात. हे बाटलीबंद करून तुम्ही लिटरला ५०-१०० रुपये कमवू शकता.

पॅकेजिंग आणि ब्रँडिंग: नजरेचा खेळ

शेतकरी मित्रांनो, इथेच आपण कमी पडतो. आपण उत्तम खत बनवतो, पण ते ट्रॅक्टरच्या ट्रॉलीने उघड्यावर विकतो. जर तुम्हाला जास्त पैसे हवे असतील, तर तुमचा ग्राहक बदला. गावातल्या शेतकऱ्याला विकण्याऐवजी '**शहरातील ग्राहकाला**' (**Urban Customer**) टार्गेट करा. शहरात बंगल्यासमोर बाग लावणारे, गच्चीवर टेरेस गार्डन करणारे आणि घरात कुंड्या लावणारे लोक आहेत. त्यांना ट्रॉलीभर खत नको असते, त्यांना १-२ किलोचे पॅकेट हवे असते.

स्ट्रॅटेजी:

- १ किलो आणि ५ किलोच्या आकर्षक, रंगीत पिशव्या छापा.
- त्यावर '**प्रीमियम ऑरगॅनिक वर्मीकम्पोस्ट**' लिहा.
- हे पॅकेट शहरातील रोपवाटिका (Nurseries) आणि दुकानांत ठेवा.

विश्वास ठेवा, जिथे सुटे खत १० रुपये किलोने जाते, तिथे हेच पॅक केलेले खत **२५ ते ३० रुपये किलोने** हातोहात खपते. शेण तेच, गांडूळ तेच, फक्त सादरीकरण बदलले की नफा बदलतो.

१२.४. एकात्मिक शेती (Integrated Farming): चक्र पूर्ण करा

तुम्ही सायकल चालवताना पाहिले आहे? जर तिची चेन तुटली तर काय होते? पाय मारूनही सायकल पुढे जात नाही. अगदी तसेच व्यवसायाचे आहे. पशुपालन हा व्यवसाय 'एकटा' (Standalone) करण्याचा नाही. जर तुम्ही शेतीशिवाय फक्त गोठा चालवत असाल, किंवा गोठ्याशिवाय फक्त शेती करत असाल, तर तुम्ही एका पायावर लंगडी घालत आहात. खरी प्रगती तेव्हाच होते, जेव्हा तुम्ही या दोन्ही गोष्टींना '**एकात्मिक शेती पद्धती**' (**Integrated Farming System - IFS**) ने जोडता.

हे निसर्गाचे एक परिपूर्ण '**चक्र**' (**Cycle**) आहे, जिथे 'नासाडी' (Waste) नावाचा शब्दच अस्तित्वात नाही.

चक्र कसे फिरते? (The Circle of Prosperity)

चला, हे चक्र कसे काम करते ते बघूया:

१. **शेती ते गोठा (Farm to Shed)**: सुरुवात जमिनीपासून होते. तुमच्या शेतात उगवणारा मका, गवत, आणि पिकांचे अवशेष (कडबा, कुटार) हे जनावरांचे पोट भरतात. तुम्हाला विकतचा चारा आणायची गरज पडत नाही.

२. **गोठा ते बायोगॅस (Shed to Biogas):** जनावरांनी खाल्ल्यावर जे शेण बाहेर पडते, ते उकिरड्यावर न टाकता थेट 'बायोगॅस प्लांट'मध्ये जाते. तिथे तुम्हाला **'ऊर्जा'** (वीज/गॅस) मिळते, जी तुमचे घर आणि मशिन्स चालवते.

३. **बायोगॅस ते शेती (Biogas to Farm):** गॅस निघून गेल्यावर उरलेली पोषक 'स्लरी' (Slurry) पुन्हा तुमच्या शेतात जाते. ही स्लरी म्हणजे जमिनीचे 'अमृत' आहे. यामुळे तुम्हाला बाजारातून महागडी रासायनिक खते (युरिया/डीएपी) विकत आणावी लागत नाहीत.

४. **परत शेती (Back to Soil):** जेव्हा जमिनीत स्लरी पडते, तेव्हा जमिनीचा पोत सुधारतो. सुपीक जमिनीतून पुन्हा भरघोस आणि दर्जेदार चारा तयार होतो... आणि हे चक्र अविरत सुरू राहते.

आर्थिक फायदे: खिशातला पैसा खिशातच!

हे चक्र पूर्ण केल्यावर तुमच्या बँक बॅलन्सवर काय परिणाम होतो?

१. **इनपुट कॉस्टमध्ये कपात (Zero Cost Farming):** शेतकऱ्याचा ६०% खर्च हा 'इनपुट'वर (खते, बियाणे, वीज) होतो. एकात्मिक शेतीत तुमची वीज गाईच्या शेणातून येते आणि तुमचे खतही गोठ्यातूनच येते. जेव्हा तुमचा लागवडीचा खर्च कमी होतो, तेव्हा तुमचा नफा आपोआप वाढतो.

२. **अमृतमयी चारा = निरोगी गाय (Quality Fodder):** तुम्ही कधी विचार केला आहे का? युरिया टाकून पिकवलेला मका आणि सेंद्रीय स्लरीवर पिकवलेला मका यात काय फरक आहे? जमीन-अस्मानाचा फरक आहे! सेंद्रीय चाऱ्यात जास्त कस (Nutrition) असतो. जेव्हा गाय असा विषमुक्त चारा खाते, तेव्हा तिची पचनशक्ती सुधारते, दूध वाढते आणि महत्त्वाचे म्हणजे - **तुमचा औषधांचा खर्च (Doctor Bill) निम्म्यावर येतो.**

३. **जोखीम विभागणी (Risk Diversification):** हा व्यवसायाचा 'विमा' (Insurance) आहे. निसर्ग लहरी आहे आणि बाजारपेठ बेभरवशाची आहे.
   - जर उद्या दुधाचे भाव पडले, तर घाबरू नका. तुम्ही तुमचे खत (Vermicompost) आणि पिके विकून पैसे कमवू शकता.
   - जर अवकाळी पावसामुळे पिकाचे नुकसान झाले, तर गोठ्यातील दूध तुम्हाला तारू शकते.

जेव्हा तुमचे पाय दोन वेगवेगळ्या नावेत (शेती आणि गोठा) असतात, पण त्या दोन्ही नावा एकमेकींना बांधलेल्या असतात, तेव्हा बुडण्याची भीती नसते.

१२.५. इतर व्यावसायिक उत्पादने (Niche Products)

शेतकरी मित्रांनो, आतापर्यंत आपण शेणाचा वापर फक्त 'खत' म्हणून पाहिला. पण, जर मी तुम्हाला सांगितले की याच शेणापासून तुम्ही इमारतीला लावायचा 'रंग' (Paint) बनवू शकता किंवा लाकडाला पर्याय म्हणून 'ओंडके' बनवू शकता, तर तुमचा विश्वास बसेल? विश्वास ठेवावाच लागेल! कारण विज्ञान आणि तंत्रज्ञान इतके पुढे गेले आहे की, शेण आता केवळ शेतापुरते मर्यादित राहिलेले नाही. ते आता इंडस्ट्रीमध्ये आणि लोकांच्या घरात (Living Room) पोहोचले आहे. यालाच म्हणतात **'निश प्रॉडक्ट्स' (Niche Products).** म्हणजेच अशी उत्पादने, जी वेगळी आहेत आणि ज्यांना विशिष्ट ग्राहकांकडून मोठी मागणी आहे. चला, शेणाच्या या अदभूत रूपांची ओळख करून घेऊया:

१. गोमय काष्ठ: वृक्ष वाचवा, पैसा कमवा (Cow Dung Logs)

आपल्या हिंदू संस्कृतीत 'गोमय' (शेण) पवित्र मानले जाते. आणि अंत्यसंस्कारासाठी लाकडाचा वापर होतो. पण आजची परिस्थिती काय आहे? लाकूड महाग झाले आहे आणि त्यासाठी हजारो झाडे तोडली जात आहेत. यावरचा रामबाण उपाय म्हणजे - **'गोमय काष्ठ' (Dung Logs).**

- **तंत्रज्ञान:** बाजारात एक साधे मशीन मिळते (जसे शेवई बनवायचे मशीन असते). त्यात थोडे सुकलेले शेण टाकले की त्यातून लाकडासारखे लांब आणि भरीव ओंडके (Logs) बाहेर पडतात.
- **बाजारपेठ:**
    - **अंत्यसंस्कार:** एका देहाच्या अंत्यसंस्कारासाठी ३००-४०० किलो लाकूड लागते. त्याऐवजी २००-२५० किलो 'गोमय काष्ठ' पुरेसे ठरते. हे लाकडापेक्षा स्वस्त आहे आणि धार्मिक दृष्ट्या अत्यंत पवित्र मानले जाते. अनेक स्मशानभूमी आणि नगरपालिका आता याला प्राधान्य देत आहेत.
    - **इंडस्ट्रियल बॉयलर:** कारखान्यांमध्ये बॉयलर पेटवण्यासाठी कोळसा किंवा लाकूड वापरले जाते. तिथे हे काष्ठ 'इंधन' म्हणून वापरता येते.

हे उत्पादन म्हणजे **'पर्यावरण रक्षण'** आणि **'व्यवसाय'** यांचा सुंदर संगम आहे.

२. वैदिक पेंट आणि प्लास्टर: भिंतींना श्वास घेऊ द्या (Cow Dung Paint)

कोणी विचारही केला नसेल की आपण आपल्या घराच्या भिंतींना शेण लावू शकतो - आणि ते ही आधुनिक रंगासारखे! **केव्हीआयसी (KVIC - खादी ग्रामोद्योग आयोगा)** ने एक क्रांतिकारी तंत्रज्ञान विकसित केले आहे, ज्याद्वारे शेणापासून '**वैदिक पेंट**' बनवला जातो.

तुम्ही म्हणाल, *"याला वास येणार नाही का?"* अजिबात नाही! प्रक्रियेनंतर याला कोणताही वास नसतो. उलट, बाजारातील केमिकल पेंटपेक्षा याचे फायदे जास्त आहेत:

- **थंडवा:** हा पेंट लावल्यामुळे उन्हाळ्यात घराचे तापमान ३-४ अंशांनी कमी राहते (Thermal Insulation).
- **आरोग्य:** हा पेंट '**अँटी-बॅक्टेरियल**' **(Anti-bacterial)** आणि '**अँटी-फंगल**' आहे. भिंतींवर बुरशी लागत नाही.
- **मार्केट:** आजकाल शहरात 'इको-फ्रेंडली' घरे बांधण्याची क्रेझ आहे. असे ग्राहक, शाळा आणि हॉस्पिटल्स हे तुमचे मोठे गिऱ्हाईक आहेत.

३. धूप, अगरबत्ती आणि पणत्या: गृह उद्योगाची संधी

जर तुमच्या घरात महिला असतील, तर त्यांच्यासाठी हा एक उत्तम गृहउद्योग आहे. शेणात विशिष्ट वनौषधी (कडुलिंब, कापूर, जटामांसी) मिसळून तुम्ही '**हर्बल धूप**' आणि '**अगरबत्ती**' बनवू शकता.

- **USP (विक्रीचा मुद्दा):** बाजारात मिळणाऱ्या अगरबत्तीमध्ये कोळसा आणि रसायने असतात, ज्यामुळे श्वसनाला त्रास होतो.

- तुमच्या धूपकांडीचा प्रचार असा करा: "**१००% नैसर्गिक आणि डास पळवणारी धूपकांडी.**"

- **दिवाळी धमाका:** दिवाळीत मातीच्या पणत्यांऐवजी '**शेणाच्या पणत्या**' (Eco-Diyas) बनवता येतात. ही पणती जळून संपल्यावर तिची राख होते, जी तुम्ही झाडांना खत म्हणून घालू शकता. 'झिरो वेस्ट' दिवाळीची ही संकल्पना शहरात प्रचंड लोकप्रिय होत आहे.

निष्कर्ष: दृष्टी बदला, सृष्टी बदलेल

या प्रकरणाच्या शेवटी, मी तुम्हाला एक छोटासा गृहपाठ देऊ इच्छितो. आत्ताच्या आत्ता तुमच्या गोठ्यात जा आणि तिथे कोपऱ्यात साचलेल्या '**शेणाच्या ढिगाऱ्याकडे**' एकटक बघा. तुम्हाला तिथे काय दिसते?

- जर तुम्हाला तिथे 'घाण', 'दुर्गंधी' आणि 'डोकेदुखी' दिसत असेल... तर माफ करा, पण तुम्ही अजूनही एक '**संघर्ष करणारे शेतकरी**' आहात.
- पण, जर तुम्हाला त्या ढिगाऱ्यात '**वीज**', '**खत**' आणि '**बँकेचे एटीएम**' **(ATM)** दिसत असेल... तर अभिनंदन! तुम्ही आता खऱ्या अर्थाने '**पशुपालक उद्योजक**' झाला आहात.

पगार आणि बोनसचे गणित

आयुष्यात प्रत्येकजण नोकरी करतो ती 'पगारासाठी', पण त्याला खरी ओढ असते ती 'दिवाळी बोनसची'. पशुपालनाचे गणितही तसेच आहे.

१. **दूध (महिन्याचा पगार):** दूध हे तुमचे 'वर्किंग कॅपिटल' आहे. दुधातून आलेले पैसे हे मजुरांचा पगार, चाऱ्याचा खर्च आणि डॉक्टरांची बिले भागवण्यासाठी वापरले जातात. दूध तुमचे घर चालवते. हे '**पगारासारखे**' आहे.

२. **शेण आणि खत (बोनस):** पण, वर्षाच्या शेवटी तुमच्या हातात 'शिल्लक' काय राहणार? ते दुधातून नाही, तर या शेणातून ठरते. जेव्हा तुम्ही शेणापासून गॅस वाचवता आणि खत विकता, तेव्हा तो पैसा थेट तुमच्या नफ्यात जमा होतो. त्यावर कोणताही खर्च नसतो. हे तुमचे '**बोनस**' आहे. आणि शहाणा माणूस तोच, जो पगारावर घर चालवतो आणि बोनसची गुंतवणूक करून श्रीमंत होतो.

एका पायावर लंगडणारा व्यवसाय

ज्याला हे 'कचऱ्यातून कंचन' करण्याचे तंत्र जमले नाही, त्याची अवस्था एका पायावर पळणाऱ्या माणसासारखी होते. फक्त दुधावर अवलंबून असलेला व्यवसाय हा '**लंगडा**' असतो. जेव्हा दुधाचे भाव पडतात, तेव्हा हा लंगडा व्यवसाय कोलमडून पडतो. पण, जेव्हा तुम्ही '**दूध + खत**' असे दोन्ही पाय मजबूत करता, तेव्हा तुमचा व्यवसाय वेगाने धावू लागतो. मग दुधाचे भाव पडले तरी खताचे पैसे तुम्हाला सावरून धरतात. त्यामुळे, गोठ्यातील झाडू मारताना कधीही लाज बाळगू नका. लक्षात ठेवा, तुम्ही कचरा नाही, तर '**सोन्याची पूड**' गोळा करत आहात.

पुढील प्रवासाची दिशा...

आतापर्यंत आपण खूप हिशोब केला. नफा, तोटा, मार्जिन, ब्रँडिंग... हे सर्व 'खिशासाठी' होते. पण, हा व्यवसाय केवळ पैसे कमावण्यासाठी नाही. या व्यवसायाचा संबंध एका खूप मोठ्या आणि गंभीर गोष्टीशी आहे.

तुमचा गोठा, तुमची गाई, तुम्ही स्वतः आणि हे पर्यावरण - हे सर्व एकाच धाग्याने बांधलेले आहेत. जर गाय आजारी पडली, तर माणूस आजारी पडतो. आणि जर पर्यावरण बिघडले, तर दोन्ही संपतात. याला जागतिक स्तरावर **'वन हेल्थ' (One Health)** म्हटले जाते.

पुढील प्रकरणात आपण पाहणार आहोत की, एक जबाबदार पशुपालक म्हणून आपण स्वतःचे, जनावरांचे आणि समाजाचे आरोग्य कसे जपू शकतो? **वन हेल्थ - प्राणी, माणूस आणि पर्यावरण (One Health: Connecting Animals, Humans, and Nature).**

प्रकरण १३: वन हेल्थ (One Health Concept)
प्राणी, माणूस आणि निसर्ग: एकाच नाण्याच्या तीन बाजू

"एका पशुपालकाची चूक संपूर्ण समाजाला हॉस्पिटलमध्ये पाठवू शकते. जेव्हा आपण जनावरांना अति-अँटीबायोटिक्स देतो किंवा त्यांची स्वच्छता ठेवत नाही, तेव्हा आपण फक्त आपल्या गोठ्याचे नुकसान करत नाही, तर आपण मानवजातीसाठी एक नवीन संकट तयार करत असतो. 'वन हेल्थ' (One Health) ही आता निवड नाही, तर ती अपरिहार्यता आहे."

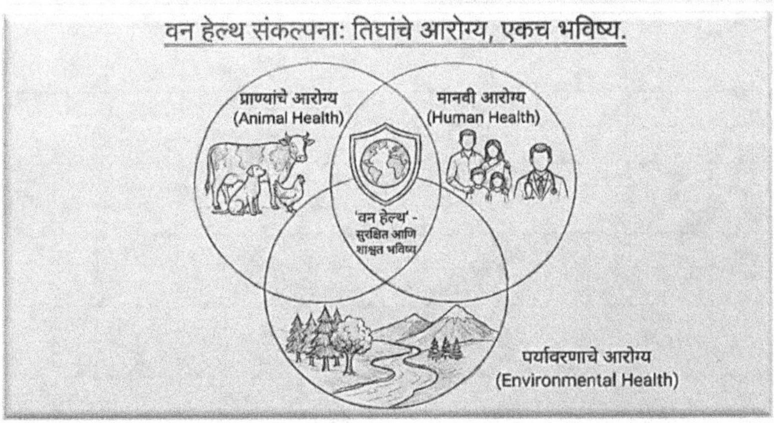

वन हेल्थ संकल्पना: तिघांचे आरोग्य, एकच भविष्य

वाचकांचे विचार

२०२० हे साल मानवी इतिहासात कोणीही विसरू शकत नाही. 'कोविड-१९' या एका विषाणूने संपूर्ण जगाची चाके थांबवली. रस्ते ओस पडले, उद्योग बंद झाले आणि माणूस घरात कैद झाला. या महामारीने आपल्याला एक अत्यंत महागडा आणि कडू धडा शिकवला: **"माणसाचे आरोग्य हे प्राण्यांच्या आरोग्यापासून वेगळे काढता येत नाही."**

चीनमधील कुठल्यातरी एका कोपऱ्यात, एका वेट मार्केटमध्ये (Wet Market) एका वटवाघुळाकडून किंवा प्राण्याकडून निघालेला एक सूक्ष्म विषाणू हजारो किलोमीटर दूर असलेल्या माणसाचा जीव घेऊ शकतो, हे जगाने पाहिले. हे सिद्ध झाले की, निसर्गात सीमारेषा नसतात. तुम्ही प्राण्यांकडे दुर्लक्ष करून स्वतः सुरक्षित राहू शकत नाही.

याच पार्श्वभूमीवर, जागतिक स्तरावर आणि पशुपालन व्यवसायात **'वन हेल्थ' (One Health)** ही संकल्पना वेगाने मूळ धरत आहे.

'वन हेल्थ' म्हणजे काय? (The Triad of Life)

'वन हेल्थ' ही काही पुस्तकी व्याख्या नाही, तर ते एक त्रिकोण आहे.

१. **मानवी आरोग्य** (Human Health) २. **प्राण्यांचे आरोग्य** (Animal Health)
३. **पर्यावरण** (Environment)

हे तिघेही एका साखळीने एकमेकांशी घट्ट जोडलेले आहेत.

- जर पर्यावरणात प्रदूषण वाढले, तर चारा दूषित होतो.
- तो दूषित चारा जनावरांनी खाल्ला, तर जनावर आजारी पडते आणि दुधात विषारी घटक येतात.
- तेच दूध माणसाने प्यायले, तर कॅन्सरसारखे असाध्य रोग होतात. ही साखळी तोडणे अशक्य आहे. त्यामुळे जर तुम्हाला माणसाला वाचवायचे असेल, तर आधी तुम्हाला गोठा आणि निसर्ग वाचवावा लागेल.

तुम्ही फक्त 'शेतकरी' नाही, तुम्ही 'अन्नदाते' आहात!

एका आधुनिक उद्योजकाला हे समजणे काळाची गरज आहे की, त्याचा गोठा हा जगापासून तुटलेला बेटासारखा नाही. तुमचा फार्म हा **'अन्न साखळी'चा (Food Chain)** सुरुवातीचा बिंदू (Starting Point) आहे. तुमच्या गोठ्यात होणारी एक छोटीशी चूक - मग ती अस्वच्छतेची असो किंवा औषधांच्या अतिवापराची - ती हजारो ग्राहकांच्या ताटापर्यंत पोहोचते. जेव्हा तुम्ही गाईला प्रतिजैविके (Antibiotics) देता आणि तिचा 'विथड्रॉवल पिरियड' (Withdrawal Period) न पाळता ते दूध बाजारात विकता, तेव्हा तुम्ही नकळत त्या ग्राहकाच्या

शरीरात 'अँटीबायोटिक रेझिस्टन्स' निर्माण करत असता. उद्या जर त्या ग्राहकाच्या मुलाला ताप आला आणि त्यावर साधी औषधे लागू पडली नाहीत, तर त्याचे कारण कदाचित तुमच्या गोठ्यातील दुधात असू शकते. ही जाणीव असणे, हीच खरी **'व्यावसायिक नैतिकता'** आहे.

भविष्याची घंटा: कायदा कडक होतोय!

मित्रांनो, आज जे 'नैतिक' आहे, ते उद्या 'कायदेशीर बंधन' होणार आहे. सरकार आणि जागतिक आरोग्य संघटना (WHO) आता जागे झाले आहेत. भविष्यात पशुपालन व्यवसायाचे नियम अत्यंत कडक होणार आहेत.

- **ट्रेसेबिलिटी (Traceability):** भविष्यात ग्राहकाला दुधाच्या पॅकेटवर क्यूआर कोड स्कॅन करून हे बघता येईल की, हे दूध कोणत्या फार्मवरच्या, कोणत्या गाईचे आहे आणि तिला मागील महिन्यात कोणते औषध दिले होते.
- **कडक नियम:** जसे आज FSSAI लायसन्स अनिवार्य आहे, तसेच उद्या **'वन हेल्थ कंप्लायन्स'** अनिवार्य होईल. जे फार्म्स हे नियम पाळणार नाहीत, ते स्पर्धेतून बाहेर फेकून दिले जातील.

त्यामुळे, 'वन हेल्थ' ही केवळ एक संकल्पना नसून, ती तुमच्या व्यवसायाच्या **'शाश्वत भविष्याची' (Sustainability)** गुरुकिल्ली आहे. या प्रकरणात आपण हेच पाहणार आहोत की, एक जबाबदार पशुपालक म्हणून आपण स्वतःचे, जनावरांचे आणि समाजाचे रक्षण कसे करू शकतो?

१३.१. झुनोटिक आजार (Zoonosis): जेव्हा प्राण्यांचे आजार माणसाला होतात

शेतकरी मित्रांनो, तुम्ही तुमच्या जनावरांवर पोटच्या मुलाप्रमाणे प्रेम करता, हे खरे आहे. पण हे प्रेम करताना विज्ञानाचे भान ठेवणेही तितकेच गरजेचे आहे. निसर्गात काही अशा अदृश्य सीमा आहेत, ज्या ओलांडल्या गेल्या की संकट ओढवते. **'झुनोसिस' (Zoonosis)** हा शब्द कदाचित तुम्हाला तांत्रिक वाटेल, पण याचा अर्थ अगदी साधा आणि भयानक आहे - **"असे आजार जे प्राण्यांपासून माणसांमध्ये पसरतात."**

जागतिक आरोग्य संघटनेच्या (WHO) एका अहवालाने सर्वांची झोप उडवली आहे. मानवाला होणारे **६०% पेक्षा जास्त संसर्गजन्य आजार** हे प्राण्यांमधून येतात. त्यामुळे गोठ्यात काम करताना तुम्ही केवळ गाई-म्हशींमध्ये नाही, तर संभाव्य 'आजारांच्या बॉम्ब'मध्ये वावरत असता. एक जबाबदार पशुपालक

म्हणून तुम्हाला खालील तीन प्रमुख आजारांची कुंडली माहित असणे बंधनकारक आहे:

अ) ब्रुसेलोसिस (Brucellosis): दुग्धव्यवसायाचा छुपा शत्रू

हा आजार डेअरी फार्मिंगमधील सर्वात मोठे आणि दुर्लक्षित संकट आहे. याला 'संसर्गजन्य गर्भपात' (Contagious Abortion) असेही म्हणतात.

धोका काय आहे? जर तुमच्या गोठ्यात एखाद्या गाईला ब्रुसेलोसिस असेल, तर तिचे वारंवार गर्भपात होतात. पण खरा धोका माणसाला आहे. जर तुम्ही: १. त्या गाईचे कच्चे दूध प्यायलात, २. किंवा, तिची वार (Placenta) किंवा गर्भाशयातील स्राव यांना **'उघड्या हाताने'** स्पर्श केला (विशेषतः गाय विताना किंवा वार काढताना), तर हा जिवाणू तुमच्या त्वचेवाटे किंवा श्वासावाटे तुमच्या शरीरात घुसतो.

मानवावरील परिणाम: माणसाला हा आजार झाला की त्याचे आयुष्य उद्ध्वस्त होऊ शकते.

- सतत येणारा आणि न जाणारा ताप (Undulant Fever).
- भयानक सांधेदुखी.
- आणि सर्वात वाईट म्हणजे - **पुरुषांमध्ये आणि स्त्रियांमध्ये वंध्यत्व (Infertility).** तुमचा वंश वाढवण्याची क्षमता हा आजार संपवू शकतो.

बिझनेस इम्पॅक्ट: जर एकदा का मार्केटमध्ये कळले की तुमच्या फार्मवरील दुधात 'ब्रुसेलोसिस'चे अंश आहेत, तर तुमचा **'ब्रँड'** एका दिवसात बंद पडेल. ग्राहक तुमच्याकडे पाठ फिरवतील.

उपाय (एकच आहे): यावर उपचार नाही, फक्त प्रतिबंध आहे. तुमच्या प्रत्येक कालवडीला (Female Calf) ती ४ ते ८ महिन्यांची असताना **'कॉटन स्ट्रेन-१९' (Cotton Strain-19)** ही लस टोचून घ्या. ही लस तिला आयुष्यभरासाठी सुरक्षित करते.

ब) ट्युबरक्युलोसिस (TB): दुहेरी धोक्याचा रस्ता

टीबी (क्षयरोग) हा फक्त माणसांचा आजार नाही. हा एक **'दुहेरी रस्ता' (Two-way Street)** आहे.

- गाईचा टीबी माणसाला होऊ शकतो (Bovine TB).
- आणि माणसाचा टीबी गाईला होऊ शकतो.

हा प्रामुख्याने **'कच्चे दूध'** पिण्यामुळे पसरतो. अनेक दूध उत्पादक गोठ्यातच धार काढली की पेला भरून कच्चे दूध पितात. त्यांना वाटते यात ताकद

आहे. पण मित्रांनो, हा मूर्खपणा आहे. जर त्या गाईला टीबी असेल, तर तो थेट तुमच्या फुफ्फुसात पोहोचतो. त्यामुळे दूध नेहमी **'उकळून'** **(Boiled/Pasteurized)** पिणे हेच शहाणपण आहे.

क) बर्ड फ्लू (Bird Flu): कुक्कुटपालनातील रेड अलर्ट

पोल्ट्री फार्मर्ससाठी हा सर्वात धोकादायक शब्द आहे. हा विषाणू कोंबड्यांना तर मारतोच, पण तो माणसासाठीही जीवघेणा ठरू शकतो.

सुरक्षितता **(Biosecurity):** जेव्हा बर्ड फ्लूची साथ येते, तेव्हा भाव पडतात हे आर्थिक नुकसान आहे. पण जर तुमच्या मजुराला त्याची लागण झाली, तर ते मानवी नुकसान आहे. त्यामुळे फार्मवर नियम कडक करा:

- मजुरांनी गोठ्यात जाताना **मास्क, हँड ग्लोव्हज आणि गमबूट** वापरणे सक्तीचे करा.
- **मृत कोंबड्यांची विल्हेवाट:** मेलेली कोंबडी उघड्यावर किंवा नदीत फेकू नका. त्यामुळे विषाणू वाऱ्याने पसरतो. तिला जमिनीत खोल खड्डा खणून त्यात चुना टाकून गाडा.

निष्कर्ष: स्वतःची आणि मजुरांची सुरक्षा ही **'खर्च'** नाही, तर ती व्यवसायाची सर्वात मोठी **'गुंतवणूक'** आहे.

१३.२. ग्राहकांची सुरक्षितता आणि 'अँटीबायोटिक रेसिस्टन्स' (AMR)

आजकाल तुम्ही डॉक्टरांकडून एक तक्रार वारंवार ऐकली असेल: *"रुग्णाला साधी औषधे लागू पडत नाहीत. तापाची किंवा इन्फेक्शनची जुनी प्रतिजैविके (Antibiotics) आता काम करत नाहीत. आम्हाला आता खूप 'हाय पॉवर'ची औषधे द्यावी लागतात."* तुम्ही कधी विचार केला आहे का, असे का होत आहे? रुग्णाने तर कधी औषध घेतले नव्हते, मग त्याच्या शरीरात ही 'प्रतिकारशक्ती' आली कुठून? याचे उत्तर धक्कादायक आहे - ती आली आहे त्याने पिलेल्या **दुधातून** आणि खाल्लेल्या **मांसातून.** आपण नकळतपणे रोजच्या अन्नातून अँटीबायोटिक्स खात आहोत आणि स्वतःची प्रतिकारशक्ती संपवत आहोत.

अ) विड्रॉल पिरियड: एक कायदेशीर आणि नैतिक गुन्हा (Withdrawal Period: A Legal Crime)

एक डेअरी उद्योजक म्हणून तुम्हाला **'विड्रॉल पिरियड'** **(Withdrawal Period)** हा शब्द माहित असणे आणि तो पाळणे, हा धर्म आहे. जेव्हा तुमची गाय किंवा म्हैस आजारी पडते, डॉक्टर येतात आणि तिला एखादे

अँटीबायोटिक इंजेक्शन देतात. त्या औषधाच्या बाटलीवर स्पष्ट अक्षरात लिहिलेले असते: **"Withdrawal Period: 7 Days"** याचा अर्थ असा आहे की, *"हे इंजेक्शन दिल्यानंतर पुढील ७ दिवस या औषधाचा अंश (Residue) त्या जनावराच्या शरीरात आणि दुधात राहणार आहे. त्यामुळे पुढील ७ दिवस हे दूध विकणे किंवा पिणे **कायदेशीर गुन्हा** आहे."*

वास्तव काय आहे? दुर्दैवाने, भारतातील ९०% शेतकरी याकडे डोळेझाक करतात. त्यांना वाटते, *"रोजचे १० लिटर दूध (३००-४०० रुपये) का वाया घालवायचे?"* ते आजारी गाईचे दूधही टँकमध्ये ओततात. ते दूध डेअरीत जाते, तिथून ते हजारो लिटर दुधात मिसळते आणि शेवटी ग्राहकाच्या पिशवीत येते.

परिणाम (The Deadly Impact): जेव्हा एखादे लहान मूल हे दूध पिते, तेव्हा त्या औषधाचे अंश (Low Dose Antibiotics) त्याच्या शरीरात जातात. हळूहळू त्या मुलाच्या शरीरातील बॅक्टेरिया त्या औषधाला सरावतात आणि '**ड्रग रेसिस्टन्स**' **(Drug Resistance)** तयार होतो. उद्या जेव्हा ते मूल खरोखर आजारी पडते, तेव्हा त्याला ते औषध लागू पडत नाही.

नैतिक प्रश्न: स्वतःच्या मनाला एक प्रश्न विचारा - *"फक्त ३०० रुपयांचा नफा वाचवण्यासाठी, आपण कोणाच्या तरी निष्पाप लेकराचे आयुष्य धोक्यात घालत आहोत का?"* जर ते दूध तुमच्या स्वतःच्या मुलाला पाजायची तुमची हिंमत नसेल, तर ते दुसऱ्याला विकायचा अधिकार तुम्हाला कोणी दिला? खरा उद्योजक तोच, जो नफ्यापेक्षा 'नैतिकतेला' जास्त महत्त्व देतो.

ब) अफ्लाटॉक्सिन (Aflatoxin M1): दुधातील कॅन्सर

अँटीबायोटिक्स हे माणसाने निर्माण केलेले संकट आहे, पण '**अफ्लाटॉक्सिन**' हे निसर्गाचे संकट आहे आणि ते अधिक भयानक आहे. हे एक '**कॅन्सरला आमंत्रण देणारे विष**' आहे.

हे येते कुठून? (The Source) अनेकदा आपण पैशांच्या नादात स्वस्त मिळालेली किंवा पावसाळ्यात भिजलेली, बुरशी लागलेली पेंड (Fungus infested feed) गाईला खाऊ घालतो. घरातील शिळ्या भाकरी, ज्यावर काळी बुरशी आली आहे, त्या आपण कचरापेटीत टाकण्याऐवजी गाईला टाकतो. आपल्याला वाटते, *"गाईचे पोट म्हणजे काय? तिला सर्व पचते."*

पण गाईचे पोट ही कचरापेटी नाही! त्या बुरशीमध्ये '**अफ्लाटॉक्सिन बी-१**' **(Aflatoxin B1)** नावाचे विष असते. जेव्हा गाय हे खाते, तेव्हा तिच्या लिव्हरमध्ये (यकृतात) या विषावर प्रक्रिया होते आणि त्याचे रूपांतर

'अफ्लाटॉक्सिन एम-१' (Aflatoxin M1) मध्ये होते. हे एम-१ विष रक्तावाटे थेट दुधात उतरते.

धोका (The Danger): सर्वात भीतीदायक गोष्ट म्हणजे - **हे दूध तुम्ही १०० अंश सेल्सिअसवर उकळले तरीही हे विष नष्ट होत नाही.** हे विष थेट मानवी शरीरात जाते आणि 'लिव्हर कॅन्सर' (Liver Cancer) होण्यास कारणीभूत ठरते. लहान मुलांच्या वाढीवर याचा गंभीर परिणाम होतो.

उपाय (Action Plan): १. **स्वच्छ खाद्य:** जनावरांना कधीही बुरशी लागलेले, कुजलेले किंवा वासाळलेले अन्न देऊ नका. स्वतः जे खाणार नाही, ते गाईला देऊ नका. २. **टॉक्सिन बाइंडर्स (Toxin Binders):** पावसाळ्यात किंवा ढगाळ वातावरणात खाद्यामध्ये 'टॉक्सिन बाइंडर्स' नावाचे औषध वापरा. हे औषध पोटातील विष शोषून घेते आणि दुधात उतरू देत नाही.

निष्कर्ष: ग्राहकाची सुरक्षा हीच तुमच्या व्यवसायाची सुरक्षा आहे. 'विषमुक्त दूध' हा केवळ ब्रँड नसून ती आपली जबाबदारी आहे.

१३.३. प्राणी क्लेश प्रतिबंधक नियम आणि भविष्यातील कायदे (Animal Welfare Laws)

मित्रांनो, एक गोष्ट लक्षात ठेवा - "**समाज जसा प्रगत होतो, तशी त्याची संवेदनाही प्रगल्भ होते.**" पन्नास वर्षांपूर्वी बैलाला चाबकाने मारणे किंवा गाईला दिवसरात्र साखळदंडाने बांधून ठेवणे, हे 'सामान्य' मानले जायचे. कोणीही त्याबद्दल बोलत नव्हते. पण आज काळ बदलला आहे. आजचा ग्राहक आणि आजचे कायदे प्राण्यांकडे 'वस्तू' म्हणून बघत नाहीत, तर 'संवेदना असलेला जीव' (Sentient Being) म्हणून बघतात. आज तुमच्या गोठ्यात ज्या गोष्टी 'चालून जातात', त्याच गोष्टी उद्याच्या कायद्यात **'गंभीर गुन्हा'** ठरू शकतात. त्यामुळे, भविष्यात कोर्ट-कचेऱ्यांच्या फेऱ्यात अडकायचे नसेल, तर आजच आंतरराष्ट्रीय मानके समजून घेणे गरजेचे आहे.

अ) पाच स्वातंत्र्य: जनावरांचा 'संविधानिक हक्क' (The Five Freedoms)

जागतिक स्तरावर प्राण्यांचे ५ मूलभूत अधिकार (Five Freedoms) निश्चित करण्यात आले आहेत. भविष्यात प्रत्येक फार्मला हे नियम पाळणे बंधनकारक असणार आहे. हे नियम म्हणजे तुमच्या गोठ्याचे 'संविधान' असले पाहिजे.

१. **भूक आणि तहान यापासून मुक्ती (Freedom from Hunger and Thirst):** फक्त समोर चारा टाकणे म्हणजे पोट भरणे नव्हे. जनावराला

त्याच्या वयानुसार आणि गरजेनुसार संतुलित आहार मिळायलाच हवा. तसेच, त्याला तहान लागल्यावर पाणी मिळण्यासाठी वाट बघायला लागू नये. २४ तास पिण्याचे स्वच्छ पाणी उपलब्ध असणे हा त्याचा हक्क आहे.

२. **असुविधेपासून मुक्ती (Freedom from Discomfort):** तुमची गाय दिवसभर चिखलात, स्वतःच्याच विष्ठेत किंवा कडक सिमेंटच्या फरशीवर बसत असेल, तर ते चालणार नाही. तिला बसण्यासाठी मऊ गादी (Cow Mat), हवेशीर जागा आणि पावसा-पाण्यापासून संरक्षण देणारा निवारा मिळालाच पाहिजे.

३. **वेदना आणि आजारापासून मुक्ती (Freedom from Pain, Injury or Disease):** "जनावर आहे, सहन करेल," ही वृत्ती आता उपयोगाची नाही. जर गाय लंगडत असेल, तिला जखम झाली असेल, तर तिच्यावर 'त्वरित' उपचार झालाच पाहिजे. आजार अंगावर काढणे हा क्रूरपणा मानला जाईल.

४. **नैसर्गिकरीत्या वागण्याचे स्वातंत्र्य (Freedom to Express Normal Behaviour):** हा सर्वात महत्त्वाचा आणि अनेकदा मोडला जाणारा नियम आहे. गाय ही कळपात राहणारी आणि फिरणारी प्राणी आहे. तिला २४ तास, ३६५ दिवस एकाच खुंट्याला १ मीटरच्या दोरीने बांधून ठेवणे म्हणजे तिला **'जन्मठेपेची शिक्षा'** देण्यासारखे आहे. तिला चाटणे, बसणे, उभे राहणे आणि थोडे चालणे यांसारख्या नैसर्गिक हालचाली करता आल्या पाहिजेत.

५. **भीती आणि तणावमुक्त वातावरण (Freedom from Fear and Distress):** मजूर गोठ्यात आल्यावर जर गायी घाबरून मागच्या पायावर सरकत असतील, तर समजायचे तुमच्या गोठ्यात 'दहशत' आहे. जनावरांना मानसिक ताण देणे, मारझोड करणे हे कायद्याने निषिद्ध आहे.

ब) भविष्यातील कायदेशीर बाबी: धोक्याची घंटा

तुम्ही जर आज नवीन फार्म उभा करत असाल, तर जुन्या पद्धतीचे बांधकाम करू नका. कारण सरकारचे धोरण वेगाने बदलत आहे.

१. **टाय स्टॉलवर बंदी (Tie-stall Ban):** युरोपमध्ये अनेक देशांत गाईंना २४ तास दावणीला बांधून ठेवणे बेकायदेशीर ठरवले आहे. भारतातही प्राणी क्लेश प्रतिबंधक कायद्यांतर्गत भविष्यात 'खुंट्याला बांधणे' गुन्हा ठरू शकतो. **भविष्याची गरज:** त्यामुळे आताच गोठा बांधताना तो **'मुक्त संचार गोठा' (Free Range / Loose Housing)** पद्धतीचाच बांधा. जिथे गायीला फिरायचे स्वातंत्र्य असेल.

२. **बॅटरी केजेसवर बंदी (Battery Cages Ban):** कुक्कुटपालनात कोंबड्यांना A-4 आकाराच्या कागदाएवढ्या लहान पिंजऱ्यात डांबून ठेवले जाते. याला 'बॅटरी केजेस' म्हणतात. युरोपमध्ये यावर बंदी आली आहे आणि भारतातही प्राणी मित्र संघटना यासाठी कोर्टात लढा देत आहेत. भविष्यात फक्त **'केज्-फ्री' (Cage-Free)** किंवा पिंजरामुक्त अंड्यांनाच परवानगी मिळेल.

३. **वेदनामुक्त शस्त्रक्रिया (Anesthesia Mandatory):** आज आपण वासरांच्या शिंगाचे कळ्या जाळताना (Dehorning) किंवा खच्चीकरण करताना त्यांना कोणतीही भूल देत नाही. ते वेदनेने तडफडतात. भविष्यात, कोणत्याही शस्त्रक्रियेपूर्वी **'भूल' (Local Anesthesia)** देणे सक्तीचे केले जाईल. विना-भूल शिंगे जाळणे हा गुन्हा असेल.

बिझनेस टिप: शहाणपण कशात आहे?

उद्योजक मित्रांनो, ही भीती नाही, ही संधी आहे. जे लोक आतापासूनच **'एथिकल फार्मिंग' (Ethical Farming)** करतील, म्हणजे मुक्त संचार गोठे बांधतील आणि प्राण्यांना प्रेमाने वागवतील, त्यांचा 'ब्रँड' ग्राहकांच्या मनात वरच्या स्थानावर असेल. उलट, ज्यांनी जुन्या पद्धतीचे 'काँक्रीटचे तुरुंग' (Tying Sheds) बांधले आहेत, त्यांना ५-१० वर्षांनी ते तोडून नवीन बांधावे लागतील. तो दुप्पट खर्च असेल. त्यामुळे, **"आजच उद्याचा विचार करा आणि भविष्यातील कायद्यांपासून सुरक्षित राहा."**

१३.४ पर्यावरण आणि कार्बन फूटप्रिंट (Environmental Responsibility)

शेतकरी मित्रांनो, आजवर आपण गाईकडे 'लक्ष्मी' म्हणून पाहिले. पण दुर्दैवाने, जगातील पर्यावरणवादी आणि वैज्ञानिक आज गाईकडे 'ग्लोबल वॉर्मिंग' (Global Warming) साठी जबाबदार घटक म्हणून बघत आहेत. हे ऐकायला तुम्हाला धक्कादायक वाटेल, पण हे वास्तव आहे.

जगाचे तापमान वाढत आहे आणि त्याला कारणीभूत आहेत 'ग्रीन हाऊस गॅसेस'. जेव्हा गाय चारा खाते आणि निवांत बसून रवंथ करते, तेव्हा ती अधूनमधून **'ढेकर'** देते. या ढेकरातून कोणता वायू बाहेर पडतो? तो आहे - **'मिथेन' (Methane - CH_4)**. विज्ञानाच्या मते, हा मिथेन वायू वातावरणातील उष्णता धरून ठेवण्यात कार्बन डायऑक्साईड (CO2) पेक्षा **२५ ते २८ पटीने जास्त घातक** आहे. त्यामुळे जगाने बोट उचलले आहे ते पशुपालनावर.

भविष्यातील दबाव: बदला नाहीतर बदलावे लागेल!

तुम्हाला वाटेल, *"अमेरिका-युरोपच्या गोष्टी आहेत, आपल्या गावाला काय फरक पडतो?"* पण हा गैरसमज आहे. त्याचे परिणाम तुमच्या दारापर्यंत पोहोचायला वेळ लागणार नाही.

१. **कार्बन टॅक्स (Carbon Tax):** भविष्यात सरकार असा नियम आणू शकते की, *"तुमच्या गोठ्यातून किती मिथेन बाहेर पडतो, त्यानुसार तुम्हाला टॅक्स भरावा लागेल."* न्यूझीलंड आणि डेन्मार्कसारख्या देशांत याची चर्चा सुरू झाली आहे. आज जे तिथे घडतेय, ते उद्या भारतात येणार आहे.

२. **जागृत ग्राहकांचा दबाव:** आजचा तरुण ग्राहक, ज्याला पर्यावरणाची काळजी आहे (Eco-conscious Consumer), तो दूध विकत घेताना विचारलेः *"तुमच्या गाईमुळे पर्यावरणाचे नुकसान तर होत नाही ना? तुमचे दूध 'कार्बन न्यूट्रल' आहे का?"* ज्या ब्रँडकडे याचे उत्तर असेल, तोच ब्रँड भविष्यात टिकेल.

उद्योजकाची भूमिका: समस्या नाही, समाधान बना

मग यावर उपाय काय? गाई पाळणे बंद करायचे का? अजिबात नाही! फक्त गाई पाळण्याची पद्धत बदलायची आहे. आपण प्रदूषक नाही, तर '**पर्यावरणाचे रक्षक**' बनू शकतो. कसे?

१. संतुलित आहार: ढेकर कमी करा (Precision Nutrition) गाय जास्त मिथेन कधी सोडते? जेव्हा तिला निकृष्ट दर्जाचा, पचायला जड असा चारा (High Fiber, Low Digestibility) दिला जातो. जर तुम्ही गाईला **'संतुलित आहार' (TMR)** दिला, ज्याचे पचन सहज होते, तर पोटात गॅस कमी तयार होतो आणि दूध जास्त मिळते. **भविष्य:** सध्या समुद्रातील विशिष्ट गवत **(Seaweed Supplements)** गाईला खाऊ घालण्याचे प्रयोग यशस्वी होत आहेत, ज्यामुळे मिथेन उत्सर्जन ८०% पर्यंत कमी होते. हे तंत्रज्ञान लवकरच आपल्याकडे येईल.

२. बायोगॅस: शापाचे वरदानात रूपांतर (Carbon Credits) शेणातून बाहेर पडणारा मिथेन जर उघड्यावर गेला, तर तो प्रदूषण करतो. पण, तोच मिथेन जर तुम्ही 'बायोगॅस प्लांट'मध्ये पकडला आणि जाळला (स्वयंपाकासाठी किंवा वीजनिर्मितीसाठी), तर त्याचे रूपांतर कमी हानीकारक वायूंत होते. या प्रक्रियेमुळे तुम्ही पर्यावरणाचे रक्षण करता. भविष्यात यासाठी तुम्हाला **'कार्बन क्रेडिट्स' (Carbon Credits)** मिळतील - म्हणजे प्रदूषण कमी केल्याबद्दल जागतिक कंपन्या तुम्हाला पैसे देतील.

३. **हिरवे कुंपण: कार्बन शोषून घ्या (Carbon Sequestration)** तुमच्या फार्मच्या चारही बाजूंना नुसते तारेचे कुंपण घालू नका. तिथे **'चारा देणारी झाडे'** लावा. सुबाभूळ, शेवरी, तुती, अंजन किंवा हादगा. ही झाडे दोन कामे करतात:

१. हवेतील कार्बन डायऑक्साईड शोषून घेतात (Carbon Sink).

२. आणि तुमच्या बकऱ्यांना/गाईंना फुकटात उच्च प्रतीचा चारा देतात.

निष्कर्ष: जेव्हा तुम्ही हे सर्व उपाय करता, तेव्हा तुम्ही जगाला छातीठोकपणे सांगू शकता: **"माझे दूध हे फक्त पांढरे (White) नाही, तर ते 'हिरवे' (Green) देखील आहे."**

१३.५. वन हेल्थ आणि तुमचा ब्रँड (Branding Opportunity)

जेव्हा आपण 'वन हेल्थ', 'अँटीबायोटिक बंदी' आणि 'प्राणी कल्याण' याबद्दल बोलतो, तेव्हा अनेक व्यावहारिक शेतकऱ्यांच्या मनात एक शंका येते: *"साहेब, हे सर्व ऐकायला छान वाटते. पण हे सर्व नियम पाळायला गेलो, तर उत्पादन खर्च वाढणार नाही का? आणि जर खर्च वाढला, तर नफा कसा उरणार?"*

मित्रहो, तुमचे म्हणणे बरोबर आहे. खर्च नक्कीच वाढेल. पण, इथेच एका सामान्य व्यावसायिकाचा आणि एका 'ब्रँड'चा रस्ता वेगळा होतो. या प्रश्नाचे उत्तर अगदी सोपे आहे: **"हे नियम पाळणे ही तुमची मजबूरी समजू नका, तर ती तुमची यूएसपी (USP - Unique Selling Proposition) बनवा."** बाजारपेठेत हजारो लिटर दूध उपलब्ध आहे, पण 'विश्वास' दुर्मिळ आहे. तुम्ही तो विश्वास विका.

जाहिरात कशी करायची? सत्याचा विजय (Marketing of Truth)

जेव्हा तुम्ही तुमचे दूध, तूप किंवा मांसाचे उत्पादन बाजारात आणाल, तेव्हा लाजू नका. छातीठोकपणे जगाला सांगा की तुम्ही इतरांपेक्षा वेगळे का आहात. तुमच्या पॅकेटवर, माहिती पत्रकात आणि सोशल मीडिया जाहिरातीत खालील मुद्दे **ठळकपणे (Highlight)** मांडा:

१. **"आमचे दूध १००% अँटीबायोटिक रेसिड्यू फ्री आहे."** ग्राहकाला सांगा: *"इतरांचे माहित नाही, पण आम्ही हमी देतो की आमच्या दुधात औषधाचा एकही अंश नाही. हे दूध तुमच्या लहान मुलांच्या किडणी आणि लिव्हरसाठी पूर्णपणे सुरक्षित आहे."* ही ओळ कोणत्याही आईचा विश्वास जिंकण्यासाठी पुरेशी आहे.

२. "**ब्रुसेलोसिस मुक्त फार्म (Brucellosis Free Certified).**" जगाला सांगा की तुम्ही तुमच्या सर्व गाईंचे रक्ताचे रिपोर्ट काढले आहेत आणि तुमची एकही गाय आजारी नाही. *"आमचे दूध पिताना तुम्हाला तापाची किंवा इन्फेक्शनची भीती बाळगण्याची गरज नाही."*

३. "**क्रुएल्टी-फ्री मिल्क (Cruelty-Free / Happy Cows).**" आजचा संवेदनशील ग्राहक (विशेषतः तरुण पिढी) हे जाणून घेण्यास उत्सुक असतो की दुधासाठी गाईचा छळ तर झाला नाही ना? त्यांना सांगा: *"आम्ही गाईंना साखळदंडाने बांधत नाही. त्या मुक्त संचार गोठ्यात आनंदाने बागडतात. हे दूध एका 'तणावमुक्त' आणि 'आनंदी' गाईचे आहे."* आनंदी गाईच्या दुधात सकारात्मक ऊर्जा असते, हे मार्केटिंग करा.

४. "**आम्ही पर्यावरणाचे रक्षक आहोत (Eco-friendly Farm).**" सांगा की तुम्ही शेणाचा वापर बायोगॅससाठी करता आणि कार्बन फूटप्रिंट कमी करता.

सुरक्षितता हीच 'नवीन लक्झरी' (Safety is the New Luxury)

हे सर्व केल्यावर काय होईल? आजचा ग्राहक, विशेषतः शहरात राहणारा उच्च-मध्यमवर्गीय ग्राहक, बदलला आहे. त्याला महागडा मोबाईल घेणे परवडते, महागड्या हॉटेलमध्ये जाणे परवडते. त्याला माहित आहे की "**स्वस्त गोष्टी शेवटी महाग पडतात (आरोग्याच्या दृष्टीने).**" त्यामुळे, हा ग्राहक अशा 'प्रिमियम' आणि 'सुरक्षित' उत्पादनांसाठी बाजारापेक्षा **२०% ते ३०% जास्त किंमत (Premium Price)** आनंदाने द्यायला तयार असतो. त्याचे गणित साधे असते: *"उद्या दवाखान्यात लाखो रुपये घालवण्यापेक्षा, आज दुधासाठी १० रुपये जास्त दिलेले काय वाईट?"*

निष्कर्ष: त्यामुळे मित्रांनो, वन हेल्थचे नियम पाळणे हा तोटा नाही. ती तुमची **'गुंतवणूक'** आहे, जी तुम्हाला स्पर्धकांपेक्षा ५० पावले पुढे ठेवते. जेव्हा तुम्ही नीतिमत्ता (Ethics) पाळता, तेव्हा तुमचा 'ब्रँड' अमर होतो.

निष्कर्ष: जबाबदार व्हा, यशस्वी व्हा

या प्रकरणाचा समारोप करताना मला एक गोष्ट स्पष्ट करायची आहे. 'वन हेल्थ' या शब्दाने गांगरून जाऊ नका किंवा दडपण घेऊ नका. 'वन हेल्थ' म्हणजे तुम्हाला जनावरांचा डॉक्टर बनायचे नाहीये, किंवा तुम्हाला हातात स्टेथोस्कोप घ्यायचा नाहीये. याचा अर्थ अगदी सोपा आणि सरळ आहे: "**आपला नफा हा कधीही कोणाच्या तरी आरोग्याच्या किंमतीवर (At the cost of health)**

नसावा." ज्या दिवशी तुम्हाला ३०० रुपयांच्या नफ्यापेक्षा समोरच्या लहान मुलाचे आरोग्य महत्त्वाचे वाटेल, त्या दिवशी तुम्हाला 'वन हेल्थ' समजले असे समजा.

ओळख बदला: शेतकरी ते रक्षक

आजपासून स्वतःकडे बघण्याचा दृष्टिकोन बदला. तुम्ही केवळ गोठ्यात राबणारे आणि शेण काढणारे 'शेतकरी' नाही आहात. तुम्ही या देशाचे '**अन्न सुरक्षा अधिकारी**' **(Food Safety Officer)** आहात. तुमच्या गोठ्यातून बाहेर पडणारा दुधाचा प्रत्येक थेंब आणि अन्नाचा प्रत्येक कण हा 'शुद्ध' असला पाहिजे, ही तुमची जबाबदारी आहे. कारण तुम्ही फक्त पोट भरत नाही आहात, तुम्ही समाज घडवत आहात.

विश्वासाचे गणित (The Equation of Trust)

जेव्हा तुम्ही ही मोठी जबाबदारी मनापासून स्वीकारता, तेव्हा दोन गोष्टी घडतात:

१. **भयमुक्त जीवन:** तुम्हाला कोणत्याही फूड इन्स्पेक्टरची, सरकारी अधिकाऱ्याची किंवा कायद्याची भीती वाटत नाही. तुमची झोप शांत होते, कारण तुमचे काम 'काचेसारखे पारदर्शक' असते.

२. **ब्रँड लॉयल्टी:** ग्राहकाला जेव्हा कळते की हा माणूस पैशासाठी तडजोड करत नाही, तेव्हा तो तुमचा फॅन होतो. आणि व्यवसायात एकच सूत्र कायम लक्षात ठेवा: **विश्वास (Trust) = नफा (Profit).** ज्याचा विश्वास जास्त, त्याचा नफा जास्त.

पुढील प्रवासाची दिशा... (अंतिम टप्पा)

आतापर्यंत आपण खूप मोठा पल्ला गाठला आहे. आपण गोठा बांधला, जाती निवडल्या, व्यवस्थापन शिकलो, मार्केटिंग शिकलो आणि आता नैतिकताही शिकलो. तुमच्या डोक्यात आता पूर्ण 'ब्लूप्रिंट' तयार आहे. पण, हे सर्व स्वप्न प्रत्यक्षात उतरवण्यासाठी एका गोष्टीची गरज आहे, ती म्हणजे - '**भांडवल**' **(Capital/Money).** आणि भांडवल उभे करण्यासाठी आपल्याला जावे लागते बँकेकडे. पण समस्या अशी आहे की, बँकेला तुमच्या भावना समजत नाहीत, बँकेला तुमच्या स्वप्नांशी काही देणेघेणे नसते. बँकेला फक्त एकच भाषा समजते - '**कागदपत्रांची भाषा**'.

तुमच्या डोक्यातील ही आयडिया बँकेच्या मॅनेजरला कागदावर कशी पटवून द्यायची? कर्ज कसे मंजूर करून घ्यायचे? चला, हेच शिकूया आपल्या पुस्तकाच्या शेवटच्या आणि सर्वात महत्त्वाच्या प्रकरणात... **स्वप्न ते वास्तव - बँकेबल प्रोजेक्ट रिपोर्ट (From Dream to Reality: The Bankable Project Report).**

प्रकरण १४: स्वप्न ते वास्तव - बँकेबल प्रोजेक्ट (The Bankable Project) पैसा: व्यवसायाचे इंधन

"एखादा विचार कितीही चांगला असला, तरी त्याला प्रत्यक्षात उतरवण्यासाठी 'भांडवल' लागते. बँका शेतकऱ्यांना कर्ज देत नाहीत, हा गैरसमज आहे. सत्य हे आहे की, बँका 'नियोजन नसलेल्या व्यवसायाला' कर्ज देत नाहीत. बँकेला भावना समजत नाहीत, त्यांना फक्त 'गणित' समजते."

यशस्वी प्रोजेक्ट रिपोर्टचे चार आधारस्तंभ

वाचकांचे विचार

वाचकहो, अभिनंदन! आपण १३ प्रकरणांचा एक मोठा आणि ज्ञानसमृद्ध प्रवास पूर्ण केला आहे. यात आपण जनावरांच्या जाती निवडल्या, त्यांच्यासाठी पंचतारांकित गोठा बांधला, त्यांच्या आहाराचे गणित मांडले, 'वन हेल्थ'ची शपथ घेतली आणि अगदी शेणाच्या स्लरीचेही नियोजन केले. तुमच्या डोक्यात आता व्यवसायाचे एक परिपूर्ण चित्र (Vision) तयार आहे. पण... थांबा! डोक्यातील चित्र आणि जमिनीवरचा गोठा यांमध्ये एक मोठी दरी असते. ती दरी म्हणजे - '**भांडवल**' **(Capital).** आणि ही दरी ओलांडण्यासाठी आपल्याला एका पुलाची गरज असते, ज्याचे नाव आहे - '**प्रोजेक्ट रिपोर्ट**' **(Project Report).**

बँकेचा दरवाजा आणि तरुणाचा उत्साह

एक नेहमीचे दृश्य बघा. एका २०-२५ वर्षाचा तरुण अंगात प्रचंड उत्साह आणि डोळ्यात स्वप्ने घेऊन बँकेच्या मॅनेजरच्या केबिनमध्ये शिरतो. तो म्हणतो: *"साहेब, मला १० गाईंची डेअरी टाकायची आहे. मला सर्व माहिती आहे, फक्त तुम्ही १० लाखांचे कर्ज मंजूर करा. मी सोने करीन."* बँक मॅनेजर त्याच्याकडे बघतो, चष्मा वर करतो आणि एकच थंड प्रश्न विचारतो: *"ते सर्व ठीक आहे, पण तुमचा 'प्रोजेक्ट रिपोर्ट' कुठे आहे?"* त्या तरुणाचा चेहरा पडतो. तो चाचरत म्हणतो: *"अं... ते... मी आमच्या सीए (CA) साहेबांना बनवायला दिला आहे. ते उद्या पाठवतील."* मित्रहो, तुमची **पहिली आणि सर्वात मोठी चूक** इथेच होते.

'सीए' तुमची टॅक्स फाईल बनवतो, भविष्य नाही!

अनेक नवीन उद्योजकांचा असा गैरसमज असतो की, प्रोजेक्ट रिपोर्ट बनवणे हे चार्टर्ड अकाउंटंट (CA) किंवा कन्सल्टंटचे काम आहे. पण लक्षात ठेवा, सीए हा 'हिशोबाचा' माणूस आहे, 'व्यवसायाचा' नाही. जेव्हा तुम्ही ५००० रुपये देऊन एखाद्या एजंटकडून रिपोर्ट बनवून घेता, तेव्हा तो काय करतो? तो जुन्या कोणाच्या तरी रिपोर्टमधील आकडे '**कट-कॉपी-पेस्ट**' करतो. फक्त तुमचे नाव बदलतो. जेव्हा बँक मॅनेजर त्या रिपोर्टमधील एखाद्या आकड्यावर बोट ठेवून तुम्हाला विचारतो: *"हे दरडोई ३०० रुपये औषधाचा खर्च कसा काढलात?"* तेव्हा तुमची भंबेरी उडते. कारण तो रिपोर्ट तुम्ही वाचलेलाच नसतो! आणि तिथेच तुमचे कर्ज नाकारले जाते.

माझा सल्ला: प्रोजेक्ट रिपोर्ट हा **उद्योजकाने स्वतः (मदतीसह)** बनवायचा असतो.

- त्यातील प्रत्येक रुपयाचा हिशोब तुम्हाला तोंडपाठ असला पाहिजे.
- त्यात फक्त आकडे नकोत, तर त्यात तुमचे '**व्हिजन**' आणि तुमचा '**अभ्यास**' दिसला पाहिजे.

- जेव्हा तुम्ही स्वत: रिपोर्ट बनवता, तेव्हा बँकेला कागदावर आकडे दिसत नाहीत, तर तुमचा '**आत्मविश्वास**' दिसतो.

या प्रकरणात काय शिकणार आहोत?

हा प्रोजेक्ट रिपोर्ट म्हणजे तुमच्या स्वप्नांचा 'कागदी आरसा' आहे. या अंतिम प्रकरणात आपण तीन अत्यंत महत्त्वाच्या गोष्टी शिकणार आहोत:

१. **बँकेला काय हवे असते?** - बँक मॅनेजर कर्ज देताना नक्की काय बघतो? (DSCR रेशो, कोलॅटरल, मार्जिन मनी).

२. **सरकारी योजनांची ताकद:** नाबार्ड (NABARD) किंवा इतर सरकारी योजनांतून २५% ते ५०% सबसिडी कशी मिळवायची?

३. **एक्झिट स्ट्रॅटेजी (Exit Strategy):** हे कोणी सांगत नाही, पण हे सर्वात महत्त्वाचे आहे. जर दुर्दैवाने व्यवसाय चालला नाही, तर बाहेर कसे पडायचे आणि नुकसान कमी कसे करायचे?

चला तर मग, आपल्या स्वप्नांना 'वास्तवाचा' आकार देऊया...

१४.१. बँकेला काय हवे असते? (What do Banks Want?)

शेतकरी मित्रांनो, बँकेच्या पायऱ्या चढण्यापूर्वी एक गोष्ट मनावर कोरून ठेवा: "**बँक ही काही समाजसेवी संस्था किंवा चॅरिटी ट्रस्ट नाही. ती एक 'व्यावसायिक संस्था' (Business Entity) आहे.**" जसे तुम्ही दूध विकून नफा कमवण्यासाठी डेअरी टाकत आहात, तसेच बँक 'व्याज' कमवण्यासाठी तुम्हाला पैसे देत आहे. त्यांचे उद्दिष्ट अगदी साधे आहे - 'मुद्दल सुरक्षित ठेवणे' आणि त्यावर 'नफा (व्याज) कमवणे'. त्यामुळे बँक मॅनेजर तुमच्याकडे किंवा तुमच्या कपड्यांकडे बघत नाही, तो तुमच्या '**हेतू**' कडे बघतो. जेव्हा तो तुमची फाईल उघडतो, तेव्हा त्याच्या मनात तीनच प्रश्न असतात. याला बँकिंगच्या भाषेत '**The 3 Cs**' म्हणतात.

१. **चारित्र्य (Character): नियत साफ आहे का?:** येथे चारित्र्य म्हणजे तुमचे वैयक्तिक चारित्र्य नाही, तर तुमचे '**आर्थिक चारित्र्य**' (Financial Discipline). बँक विचार करते: *"हा माणूस कर्ज तर मागतोय, पण हा परतफेड करेल का? की हा कर्ज बुडव्या आहे?"* याचे उत्तर त्यांना तुमच्या '**सिबिल स्कोर' (CIBIL Score)** मध्ये मिळते. जर तुम्ही यापूर्वी घेतलेला मोबाईलचा हप्ता किंवा क्रेडिट कार्डचे बिल वेळेवर भरले नसेल, तर बँक तुम्हाला १० लाखांचे कर्ज देणार नाही. त्यामुळे कर्ज मागण्याआधी आपला सिबिल स्कोर तपासा आणि तो सुधारित करा.

२. **क्षमता (Capacity): खिशात दम आहे का?:** दुसरा प्रश्न असतो: *"हा व्यवसाय हप्ता (EMI) भरण्याइतके पैसे कमवेल का?"* मॅनेजरला तुमच्या स्वप्नांशी देणेघेणे नसते, त्याला तुमच्या **'कॅश फ्लो' (Cash Flow)** शी देणेघेणे असते. जर तुमचा महिन्याचा हप्ता ५०,००० रुपये असेल, आणि तुमचा व्यवसाय महिन्याला फक्त ४०,००० रुपये कमवणार असेल, तर बँक तुम्हाला दारातही उभी करणार नाही.

३. **तारण (Collateral): सुरक्षा कवच:** तिसरा आणि कडू प्रश्न: *"जर काही कारणास्तव हा व्यवसाय बुडाला, तर बँकेचे पैसे कसे वसूल होणार?"* बँकेला हवेत गोळीबार करायला आवडत नाही. त्यांना 'सुरक्षा' (Security) हवी असते. मग ती तुमची जमीन असो, घर असो किंवा एफडी (Fixed Deposit).

बँकेबल प्रोजेक्ट रिपोर्टचे ४ स्तंभ: आकड्यांची गोष्ट

तुमचा प्रोजेक्ट रिपोर्ट हा केवळ रुक्ष आकड्यांचे जंत्री नसून, ती तुमच्या भविष्यातील यशाची एक **'कथा' (Story)** असली पाहिजे. जेव्हा मॅनेजर हा रिपोर्ट वाचेल, तेव्हा त्याला डोळ्यासमोर तुमचा गोठा उभा राहिला पाहिजे. एका आदर्श रिपोर्टमध्ये खालील ४ खांब मजबूत असावे लागतात:

अ) तांत्रिक व्यवहार्यता: हवेतील इमले नको (Technical Feasibility)

बँकेला हे पटवून द्यावे लागते की हा प्रोजेक्ट 'कागदावर' नाही, तर 'जमिनीवर' उतरू शकतो.

- **पाणी:** बँकेला सांगा, *"माझ्याकडे स्वतःची विहीर आहे आणि त्याचा शासकीय पाणी परीक्षण अहवाल जोडला आहे. मला ३६५ दिवस पाण्याची कमतरता भासणार नाही."*
- **चारा:** *"मी १० गाईंसाठी विकतचा चारा आणणार नाही. माझ्याकडे २ एकर जमीन आहे, जिथे मी मका आणि नेपियर लावले आहे. तसेच, माझ्याकडे दुष्काळासाठी ४ मुरघास बंकर (Silage Bunkers) तयार आहेत."*
- **जागा आणि खरेदी:** *"मी पंजाबवरून अनोळखी गाई आणणार नाही, तर स्थानिक बाजारातून वातावरणानुकूल (Acclimatized) गाई घेणार आहे."* जेव्हा तुम्ही असे तांत्रिक मुद्दे मांडता, तेव्हा मॅनेजरला समजते की या माणसाचा **'गृहपाठ' (Homework)** पक्का आहे.

ब) आर्थिक व्यवहार्यता: एक्सेल शीटची जादू (Financial Viability)

येथे बँकेला गणिताची पडताळणी करायची असते. यात सर्वात महत्त्वाचा शब्द आहे - **DSCR. DSCR (Debt Service Coverage Ratio):** हे

ऐकायला अवघड वाटते, पण सोपे आहे. समजा, सर्व खर्च जाऊन महिन्याला तुमच्या हातात **१० रुपये** उरतात. आणि बँकेचा महिन्याचा हप्ता **८ रुपये** आहे. तर तुमच्याकडे स्वतःसाठी फक्त **२ रुपये** उरतात. हे बँकेला धोकादायक वाटते. (DSCR = 1.25). पण, जर तुमच्या हातात **१५ रुपये** उरत असतील आणि हप्ता **८ रुपये** असेल, तर बँक खुश होते. (DSCR > 1.5).

नियम: तुमच्या प्रोजेक्टचा DSCR हा किमान **१.५** असावा. म्हणजे हप्ता भरूनही तुमच्या खिशात सन्मानजनक रक्कम उरली पाहिजे.

IRR (Internal Rate of Return) आणि Break-Even: बँकेला हेही सांगावे लागते की, *"माझा व्यवसाय पहिल्या ६ महिन्यांत तोट्यात असेल, पण ७ व्या महिन्यापासून नफा (Break-Even) कमवायला सुरुवात करेल."* हे वास्तववादी चित्र मांडा.

क) जोखीम व्यवस्थापन: संकट आणि उपाय (SWOT Analysis)

बँकेला खोटे बोलणारे आवडत नाहीत. "माझ्या व्यवसायात काहीच रिस्क नाही," असे म्हणणे म्हणजे मूर्खपणा आहे. त्याऐवजी **SWOT ॲनालिसिस** करा.

- **रिस्क (Threat):** स्पष्ट लिहा - *"उद्या दुधाचे दर ५ रुपयांनी कमी होऊ शकतात."*
- **उपाय (Mitigation):** *"पण त्या परिस्थितीसाठी आम्ही तयार आहोत. जर दुधाचे दर पडले, तर आम्ही ५०% दूध थेट ग्राहकांना (D2C) विकू आणि शेणखतातून होणाऱ्या उत्पन्नातून हप्ता भरू."* जेव्हा तुम्ही '**समस्या आणि समाधान**' दोन्ही एकाच वेळी मांडता, तेव्हा बँकेचा विश्वास दुप्पट होतो.

ड) तुमचे योगदान: स्वतःचे पैसे गुंतवा (Margin Money)

बँक तुम्हाला कधीही १००% कर्ज देत नाही. त्यांना '**Skin in the Game**' हवे असते. साधारणतः बँक **७५% ते ८५%** कर्ज देते. उरलेले **१५% ते २५% भांडवल (Margin Money)** तुम्हाला स्वतःला उभे करावे लागते.

बँकेचा विचार असा असतो: *"जर याचे स्वतःचे ५-१० लाख रुपये यात अडकले असतील, तर हा माणूस व्यवसाय सोडून पळून जाणार नाही. हा जीव तोडून काम करेल."* त्यामुळे, मॅनेजरला सांगा, *"साहेब, माझे ५ लाख रुपये तयार आहेत, मला फक्त तुमच्या मदतीची गरज आहे."* जेव्हा तुम्ही या तयारीने बँकेत जाता, तेव्हा तुम्हाला 'नाही' म्हणणे कोणत्याही मॅनेजरला अवघड जाते.

१४.२. सरकारी योजना आणि सबसिडी (Subsidy Engineering)

बँकेचे कर्ज हा एक भाग झाला, पण व्यवसायाला खरी गती मिळवण्यासाठी अजून एका इंधनाची गरज असते, ते म्हणजे - **'सबसिडी' (Subsidy).** भारतात दुर्दैवाने 'सबसिडी' या शब्दाचा अर्थ चुकीचा घेतला जातो. अनेक लोक फक्त सबसिडी लाटण्यासाठी डेअरी किंवा पोल्ट्री फार्म काढतात. आणि जिथे उद्देशच चुकीचा असतो, तिथे व्यवसाय बुडणार हे नक्की असते.

त्यामुळे, कोणत्याही योजनेचा फॉर्म भरण्याआधी व्यवसायाचा एक **'सुवर्ण नियम' (Golden Rule)** मनावर कोरून ठेवा: **"सबसिडीवर व्यवसाय उभा करू नका. सबसिडीला व्यवसायाचा 'बोनस' समजा."** जर तुमच्या प्रोजेक्ट रिपोर्टमधील नफा हा सबसिडीच्या पैशावर अवलंबून असेल, तर तो व्यवसाय करूच नका. तुमचा व्यवसाय असा हवा की, सरकारने एक रुपयाही दिला नाही तरी तो नफ्यात चालला पाहिजे. सबसिडी मिळाली तर उत्तम, नाही मिळाली तरी अडचण नाही - हीच खरी उद्योजकाची मानसिकता.

चला, सध्याच्या काळात पशुपालकांसाठी वरदान ठरणाऱ्या तीन प्रमुख योजना समजून घेऊया:

१. राष्ट्रीय पशुधन अभियान (NLM - National Livestock Mission)

जर तुम्ही शेळीपालन, मेंढीपालन, वराहपालन (Pig Farming) किंवा कुक्कुटपालन (Poultry) करण्याचा विचार करत असाल, तर ही योजना तुमच्यासाठी 'लॉटरी' आहे.

- **कोणासाठी:** लहान आणि मध्यम पशुपालक जे शेळ्या-मेंढ्यांच्या जाती सुधारण्यासाठी (Breed Improvement) काम करू इच्छितात.
- **फायदा:** या योजनेत केंद्र सरकार तुम्हाला प्रकल्प खर्चाच्या **५०% पर्यंत सबसिडी (अनुदान)** देते.
- **वैशिष्ट्य:** समजा तुमचा प्रोजेक्ट ५० लाखांचा आहे. तर २५ लाख रुपये तुम्हाला सरकारकडून मिळतात. ही रक्कम सहसा दोन हप्त्यांत मिळते. यामुळे तुमचे कर्जाचे ओझे निम्मे होते आणि तुम्ही लवकर नफ्यात येता.

२. AHIDF (Animal Husbandry Infrastructure Development Fund)

ही योजना 'शेतकऱ्यांसाठी' नसून ती 'उद्योजकांसाठी' आहे. जर तुम्हाला फक्त दूध काढायचे नसेल, तर त्यावर प्रक्रिया करायची असेल, तर ही योजना तुमच्यासाठी आहे.

- **कोणासाठी:** ज्यांना पनीर/खवा बनवण्याचे युनिट टाकायचे आहे, मांस प्रक्रिया उद्योग (Meat Processing) सुरू करायचा आहे, किंवा स्वत:चा पशुखाद्य कारखाना (Feed Mill) टाकायचा आहे.
- **फायदा:** १. तुम्हाला प्रोजेक्टच्या **९०% पर्यंत कर्ज** मिळू शकते. २. सर्वात मोठी गोष्ट म्हणजे **व्याजात ३% सवलत (Interest Subvention).**
    - **गणित:** जर बँकेचा व्याजाचा दर १०% असेल, तर सरकार ३% भरेल आणि तुम्हाला फक्त **७%** दराने व्याज भरावे लागेल. स्वस्त भांडवल हे व्यवसायाच्या यशाचे गमक आहे.

३. पशु-किसान क्रेडिट कार्ड (KCC - Kisan Credit Card)

बँकेचे मोठे कर्ज हे गोठा बांधण्यासाठी असते. पण रोज गाईला खाऊ घालायला पैसे कुठून आणायचे? यासाठी ही योजना आहे. जसे शेतकऱ्याला पिकासाठी पीक कर्ज मिळते, तसेच आता जनावरांसाठी **'वर्किंग कॅपिटल' (खेळते भांडवल)** मिळते.

- **फायदा:** तुमच्याकडे किती गाई/म्हशी आहेत, या संख्येवर बँक तुम्हाला पैसे देते.
- **मर्यादा: १.६० लाखापर्यंतचे कर्ज** तुम्हाला **'विनातारण' (Collateral Free)** मिळते. यासाठी जमीन गहाण ठेवण्याची गरज नाही.
- **व्याजदर:** जर तुम्ही वेळेवर परतफेड केली, तर तुम्हाला हे कर्ज फक्त **४%** दराने मिळते. हे बाजारातील सावकारी कर्जापेक्षा कितीतरी पटीने स्वस्त आहे. हे पैसे तुम्ही ढेप, चारा आणि औषधांसाठी वापरू शकता.

अर्ज कसा करावा? एजंटला करा बाय-बाय!

जुना काळ गेला, जेव्हा सबसिडी मिळवण्यासाठी एजंटला १०-२०% कमिशन द्यावे लागायचे आणि चपला झिजवाव्या लागायच्या. आता 'डिजिटल इंडिया'मुळे सर्व पारदर्शक झाले आहे.

- **Udyamimitra Portal:** बहुतेक सर्व केंद्रीय योजनांचे अर्ज आता **'उद्यममित्र'** किंवा संबंधित खात्याच्या (Department of Animal Husbandry) पोर्टलवर ऑनलाइन भरायचे असतात.
- **तुमची तयारी:** तुम्हाला फक्त एक चांगला **'सविस्तर प्रकल्प अहवाल' (DPR - Detailed Project Report)** आणि कागदपत्रे स्कॅन करून अपलोड करावी लागतात.

- जर तुमचा रिपोर्ट चांगला असेल, तर थेट मंजुरी येते. मध्यस्थाची गरज उरत नाही.

त्यामुळे मित्रांनो, सरकार हात द्यायला तयार आहे, प्रश्न हा आहे की तो हात धरून वर चढायची तुमची तयारी आहे का?

१४.३. विमा: व्यवसायाचे सुरक्षा कवच (Insurance)

शेतकरी मित्रांनो, डेअरी व्यवसायात आणि इतर व्यवसायात एक मूलभूत फरक आहे. एखाद्या कारखान्यातील मशीन बिघडली, तर ती 'दुरुस्त' करता येते (Repairable). पण गाई-म्हशींचे तसे नाही. हा 'जीव' असलेला व्यवसाय आहे. येथे सर्वात मोठी भीती कशाची असेल, तर ती म्हणजे **'मृत्यू' (Mortality)**. तुम्ही १ लाखाची गाय घेतली आणि दुर्दैवाने ती आठवड्याभरात मेली, तर तुमचे १ लाख रुपये थेट शून्यावर येतात. हे नुकसान भरून काढायला तुम्हाला पुढील २-३ वर्षे काम करावे लागते.

म्हणूनच, हा धक्का पचवण्यासाठी **'पशुधन विमा' (Livestock Insurance)** हे ऐच्छिक नसून **'अनिवार्य'** आहे. याला फुकटचा खर्च समजू नका, हे तुमचे सुरक्षा कवच आहे.

विमा कसा काम करतो? (The Mechanics)

विमा म्हणजे नक्की काय? सोप्या भाषेत सांगायचे तर, थोडी रक्कम देऊन मोठी जोखीम कंपनीवर ढकलणे.

- **प्रीमियम (Premium):** साधारणतः जनावराच्या किमतीच्या **४% ते ५%** वार्षिक प्रीमियम असतो.
    - *गणित:* १ लाखाच्या गाईसाठी तुम्हाला वर्षाला ४-५ हजार रुपये भरावे लागतात.
    - *स्मार्ट टिप:* जर तुम्ही दरवर्षी नूतनीकरण करण्याऐवजी **३ वर्षांचा प्रीमियम** एकत्र भरला, तर तो तुम्हाला स्वस्त पडतो आणि दरवर्षीच्या पेपरवर्कचा त्रास वाचतो.
- **टॅगिंग (Tagging):** विमा उतरवला की कंपनीचा प्रतिनिधी येतो आणि जनावराच्या कानाला एक पिवळ्या रंगाचा प्लास्टिकचा टॅग (Ear Tag) लावतो.
    - या टॅगवर १२ अंकी युनिक नंबर असतो. हीच त्या गाईची ओळख असते.

- आजकालच्या आधुनिक टॅगमध्ये **RFID मायक्रोचिप** असते, जी स्कॅन केल्यावर गाईची सर्व माहिती मोबाईलवर दिसते.

क्लेम (Claim) मिळवताना काय काळजी घ्यावी?

अनेक शेतकऱ्यांची एक कायमची तक्रार असते: *"साहेब, विमा कंपन्या चोर असतात. हप्ता घेतात, पण गाय मेल्यावर पैसे देताना रडवतात."* मित्रांनो, कंपन्या चोर नसतात, तर आपली **'प्रक्रिया' (Process)** चुकते. विमा कंपनीला पुरावा हवा असतो. जर तुम्ही खालील तीन गोष्टींत चूक केली नाही, तर तुमचा क्लेम कोणीही अडवू शकत नाही:

१. **टॅग सांभाळा (No Tag, No Claim):**
   हा सुवर्ण नियम आहे. जर गाय मेल्यावर तिच्या कानाला टॅग नसेल, तर कंपनी तुम्हाला एक रुपयाही देणार नाही.
   - **धोका:** अनेकदा गाई आपापसात भांडताना किंवा कुंपणाला घासताना टॅग पडतो.
   - **उपाय:** रोज गोठ्यात फिरताना लक्ष ठेवा. ज्या क्षणी टॅग पडलेला दिसेल, त्याच क्षणी (२४ तासांच्या आत) विमा कंपनीला आणि बँकेला लेखी कळवा आणि नवीन टॅग लावून घ्या.

२. **पंचनामा आणि पीएम (The Documentation):**
   गाय मेल्यावर दुःखात असतानाही बुद्धी शाबूत ठेवा. तिला लगेच जमिनीत गाडू नका.
   - आधी सरकारी पशुवैद्यकीय अधिकाऱ्याला (Doctor) बोलावून **शवविच्छेदन (Post Mortem - PM)** करून घ्या. पीएम रिपोर्टवर मृत्यूचे कारण स्पष्ट असावे लागते.
   - तसेच, गावातील तलाठी किंवा सरपंचासमोर **'पंचनामा'** करणे अनिवार्य आहे. हे दोन कागद म्हणजे तुमचा चेक आहेत.

३. **फोटो (Evidence):**
   आजकाल कंपन्यांना डिजिटल पुरावा लागतो. मेलेल्या जनावराचा असा फोटो काढा ज्यात: १. तिचा पूर्ण चेहरा आणि शरीर दिसेल. २. आणि सर्वात महत्त्वाचे - **कानातला टॅग आणि त्यावरील नंबर** स्पष्ट दिसेल.

बिझनेस टिप: वाहतूक विमा (Transit Insurance)

बऱ्याचदा आपण पंजाब, हरियाणा किंवा कर्नाटकमधून उच्च जातीची जनावरे खरेदी करतो. ती जनावरे ट्रकने १,५०० ते २,००० किमीचा प्रवास करून

आपल्या गोठ्यात येतात. या प्रवासात धक्क्याने, अपघाताने किंवा 'ट्रॅव्हल स्ट्रेस'मुळे (Travel Stress) जनावर दगावण्याची शक्यता सर्वाधिक असते. त्यामुळे, व्यवहार करताना एजंटला सांगा: *"मला साधा विमा नको, मला **'ट्रान्झिट इन्शुरन्स' (Transit Insurance)** काढून हवा आहे."* यामुळे जनावराची खरेदी केल्यापासून ते तुमच्या गोठ्यात सुखरूप उतरेपर्यंतची सर्व जबाबदारी विमा कंपनीची असते.

१४.४. एक्झिट स्ट्रॅटेजी (Exit Strategy) आणि वारसा हक्क

मित्रांनो, बाजारात उपलब्ध असलेली ९९% पुस्तके तुम्हाला हेच शिकवतात की "व्यवसाय कसा सुरू करायचा?" पण, "व्यवसायातून बाहेर कसे पडायचे?" हे सांगणारे पुस्तक तुम्हाला सापडणार नाही. महाभारतात अभिमन्यूला चक्रव्यूहात शिरायचे माहिती होते, पण बाहेर पडायचे माहिती नसल्याने त्याचा बळी गेला. उद्योजकाचे तसे होऊ नये. एक हुशार बिझनेसमन तोच असतो, जो व्यवसायाची पहिली वीट रचतानाच हे ठरवतो की, "मी यातून बाहेर कधी आणि कसा पडणार?"

अ) एक्झिट स्ट्रॅटेजी का हवी? (The Art of Leaving)

कदाचित ५-१० वर्षांनी तुम्हाला निवृत्ती घ्यायची असेल, किंवा तुम्हाला यापेक्षा मोठी संधी दुसऱ्या क्षेत्रात मिळत असेल, किंवा दुर्दैवाने तुम्हाला हा व्यवसाय झेपत नसेल. अशा वेळी, तुम्ही गुंतवलेले कोट्यवधी रुपये परत कसे मिळवणार? तुमच्याकडे दोन मार्ग आहेत:

१. फायर सेल (Fire Sale):

आगीतून फुफाट्यात जेव्हा तुम्ही नियोजन न करता बाहेर पडता, तेव्हा तुम्हाला 'फायर सेल' करावा लागतो. म्हणजेच, घाईगडबडीत जनावरे कसायाला (शेळी/मेंढी) किंवा एजंटला कवडीमोल भावाने विकणे. तुमचे मिल्किंग मशीन आणि शेडचे लोखंड भंगाराच्या भावात विकले जाते. यात तुमचे मूळ भांडवल (Capital) ५०% ते ७०% बुडते. हे अपयश आहे.

२. गोइंग कन्सर्न सेल (Going Concern Sale):

सोन्याची अंडी देणारी कोंबडी हा हुशार माणसाचा मार्ग आहे. इथे तुम्ही तुमची 'गाय' विकत नाही, तर तुम्ही तुमचा 'चालू व्यवसाय' (System) विकता. जर तुमच्याकडे:

- गेल्या ५ वर्षांचे नफ्याचे **ऑडिटेड रेकॉर्ड्स** असतील.

- ५०० हून अधिक **कायमस्वरूपी ग्राहक (Subscribers)** असतील जे तुमच्या ब्रँडचे दूध घेतात.
- आणि कामगारांची एक प्रशिक्षित टीम असेल...

तर तुम्ही तुमचा फार्म एखाद्या नवीन गुंतवणूकदाराला **'प्रीमियम व्हॅल्युएशन'** (जास्त किंमत) लावून विकू शकता. नवीन येणारा माणूस विचार करतो: *"मला शून्यातून सर्व उभे करण्याची गरज नाही. इथे सर्व तयार आहे, पहिल्या दिवसापासून नफा चालू आहे."* गुंतवणूकदार जनावरे विकत घेत नाही, तो तुमचा **'कॅश फ्लो'** विकत घेतो.

ब) वारसा हक्क: पुढच्या पिढीचे काय? (Succession Planning)

आज भारतातील प्रत्येक शेतकऱ्याची आणि पशुपालकाची एकच मोठी वेदना आहे: *"माझी मुले शेतीत यायला तयार नाहीत. त्यांना पुण्यात किंवा मुंबईत १० हजारांची नोकरी चालेल, पण शेतातला लाखाचा नफा नकोय."* मुलांना दोष देऊ नका. दोष आपल्या सादरीकरणात आहे. तुम्ही त्यांना काय ऑफर करत आहात? सकाळी ४ वाजता उठून शेण काढणारे 'कामगार' पद? की उन्हात राबणारे 'शेतकरी' पद?.. हे कोणालाच नको आहे.

उपाय: कॉर्पोरेटायझेशन (Make it Corporate) जर तुम्हाला वाटत असेल की तुमच्या मुलांनी तुमचा वारसा चालवावा, तर या व्यवसायाचा चेहरामोहरा बदला.

१. **सिस्टम लावा (SOPs):** गोठ्याचे काम व्यक्तीवर नाही, तर 'सिस्टम'वर चालले पाहिजे. मॅनेजर, सुपरवायझर आणि डॉक्टर नेमा.

२. **CEO बना:** मुलांना सांगा, *"तुम्हाला शेण काढायचे नाहीये. ते काम यंत्रे आणि मजूर करतील. तुम्हाला एसी केबिनमध्ये बसून या कंपनीचा **'CEO'** म्हणून ब्रँडिंग आणि मार्केटिंग बघायचे आहे."* जेव्हा त्यांना यात 'ग्लॅमर' आणि 'पैसा' दोन्ही दिसेल, तेव्हा ते आनंदाने हा व्यवसाय स्वीकारतील.

कायदेशीर तयारी: तोंडी व्यवहारावर विसंबून राहू नका. तुमच्या व्यवसायाची नोंदणी **LLP (Limited Liability Partnership)** किंवा **Pvt Ltd** कंपनी म्हणून करा. जमिनीची आणि व्यवसायाची मालकी वेळेवरच कायदेशीररीत्या (Wills/Deeds) मुलांच्या नावावर करा, जेणेकरून भविष्यात भावा-बहिणींत भांडणे होणार नाहीत.

मग बघा आपण कष्टाने उभा केलेला व्यवसाय कसा योग्य मार्गाने पुढील पिढीत हस्तांतरित होताना आपल्याला दिसेल.

प्रिय वाचक मित्रहो,

'पशुपालक उद्योजक' (The Livestock Entrepreneur) बनण्याचा हा प्रवास आपण १४ प्रकरणांतून एकत्रितपणे पूर्ण केला. जेव्हा तुम्ही हे पुस्तक हातात घेतले होते, तेव्हा कदाचित तुम्ही एक 'जिज्ञासू शेतकरी' होतात. पण आज, हे पुस्तक खाली ठेवताना, मला खात्री आहे की तुमच्या मनात एक 'परिपक्व उद्योजक' जागा झाला आहे. हा प्रवास केवळ माहितीचा नव्हता, तर तो **'दृष्टिकोन' (Mindset)** बदलण्याचा होता.

आपण काय कमावले? (Key Takeaways)

या प्रवासात आपण काही मूलभूत सत्ये मनावर कोरली पाहिजेत

१. **मालक ते पालक:** आपण शिकलो की, जनावरांवर हुकूमत गाजवणारा तो 'मालक' असतो, पण त्यांची आईसारखी काळजी घेणारा तो **'पालक' (Steward)** असतो. आणि निसर्ग फक्त पालकाच्या झोळीत भरभरून दान टाकतो.

२. **निसर्ग आणि अर्थशास्त्र:** हा व्यवसाय म्हणजे केवळ गवत टाकणे आणि दूध काढणे नव्हे. हे **'बायोलॉजी'** (प्राणिशास्त्र) आणि **'इकॉनॉमिक्स'** (अर्थशास्त्र) यांचे सुंदर मिलन आहे. जोपर्यंत तुम्ही गाईच्या शरीराचे विज्ञान आणि खिशाचे गणित जुळवत नाही, तोपर्यंत यश मिळत नाही.

३. **७०% चे गणित:** आपण पाहिले की, व्यवसायाच्या खर्चाचा कणा हा **'खाद्य'** आहे. जो शेतकरी स्वतःचा चारा पिकवतो आणि सायलेज बनवतो, त्याला जगातली कोणतीही बाजारपेठ हरवू शकत नाही.

४. **आराम हीच संपत्ती:** सिमेंटच्या कडक जमिनीपेक्षा, गाईला मऊ गादी आणि मोकळी हवा देणे जास्त फायदेशीर आहे. **"Happy Cow = More Milk"** हे सूत्र आपण शिकलो.

५. **ब्रँडिंगची ताकद:** आणि शेवटी आपण हे मान्य केले की, केवळ उत्पादन करून चालणार नाही. जोपर्यंत तुम्ही 'मूल्यवर्धन' (Value Addition) करत नाही आणि ग्राहकाचा 'विश्वास' जिंकत नाही, तोपर्यंत तुम्ही नफ्याची खरी चव चाखू शकत नाही.

वास्तव आणि आव्हान

मी तुम्हाला खोटे स्वप्न दाखवणार नाही. पशुपालन हा सोपा व्यवसाय नाही. हा 'AC केबिन' मध्ये बसून करण्याचा जॉब नाही.

- यात सुट्ट्या नाहीत. (रविवारी गाईला भूक लागत नाही का?)
- यात दिवाळी-दसऱ्याला रजा मिळत नाही.
- यात ऊन, वारा, पाऊस आणि चिखल आहे.

पण, मित्रांनो... हा जगातला एकमेव असा व्यवसाय आहे, जिथे तुम्ही **'नवनिर्मिती' (Creation)** करता. इथे फाईल्सच्या ढिगाऱ्यात डोके फोडावे लागत नाही. इथे तुम्ही एका जिवंत, श्वास घेणाऱ्या, मुक्या जिवाची सेवा करता. जेव्हा तुम्ही समाजाला भेसळमुक्त, शुद्ध दूध किंवा अन्न देता, तेव्हा तुम्ही केवळ व्यवसाय करत नसता, तर तुम्ही **'राष्ट्रनिर्माण'** करत असता. तुम्ही स्वतःसाठी संपत्ती निर्माण करताच, पण त्यासोबतच समाजाला आरोग्यही देता.

अंतिम साद

जर तुम्ही या पुस्तकातील तत्त्वे (Principles) प्रामाणिकपणे अंमलात आणलीत, तर मी हे लिहून देतो की: तुमचा गोठा हा केवळ पत्र्याचे एक 'शेड' राहणार नाही, तर ते तुमच्या कुटुंबासाठी आणि गावासाठी एक **'समृद्धीचे मंदिर'** बनेल.

आता खूप वाचन झाले, खूप हिशोब झाले. आता पुस्तक बंद करा, ती एक्सेल शीट बाजूला ठेवा. पायात गमबूट घाला आणि तुमच्या गोठ्यात जा... तिथे तुमचे **'जिवंत भागीदार' (Your Live Partners)** - तुमच्या गाई, म्हशी, शेळ्या आणि कोंबड्या तुमच्या स्पर्शाची आणि तुमच्या नवीन सुरुवातीची वाट पाहत आहेत.

चला, एक नवीन इतिहास घडवूया!

मनःपूर्वक शुभेच्छा!

परिशिष्ट (Appendices)

तुमची 'ॲक्शन' किट

परिशिष्ट १: ३६५ दिवसांचे लसीकरण आणि आरोग्य वेळापत्रक (Health Calendar)

(टीप: हे वेळापत्रक गाई, म्हशी आणि शेळ्यांसाठी एकत्रित मार्गदर्शक स्वरूपात आहे. स्थानिक हवामान आणि पशुवैद्यकीय डॉक्टरांच्या सल्ल्यानुसार यात बदल होऊ शकतो.)

अ) वार्षिक लसीकरण वेळापत्रक (Vaccination Schedule):

महिना (Month)	लस (Vaccine)	कोणासाठी? (Target)	आजार (Disease Covered)
जानेवारी	**एन्ट्रोटोक्सेमिया (ET)**	शेळ्या/मेंढ्या	आंत्रविषार (अचानक मृत्यू)
फेब्रुवारी	**थायलेरिओसिस (Theileriosis)**	संकरित गाई (HF/Jersey)	गोचिड ताप (रक्तक्षय)
मार्च	**पीपीआर (PPR)**	शेळ्या/मेंढ्या	पीपीआर (प्लेग) - ३ वर्षातून एकदा
मे (पावसाळ्यापूर्वी)	**एच.एस. (HS) + बी.क्यू. (BQ)**	गाई/म्हशी	गळसुजी आणि फऱ्या (Black Quarter)
जून	**काहीही नाही**	(पावसाळा सुरू)	गोठा निर्जंतुकीकरण करणे
ऑगस्ट-सप्टेंबर	**एफ.एम.डी. (FMD)** वर्षातून दोनदा	सर्व जनावरे	लाळ्या खुरकूत (पायाला/ तोंडाला फोड)
सप्टेंबर	**ब्रूसेला (Brucella)**	४-८ महिन्यांच्या कालवडी	गर्भपाताचा आजार (आयुष्यात एकदाच)
फेब्रुवारी -मार्च	**एफ.एम.डी. बूस्टर (FMD Booster)**	सर्व जनावरे	लाळ्या खुरकूत (पहिल्या डोसच्या ६ महिन्यांनी)

ब) जंतनाशक वेळापत्रक (Deworming Schedule):

जंतनाशक हे लसीकरणा इतकेच महत्त्वाचे आहे. जंत (Worms) हे तुमच्या खाद्यातील ३०% पोषण चोरून नेतात.

- **वासरांसाठी (Calves):**
  १. जन्मल्यानंतर १० व्या दिवशी: पहिला डोस.
  २. त्यानंतर ३ महिन्यांपर्यंत: दर महिन्याला.
  ३. ३ ते ६ महिने: दर २ महिन्यांनी.
- **मोठ्या जनावरांसाठी (Adults):** वर्षातून ३ वेळा (हंगाम बदलताना).
  १. **पावसाळ्यापूर्वी (मे महिना):** हिरवा चारा सुरू होण्याआधी.
  २. **पावसाळ्यानंतर (ऑक्टोबर महिना):** ओल्या चाऱ्यातून आलेले जंत मारण्यासाठी.
  ३. **हिवाळ्याच्या शेवटी (जानेवारी/फेब्रुवारी)**

(महत्त्वाचे: प्रत्येक वेळी जंतनाशकाचा 'सॉल्ट' (Salt/Chemical) बदला, जेणेकरून जंतांमध्ये प्रतिकारशक्ती तयार होणार नाही.)

परिशिष्ट २: फार्म मॅनेजरसाठी 'डेली चेकलिस्ट' (Daily Checklist)

यशस्वी गोठा एका दिवसात उभा राहत नाही, तो रोजच्या शिस्तीतून उभा राहतो. तुमच्या फार्म मॅनेजरने रोज खालील गोष्टींवर 'टिक मार्क' (☑) केले पाहिजे.

<u>सकाळची पाळी (Morning Shift: ५:०० AM ते ९:०० AM)</u>

- [ ] **१. पाणी:** सर्व पाण्याचे हौद (Water Troughs) घासून स्वच्छ केले आहेत का? आणि त्यात ताजे पाणी भरले आहे का?
- [ ] **२. शेण:** गोठ्यातील शेण आणि लघवी पूर्णपणे साफ झाली आहे का? जमीन कोरडी आहे का?
- [ ] **३. निरीक्षण (Observation):** (सर्वात महत्त्वाचे)
    - सर्व जनावरे उठली आहेत का?
    - रात्री कोणाला जुलाब किंवा खोकला झाला आहे का?
    - एखाद्या गाईच्या डोळ्यातून पाणी किंवा नाकातून स्त्राव येत आहे का?
- [ ] **४. दूध काढणे:** दूध काढण्यापूर्वी कास (Udder) निर्जंतुक पाण्याने धुतली का? दूध काढल्यावर 'टीट डीप' (Teat Dip) केले का?
- [ ] **५. खाद्य:** टीएमआर (TMR) किंवा चारा व्यवस्थित मिसळून गव्हाणीत टाकला आहे का? कालवडींना 'काफ स्टार्टर' दिले का?

दुपारची पाळी (Afternoon Shift: १२:०० PM ते ३:०० PM)

- [ ] **६. माजाचे निरीक्षण (Heat Detection):** (१५ मिनिटे शांत उभे राहून) कोणती गाय हंबरत आहे? कोणती गाय दुसऱ्या गाईवर उड्या मारत आहे (Mounting)?
- [ ] **७. कुलिंग सिस्टम:** ऊन वाढल्यावर फॅन्स आणि फॉगर्स (Foggers) चालू केले आहेत का?
- [ ] **८. पाणी पातळी:** दुपारच्या वेळी हौदात पाणी शिल्लक आहे का?

संध्याकाळची पाळी (Evening Shift: ४:०० PM ते ७:०० PM)

- [ ] **९. पुन्हा निरीक्षण:** दिवसभर ज्या गायीने चारा कमी खाल्ला आहे, तिचे तापमान (Temperature) तपासा.
- [ ] **१०. आजारी जनावरे:** डॉक्टरने दिलेले इंजेक्शन/औषध आजारी जनावरांना वेळेवर दिले का?
- [ ] **११. रेकॉर्ड किपिंग:**
    - आजचे एकूण दूध: _____ लिटर.
    - आजचा एकूण चारा वापर: _____ किलो.
    - आज कोणाचे एआय (AI) केले? नोंदवही (Register) अपडेट करा.

परिशिष्ट ३: महत्त्वाचे कायदेशीर फॉर्म्स आणि कागदपत्रे

व्यवसाय करताना पोलीस, बँक किंवा विमा कंपनीशी वाद होऊ नये, म्हणून ही फाईल तयार ठेवा.

१. खरेदी-विक्रीच्या वेळी लागणारे फॉर्म्स:

- **आरोग्य प्रमाणपत्र (Health Certificate):** दुसऱ्या राज्यातून किंवा जिल्ह्यातून जनावरे आणताना सरकारी डॉक्टरचे 'फिटनेस सर्टिफिकेट' लागते. (पोलिसांनी अडवल्यास हे दाखवणे अनिवार्य आहे).
- **खरेदी पावती (Purchase Receipt/Sale Deed):** जनावरे विकणाऱ्याचा आधार कार्ड नंबर, सही आणि जनावराचा टॅग नंबर असलेली पावती. (चोरीचा आरोप टाळण्यासाठी).
- **ट्रान्झिट परमिट (Transit Permit):** एका राज्यातून दुसऱ्या राज्यात वाहतूक करताना RTO आणि पशुसंवर्धन विभागाचे परमिट.
- **टॅग आणि फोटो:** खरेदी केलेल्या जनावराचा टॅगसहित फोटो आणि सदर टॅग आणि भारत पशुधन प्रणालीवर (NDLM) नोंदणी

२. विमा (Insurance) क्लेमसाठी लागणारी कागदपत्रे:

- **क्लेम फॉर्म:** विमा कंपनीचा मूळ फॉर्म.
- **पोस्टमॉर्टम रिपोर्ट (PM Report):** जनावराचे शवविच्छेदन अहवाल (डॉक्टरच्या सहीनिशी).
- **पंचनामा:** दोन स्थानिक साक्षीदारांच्या (किंवा सरपंच/तलाठी) उपस्थितीत केलेला पंचनामा.
- **टॅग आणि फोटो:** मेलेल्या जनावराचा टॅगसहित फोटो आणि कापलेला मूळ टॅग.

३. बँकेसाठी लागणारे फॉर्म्स:

- **प्रकल्प अहवाल (Project Report/DPR):** CA कडून प्रमाणित केलेला.
- **कोटेशन (Quotation):** जनावरे, शेडचे साहित्य किंवा मशीनरी ज्याच्याकडून घेणार आहात, त्याचे जीएसटी (GST) पक्के बिल/कोटेशन.
- **ना हरकत दाखला (NOC):** ग्रामपंचायतीचा आणि प्रदूषण नियंत्रण मंडळाचा (मोठ्या फार्मसाठी) दाखला.

महत्त्वाचे संपर्क (Emergency Contacts List)
ही यादी तुमच्या फोनमध्ये आणि गोठ्याच्या भिंतीवर मोठ्या अक्षरात लिहिलेली असावी.

१. **पशुवैद्यकीय डॉक्टर (Vet):** (सरकारी आणि खाजगी दोघांचे नंबर).

२. **ए.आय. टेक्निशियन (AI Gunman):** (वेळेवर रेतन करण्यासाठी).

३. **विमा एजंट:** (रात्री २ वाजता जनावर दगावल्यास कोणाला फोन करायचा?).

४. **चारा पुरवठादार:** (अचानक चारा संपल्यास).

५. **मशीन मेकॅनिक:** (मिल्किंग मशीन किंवा चिलर बिघडल्यास).

६. **फायर ब्रिगेड आणि पोलीस स्टेशन:** (आग किंवा चोरी झाल्यास).

परिशिष्ट ४: अतिरिक्त वाचन आणि माहिती स्त्रोत (Additional Resources)

या व्यवसायात अपडेटेड राहणे म्हणजे नफ्यात राहणे. खालील संसाधनांचा वापर करा:

१. महत्त्वाच्या शासकीय वेबसाइट्स (Government Websites):

- **पशुसंवर्धन विभाग, महाराष्ट्र शासन:**
  - शासकीय योजना, जी.आर. (GR) आणि स्थानिक धोरणांसाठी.
  - 🌐 dahd.maharashtra.gov.in
- **पशुसंवर्धन आणि दुग्धव्यवसाय विभाग, भारत सरकार (DAHD):**
  - राष्ट्रीय स्तरावरील योजना (NLM) आणि मार्गदर्शक तत्त्वांसाठी.
  - 🌐 dahd.gov.in/
- **राष्ट्रीय डेअरी विकास बोर्ड (NDDB):**
  - दुग्ध व्यवसायातील तांत्रिक माहिती, आहार संतुलन आणि जनुक सुधारणेसाठी.
  - 🌐 nddb.coop
- **नाबार्ड (NABARD):**
  - बँक कर्ज, सबसिडी आणि प्रोजेक्ट रिपोर्टच्या नमुन्यांसाठी.
  - 🌐 nabard.org

२. विशेष संशोधन संस्था (Research Institutes):

जर तुम्हाला एखाद्या विशिष्ट विषयात खोलवर ज्ञान हवे असेल, तर या संस्थांची प्रकाशने वाचा:

- **केंद्रीय शेळी संशोधन संस्था (CIRG), मखदूम:**
  - शेळीपालनातील सर्वोच्च संस्था.
  - 🌐 cirg.res.in
- **राष्ट्रीय दुग्ध संशोधन संस्था (NDRI), कर्नाल:**
  - दुग्धशास्त्रातील संशोधनासाठी.
  - 🌐 ndri.res.in
- **महाराष्ट्र पशु व मत्स्य विज्ञान विद्यापीठ (MAFSU), नागपूर:**
  - मराठीतून तांत्रिक माहिती आणि स्थानिक हवामानानुसार सल्ले.
  - 🌐 mafsu.in

३. उपयुक्त मोबाईल ॲप्स (Useful Mobile Apps):

तुमचा स्मार्टफोन हे तुमचे मुख्य हत्यार बनवा.

- **e-Gopala App (NDDB):** जनावरांचे रेकॉर्ड ठेवण्यासाठी, वीर्य मात्रा (Semen Straw) तपासण्यासाठी आणि आहार संतुलन (Ration Balancing) करण्यासाठी अत्यंत उपयुक्त.
- **NDLM (National Digital Livestock Mission) भारत पशुधन:** जनावरांचे टॅगिंग आणि लसीकरण डेटासाठी.
- **१९६२ :** नावाचे मराठीमध्ये उपलब्ध ॲप आहे, जे पशुपालकांना पशुवैद्यकीय सेवा आणि शासकीय योजनांची माहिती देते, प्राण्यांच्या आरोग्याची काळजी घेण्यासाठी आणि मदत मिळवण्यासाठी टोल-फ्री नंबर (१९६२) वापरता येतो.
- **Sakal Agrowon App:** रोजचे बाजारभाव आणि यशोगाथा वाचण्यासाठी.

४. शिफारस केलेली पुस्तके (Recommended Reading):

- **Handbook of Animal Husbandry (ICAR):** हे पुस्तक पशुपालनाचे 'बायबल' मानले जाते. (इंग्रजी).
- **पशुसंवर्धन विभागाची प्रकाशने:** महाराष्ट्र शासनाच्या पशुसंवर्धन विभागातर्फे वेळोवेळी प्रसिद्ध होणाऱ्या पुस्तिका (उदा. वैरण विकास, लसीकरण मार्गदर्शिका).
- **ॲग्रोवन (सकाळ प्रकाशन):** ॲग्रोवनने प्रकाशित केलेली शेळीपालन आणि दुग्धव्यवसायावरील पुस्तके स्थानिक माहितीसाठी उत्तम आहेत.

५. ऑनलाइन कोर्सेस आणि ट्रेनिंग:

- **RSETI (Rural Self Employment Training Institutes):** प्रत्येक जिल्ह्यात बँक ऑफ इंडिया किंवा लीड बँकेमार्फत मोफत निवासी प्रशिक्षण दिले जाते.
- **KVK (Krishi Vigyan Kendra):** तुमच्या जिल्ह्यातील केव्हीके मध्ये दर महिन्याला पशुपालनावर कार्यशाळा होतात. तिथे संपर्क साधा.

अस्वीकरण (Disclaimer)

1. ***केवळ शैक्षणिक उद्देश:*** *या पुस्तकातील माहिती केवळ मार्गदर्शनासाठी आहे. याचा वापर करून* ***'स्व-उपचार' (Self-medication) करू नये.*** *जनावरांवर उपचार करण्यापूर्वी नेहमी नोंदणीकृत पशुवैद्यकाचा सल्ला घेणे अनिवार्य आहे. या माहितीच्या वापरामुळे होणाऱ्या कोणत्याही नुकसानीस लेखक किंवा प्रकाशक जबाबदार राहणार नाहीत.*

2. ***व्यावसायिक जोखीम:*** *पुस्तकातील आर्थिक गणिते आणि नफा-तोट्याचे आकडे हे आदर्श परिस्थितीवर आधारित आहेत. प्रत्यक्ष नफा हा बाजारभाव आणि व्यवस्थापनावर अवलंबून असतो. कोणताही आर्थिक निर्णय वाचकांनी स्वतःच्या जबाबदारीवर घ्यावा.*

3. ***शासकीय धोरण:*** *लेखक शासकीय अधिकारी असले तरी, या पुस्तकातील मते ही त्यांची* ***'वैयक्तिक'*** *आहेत. हे शासनाचे अधिकृत धोरण नाही. शासकीय योजनांच्या अद्ययावत माहितीसाठी वाचकांनी अधिकृत कार्यालयाशी संपर्क साधावा.*

4. ***AI चा वापर:*** *हे पुस्तक लिहिताना भाषिक स्पष्टता आणि चित्रांसाठी* ***'कृत्रिम बुद्धिमत्ता' (AI)*** *साधनांची मदत घेण्यात आली आहे. मात्र, यातील सर्व तांत्रिक व वैद्यकीय माहिती लेखकाने (डॉ. रोहित धुमाळ) स्वतः तपासून पडताळली आहे.*

लेखक परिचय

डॉ. रोहित रत्ना विजय धुमाळ
(M.V.Sc. Veterinary Pathology, PGDAW)
सहाय्यक आयुक्त, पशुसंवर्धन विभाग,
महाराष्ट्र शासन

डॉ. रोहित धुमाळ हे पशुवैद्यकीय क्षेत्रातील एक अभ्यासू आणि अनुभवी व्यक्तिमत्त्व आहे. सध्या ते महाराष्ट्र शासनाच्या पशुसंवर्धन विभागात **सहायक आयुक्त** म्हणून धोरणात्मक जबाबदाऱ्या सांभाळत आहेत.

एका बाजूला प्रशासकीय अनुभव आणि दुसऱ्या बाजूला **पशुरोग निदान (Pathology)** व **टॉक्सिकॉलॉजी (Toxicology)** मधील गाढा अभ्यास, यामुळे ते संपूर्ण महाराष्ट्रात **'Farm Animal Consultant'** म्हणून ओळखले जातात.

त्यांनी **'ग्लेनमार्क'** सारख्या नामांकित कॉर्पोरेट कंपनीत **संशोधन अधिकारी** म्हणून काम केले आहे. तिथून आलेली कॉर्पोरेट शिस्त आणि संशोधक वृत्ती त्यांच्या लेखनात प्रकर्षाने जाणवते.

विशेष म्हणजे, **'प्राणी कल्याण' (Animal Welfare - PGDAW)** या विषयातील तज्ज्ञ असल्याने, व्यवसायात केवळ 'नफा' न बघता मुक्या प्राण्यांचे 'नैतिक संगोपन' कसे करावे, यावर त्यांचा विशेष कटाक्ष असतो. प्रशासकीय अधिकार, कॉर्पोरेट अनुभव आणि तांत्रिक ज्ञान यांचा त्रिवेणी संगम म्हणजे हे पुस्तक होय.

पुस्तकाचा सारांश

तुम्ही केवळ 'जनावर सांभाळणारे' (Stock Keeper) आहात की 'उद्योजक' (Entrepreneur)?

रात्रंदिवस गोठ्यात राबूनही हातात नफा का उरत नाही? उच्चशिक्षित तरुण या व्यवसायात येतात, पण अल्पावधीतच का माघार घेतात? आणि गोठ्याचे रूपांतर एका नफा देणाऱ्या 'ब्रँड' मध्ये कसे करायचे?

या सर्व प्रश्नांची उत्तरे म्हणजे – '**पशुपालक ते उद्योजक**'.

पशुपालन हा आता केवळ पूर्वजांनी दिलेला पारंपरिक वारसा उरलेला नाही, तर ते एक प्रगत शास्त्र आणि काटेकोर गणित असलेला 'उद्योग' आहे. हे पुस्तक तुम्हाला केवळ जनावरांचे औषधपाणी शिकवत नाही, तर जनावरांच्या गोठ्याला एका 'कंपनी'प्रमाणे कसे चालवावे, याचे तंत्र शिकवते.

या पुस्तकात काय वाचायला मिळेल?

- **बिझनेस माइंडसेट:** भावनिक होऊन निर्णय घेण्यापेक्षा 'CEO' सारखा विचार कसा करावा?
- **आर्थिक साक्षरता:** ७०% खाद्याचा खर्च आणि नफ्याचे गणित कसे जुळवावे?
- **स्मार्ट व्यवस्थापन:** जनावरांचे मानसशास्त्र (Animal Comfort) आणि मजुरांचे व्यवस्थापन.
- **शाश्वत आरोग्य:** 'वन हेल्थ' संकल्पना आणि जैव-सुरक्षा.
- **प्रकल्प उभारणी:** बँकेला आवडेल असा प्रोजेक्ट रिपोर्ट आणि शासकीय योजनांचा लाभ.

ज्याला या क्षेत्रात केवळ टिकायचे नाही, तर **जिंकायचे** आहे, अशा प्रत्येक प्रगतशील शेतकऱ्यासाठी, तरुणासाठी आणि विद्यार्थ्यांसाठी हे पुस्तक एक 'रोडमॅप' आहे.